तणावमुक्त आणि निरोगी जीवनाची गुरुकिल्ली

तंत्र मन:सामर्थ्याचे

THE SILVA MIND CONTROL METHOD

तणावमुक्त आणि निरोगी जीवनाची गुरुकिल्ली

तंत्र मन:सामर्थ्याचे

THE SILVA MIND CONTROL METHOD

जोस सिल्वा

आयुष्य बदलून टाकण्याचा विश्वास देणाऱ्या
सिल्वा माइंड कंट्रोल मेथडचा परिचय

तंत्र मनःसामर्थ्याचे

The Silva Mind Control Method

प्रकाशक : वॉव पब्लिशिंग्ज् प्रा.लि., पुणे
मुद्रक : विक्रम प्रिंटर्स प्रा.लि.पुणे
प्रथम आवृत्ती : मार्च २०१७
पुनर्मुद्रण : नोव्हेंबर २०१७, जुलै २०१९
अनुवादक : नीता कुलकर्णी

Tantra Manasamarthyache
by Jose Silva

विषय सूची

प्रस्तावना

या पुस्तकाच्या निमित्ताने आयुष्यात संपूर्ण परिवर्तन घडवून आणणाऱ्या एका धाडसी मोहिमेवरच तुम्ही कूच करत आहात. त्यातील प्रत्येक पायरी गाठताना या जगाविषयीचा आणि तुमचा स्वत:बद्दलचा दृष्टिकोन बदलून टाकण्यात तुम्हाला यश मिळणार आहे. तुम्हाला लाभलेल्या नवीन शक्तींच्या, सामर्थ्याच्या जोडीलाच त्यांचा योग्य वापर करण्याची जबाबदारीही सोबत येणार आहे, अखिल मानवी समाजाच्या कल्याणासाठी त्या वापरण्याची जबाबदारी! ही जबाबदारी घेतल्याशिवाय या शक्तीचा उपयोग तुम्ही करूही शकणार नाही, हे तुमच्या लवकरच लक्षात येईल. ही शक्ती आहे - मनावर नियंत्रण मिळवून त्याचा वापर करण्याची संकल्पना - 'माइंड कंट्रोल'!

पश्चिमेकडच्या एका शहरातली ही घटना! एका शहर नियोजकाने आपल्या ऑफिसचे दरवाजे लावून घेतले. त्याची सेक्रेटरी तिच्या जागेवर एकटी होती. तीदेखील काहीशी संत्रस्त होती. झालं असं... की, शहरातली एका नियोजित शॉपिंग मॉलच्या इमारतीची ड्रॉइंग्ज गहाळ झाली आणि होती. शहर अधिकाऱ्यांबरोबर त्याच आठवड्यात त्याबाबतची निर्णायक बैठक ठरली होती. केलेलं काम गहाळ होणं हे तसं पाहिलं तर धक्कादायकच होतं. पण तरीही हा नियोजक अगदी शांत होता. दुसरा कोणी बॉस त्याच्या जागी असता, तर त्याने आपल्या सेक्रेटरीला चांगलंच फैलावर घेत ऑफिस डोक्यावर घेतलं असतं.

तो त्याच्या टेबलापाशी येऊन बसला. क्षणार्धात त्याने डोळे मिटून घेतले आणि तो एकदम स्थिर अन् शांत झाला... जणू तो स्वत:ला पुढच्या नुकसानीसाठी तयार

करत असावा, असंच बघणाऱ्यांना वाटलं असतं.

बरोबर १० मिनिटांनी त्याने डोळे उघडले. जागेवरून सावकाश उठून तो त्याच्या सेक्रेटरीपाशी गेला. तेवढ्याच संयमाने तिला म्हणाला, ''मला वाटतं, मला ते ड्रॉइंग्ज कुठे आहेत ते माहीत आहे. जरा माझे खर्चाचे तपशील शोधूयात. गेल्या गुरुवारी हार्टफोर्डमध्ये असताना मी कुठल्या रेस्टॉरंटमध्ये जेवलो बघ बरं!''

त्याने त्या रेस्टॉरंटला फोन लावला अन् काय आश्चर्य! ती ड्रॉइंग्ज खरोखरंच तिथेच होती.

या शहर नियोजकाने 'सिल्वा माइंड कंट्रोल' या पद्धतीचं प्रशिक्षण घेतलं होतं. आपल्या मनाच्या कित्येक न वापरलेल्या क्षमता जागृत करण्याचं हे तंत्र!

हा कोर्स केलेल्या ५ लाखांहून अधिक स्त्री-पुरुषांच्या आयुष्यात या जागृत केलेल्या क्षमतांमुळे भन्नाट गोष्टी घडून येत आहेत.

दहा मिनिटं स्थिर, शांत बसला असताना हा शहर नियोजक नेमकं काय करत होता बरं? माइंड कंट्रोलचं प्रशिक्षण घेतलेल्या आणखी एका प्रशिक्षित व्यक्तीचा अनुभव वाचला, तर त्याबाबतची कल्पना येईल.

'काल बर्म्युडा येथे मला एक अविश्वसनीय वाटावा असा अनुभव आला. न्यूयॉर्कला परतण्यासाठी अवघ्या दोन तासांनी माझं विमान होतं आणि मला माझं तिकीटच सापडेना. ज्या अपार्टमेंटमध्ये मी राहत होतो, तिथला अक्षरशः कानाकोपरा आम्ही तिघांनी धुंडाळला. गालिच्यांच्या खाली, फ्रिजमागे सगळीकडे शोधलं. तब्बल तीन वेळा भरलेली बॅग मी रिकामी केली अन् परत भरली. पण तिकिटाचा पत्ता लागला नाही. अखेरीस एका कोपऱ्यात बसून मी माझ्या 'लेव्हल'मध्ये जाण्याचा निर्णय घेतला. ज्या क्षणी मी माझ्या लेव्हलमध्ये प्रवेश केला, त्या क्षणी मला माझं तिकीट अगदी स्पष्टपणे दिसलं. अगदी ते माझ्या समोर असावं तसं...! ते (माझ्या लेव्हलमधल्या दृष्टीनुसार) एका कपाटात पुस्तकाच्यांमध्ये अडकून बसलं होतं. एरवी तिथे ते लक्षात येणं अवघडच होतं. मी त्या कपाटाकडे धावलो, तिकीट खरोखर तिथेच होतं.

ज्यांनी माइंड कंट्रोलचं प्रशिक्षण घेतलेलं नाही, त्यांना हे सारं अविश्वसनीय वाटेल, पण माइंड कंट्रोलचे जन्मदाते जोस सिल्वा यांनी लिहिलेली पुढची प्रकरणं जेव्हा तुम्ही वाचाल, त्यावेळी तुमच्या स्वतःच्याच मनाच्या इतरही अनेक थक्क करणाऱ्या शक्तींबाबत तुम्हाला ज्ञान मिळेल अन् कदाचित सर्वांत आश्चर्यचकित करणारी बाब म्हणजे तुम्ही अगदी सहज आणि झटकन त्या शिकू शकता.

जोस सिल्वा - ९

आपली मनं प्रशिक्षित केली, तर काय काय किमया घडू शकते, याच्या संशोधनातच श्री. जोस सिल्वा यांनी आपलं आयुष्य व्यतीत केलं आहे. त्याचाच परिपाक म्हणजे त्यांनी तयार केलेला ४० ते ४८ तासांचा कोर्स! या कोर्समध्ये विस्मृतीत गेल्यासारख्या वाटणाऱ्या गोष्टी आठवणे, वेदना नियंत्रित करणे, व्याधी बरी होण्याचा वेग वाढवणे, नकोशा सवयी सोडून देणे, अंत:प्रेरणा चेतवून सिक्स्थ सेन्स आपल्या रोजच्या आयुष्यातील प्रश्न सोडवणारा सृजनात्मक असा एक अविभाज्य घटक बनविणे. या सगळ्या गोष्टींमुळे काय साध्य होतं? तर एक आनंददायी अशी आंतरिक शांतता लाभते. आपण कधी कल्पनाही केली नाही इतकं आपल्या आयुष्यावर आपलं नियंत्रण आल्याचं जाणवतं तेही प्रत्यक्ष पुराव्यांसह! यामुळे जीवनात दुर्दम्य आशावाद उगम पावतो.

कोर्समध्ये जे प्रशिक्षण दिलं जातं, त्या साऱ्या गोष्टी आता प्रथमच मुद्रित स्वरूपात उपलब्ध होत आहेत. त्या कशा अमलात आणायच्या, याचं मार्गदर्शन इथे मिळणार आहे.

श्री. सिल्वा यांनी पौर्वात्य आणि पाश्चिमात्य दोन्हीकडच्या ज्ञानातून अनेक नुस्खे टिपले आहेत. मात्र अंतिम परिपाक हा अस्सल अमेरिकन आहे. त्याच्या जन्मदात्याप्रमाणेच हा कोर्सदेखील पूर्णत: व्यावहारिक (प्रॅक्टिकल) आहे. ते जे काही शिकवतात ती प्रत्येक गोष्ट अशा प्रकारे तयार करण्यात आली आहे, जेणे करून तुम्हाला अधिक आनंदाने, अधिक प्रभावीपणे जीवन जगायला ती मदत करेल.

श्री. सिल्वा यांनी लिहिलेल्या प्रकरणांतील एका स्वाध्यायातून जेव्हा तुम्ही दुसऱ्या स्वाध्यायात जाल, तसतशी यशाची मालिकाच सुरू होईल. त्यातून तुमचा आत्मविश्वास बळकट होत जाईल. त्यातून नवनव्या यशाच्या दिशेने तुम्ही मार्गक्रमण करण्यास तयार व्हाल. माइंड कंट्रोलची ओळख होण्यापूर्वी ज्या गोष्टी तुमच्या दृष्टीने निव्वळ अशक्य होत्या, त्या गोष्टी सहज घडून येऊ लागतील. तुमचं मन हे एखाद्या जादुगाराप्रमाणे अद्भुत किमया घडवून आणण्यास सक्षम आहे ही बाब आता शास्त्रीय दृष्ट्या सिद्ध झाली आहे. त्याच्या जोडीला पाच लाखांहून अधिक लोकांच्या जीवनात माइंड कंट्रोलमुळे घडून आलेल्या बदलाचा यशस्वी अनुभव अधिक बोलका आहे.

तुमच्या दृष्टीमध्ये सुधारणा घडून यावी यासाठी तुमच्या मनाची मदत घ्यायची कल्पना करून बघा. ''सिल्वा माइंड कंट्रोलचा पहिला कोर्स करत असताना माझे डोळे अधिक चांगले... स्वस्थ होत आहेत, त्यांच्यात बदल घडून येत आहे, हे मला जाणवलं,

त्यापूर्वी अगदी लहानपणापासून जवळपास दहा वर्षे मी चष्मा वापरत होतो (पदवी मिळेपर्यंत). त्यानंतर पुन्हा अडतिसाव्या वर्षी, मी चष्मा वापरू लागलो. माझा डावा डोळा उजव्यापेक्षा तिप्पट दुर्बळ आहे, कमी आहे, असं मला नेहमीच सांगितलं जात असे.

१९४५ साली माझा पहिला चष्मा आला. तसा तो वाचण्यापुरताच चष्मा होता. पण नंतर १९४८ किंवा ४९ साली मी बायफोकल चष्मा वापरू लागलो, तो नंबर वाढतच गेला. या कोर्सनंतर एक गोष्ट मला जाणवू लागली, ती म्हणजे मला चष्म्याशिवाय वाचता येत नसलं, तरी माझे डोळे हळूहळू निश्चितपणे सुधारत होते. हा बदल इतक्या झपाट्याने घडत होता की, ते तपासून घेण्यापूर्वी शक्य तितके दिवस थांबायचं मी ठरवलं. या दरम्यान मी माझा वीस वर्षांपूर्वीचा जुना चष्मा पुन्हा वापरायला सुरू केला.

''जेव्हा स्थानिक डॉक्टरांनी माझे डोळे तपासले, तेव्हा त्यांनीही नवीन लेन्सेस येईपर्यंत हा जुना चष्मा वापरणं उत्तम असल्याचा निर्वाळा दिला.''

हे वाचताना, हे कसं घडू शकतं, याचं गूढ आश्चर्य तुम्हाला वाटू शकेल पण जेव्हा तुम्ही या पुस्तकातलं दहावं प्रकरण वाचाल, तेव्हा माइंड कंट्रोलचं प्रशिक्षण घेतलेल्या व्यक्ती व्याधीतून नैसर्गिकरीत्या बरे होण्यासाठी कशा प्रकारे त्यांच्या शरीराचं नियंत्रण त्यांच्या मनाच्या हाती सोपवतात, हे तुमच्या लक्षात येईल. याचं तंत्र अतिशय सोपं आहे. अवघ्या चार महिन्यात तब्बल जास्तीचे २६ पाउंड वजन उतरविणाऱ्या एका महिलेच्या या पत्रावरून तुमच्या ते लक्षात येईल.

''सुरुवातीला मी नजरेसमोर एक गडद फ्रेम आणत असे. त्यात आईस्क्रिम्स, केक्स अशा वजन वाढवणाऱ्या विविध गोष्टींनी खच्चून भरलेलं एक टेबल बघत असे. मग त्या टेबलावर मी लाल रंगाने एक मोठ्ठी चुकीची खूण (X) मारत असे. त्यानंतर स्वतःचं प्रतिबिंब एका आरशात बघत असे. प्रतिबिंब खूप पसरट दाखवणारा तो आरसा असे. (एखाद्या जत्रेत असे खूप मोठे-लहान-उंच-बुटके प्रतिबिंब दाखवणारे आरसे असतात, तसाच आरसा!) त्यानंतर दुसरी फ्रेम मी नजरेसमोर आणत असे. सोनेरी प्रकाशाने उजळून निघालेल्या त्या फ्रेममध्ये एक टेबल असे, त्यावर ट्यूना फिश, अंडी, कमी कोलेस्ट्रोल असलेले मटनाचे प्रकार असे प्रोटिन्स युक्त पदार्थ मांडलेले होते. मी त्या टेबलवर सोनेरी रंगाची बरोबरची खूण केली आणि आरशात बघितलं, तर मी छान सडपातळ आणि उंच दिसत होते. त्यानंतर मानसिक दृष्ट्या मी स्वतःला बजावून सांगितलं, की ज्या टेबलवर प्रोटिन्स युक्त पदार्थ आहेच,

तेच खाण्याची माझी इच्छा आहे. मी किती सुंदर दिसत आहे, याबाबत माझ्या मित्रमैत्रिणींची सुरू असणारी चर्चादेखील मी मनामध्ये ऐकली आणि हे सारं एका विशिष्ट तारखेला घडत आहे, हेदेखील मी नजरेसमोर आणलं (ही सर्वांत महत्त्वाची पायरी होती. कारण त्यानिमित्ताने मी एक ठोस उद्दिष्ट स्वत:शी निश्चित केलं) आणि मी ते साध्य केलंदेखील! मी नेहमीच आहारावर नियंत्रण आणून वजन कमी करण्याचा प्रयत्न करीत होते आणि शेवटी हा एकच पर्याय यशस्वी ठरल्याचं माझ्या लक्षात आलं.''

हाच 'माइंड कंट्रोल' आहे, यामध्ये ध्यानाच्या एका खोल अवस्थेत जाऊन तुमचं मन तुम्हाला प्रशिक्षित करता येतं. प्रतिमांनी युक्त अशी मनाची स्वत:ची भाषा बोलत आणि तिला शब्दांचा दुजोरा देत तुम्ही मनाला सवय लावू शकता. त्याचे उत्तमोत्तम फायदे होतात... जी व्यक्ती हे तंत्र सतत अमलात आणते, तिच्याबाबत अशा यशाला मर्यादाच राहात नाहीत.

शिवाय हे काही सामान्य पुस्तक नाही, हे देखील तुमच्या लक्षात येईल. सहजसोप्या मार्गाने ते प्रथम तुम्हाला ध्यानापर्यंत घेऊन जाईल. त्यानंतर त्या ध्यानाचा उपयोग अनेक प्रकारे तुम्ही कसा करू शकता, हे तुमच्या लक्षात आणून देईल. मग एकदा का तुम्ही शेवटच्या टप्प्यापर्यंत पोहोचलात, की तुम्ही दैनंदिन जीवनात नेमाने त्याचा वापर करू लागाल. त्यानंतर इतरांच्या दृष्टीने अशक्यप्राय वाटणाऱ्या गोष्टीही सहजतेने करू शकाल.

एका पुस्तकात दडलेलं एक पुस्तक असं याचं स्वरूप आहे. याच्या बाह्य पुस्तकात (प्रकरण १ व २ आणि १७ ते २०) फिलीप मिल यांनी माइंड कंट्रोलचा भन्नाट झपाट्याने केलेला प्रसार आणि त्याचं प्रशिक्षण घेतलेल्या लक्षावधी व्यक्तींना त्याचा कसा फायदा झाला, याचा आढावा घेतला आहे. तर आतील पुस्तकात माइंड कंट्रोलच्या प्रशिक्षण वर्गात शिकवली जाणारी कित्येक तंत्रं श्री. सिल्वा यांनी उलगडून सांगितली आहेत. या संदर्भात लक्षात घेण्याची गोष्ट म्हणजे, कोर्समध्ये मिळणारे अनुभव हे पूर्ण गटाला मिळत असतात आणि हे प्रशिक्षण अत्यंत कुशल अशा अध्यापकांच्या मार्गदर्शनाखाली मिळत असतं. त्यामुळे त्याचे परिणाम अधिक वेगाने आणि स्पष्टपणे दर्शनीय असे असतात. त्या तुलनेत एकट्याने या गोष्टी शिकतानाचे परिणाम काहीसे संथ असू शकतात. तरीदेखील श्री. सिल्वा यांचे आदेश किंवा शिकवण तुम्ही अगदी काळजीपूर्वक अमलात आणली आणि त्याचा सराव केला तर तुमचं आयुष्य अधिक चांगलं बनू शकेल असं परिवर्तन घडवणारे परिणाम

तुम्हाला निश्चितच अनुभवायला मिळतील. मग भले ते खूप वेगाने घडले नाहीत, तरी ते घडणार, याची खात्री मात्र आहे.

हे पुस्तक कसं वाचावं, याची खास अशी एक पद्धत आहे. प्रथमतः इतर पुस्तकं जशी तुम्ही वाचता, तसंच सुरुवातीपासून शेवटपर्यंत ते वाचा. मात्र पहिल्याच वाचनात त्यातील स्वाध्यायांचा सराव करण्यास सुरुवात करू नका. त्यानंतर आपल्याला ज्या मार्गावरून आता वाटचाल करावयाची आहे, त्याचे चित्र अधिक सुस्पष्ट होण्यासाठी प्रकरण ३ ते १४ पुन्हा एकदा वाचा. मग प्रकरण ३ वाचा आणि त्यातील स्वाध्यायांचा सराव करा. त्यानंतरचे काही आठवडे फक्त तेवढ्याच स्वाध्यायांचा सराव करा. जेव्हा तुम्हाला स्वतःची तयारी जाणवेल, तेव्हा चौथ्या प्रकरणाकडे वळा. असं पुढील प्रत्येक प्रकरणाबाबत करत जा.

जेव्हा तुम्ही १४व्या प्रकरणापर्यंत पोहोचाल, त्यावेळी माइंड कंट्रोलच्या प्रशिक्षितांइतके तुम्हीही अनुभवी सरावकर्ते बनले असाल. त्यानंतर तुमचा अनुभव अधिक समृद्ध बनविण्यासाठी अशाच प्रकारे सराव केलेल्या मित्रांचा एक लहानसा गट तुम्हाला बनवता येऊ शकेल. पुस्तकातल्या १३व्या प्रकरणात तुम्हाला याबाबतची माहिती मिळू शकेल.

प्रकरण १

काही खास पद्धतींनी मनाचा अधिक वापर

कल्पना करा, की सर्वत्र अस्तित्वात असणाऱ्या... सर्वव्यापक, उच्च अशा बुद्धिमत्तेच्या संपर्कात तुम्ही आला आहात. स्वर्गीय अशा आनंदाच्या क्षणात तुम्हाला ज्ञान मिळत आहे. त्याचबरोबर अशीही कल्पना करा की हा संपर्क तुम्ही अगदी सहजपणे साधला आहे. इतक्या सहजा सहजी, की यानंतर आयुष्यात कधीही तुम्हाला त्या आंतरिक गोष्टीच्या संपर्कात न येऊ शकल्याने हताश होऊन जाण्याची गरज पडणार नाही. ती आंतरिक गोष्ट म्हणजे- ऐनवेळी तुमच्या मदतीला धावून येणारं शहाणपण, गरज पडेल तेव्हा अंतर्मनाचा लाभणारा कौल किंवा त्या आंतरिक प्रेमळ, शक्तिशाली अस्तित्वाची जाणीव! कसं वाटेल हे सगळं?

ही गोष्ट आध्यात्मिक अद्‌भुत अनुभवाहून फारशी वेगळी नसेल, नव्हे... अजिबातच वेगळी नसेल. तो पराकोटीचा... अत्युच्च असा अनुभव असेल.

सिल्वा माइंड कंट्रोलच्या चार दिवसांच्या प्रशिक्षणानंतर नेमका असाच अनुभव येतो. आजवर ५ लाखांहून अधिक व्यक्तींना हा अनुभव आला आहे, ज्यांनी हे प्रशिक्षण घेतलं आहे. त्यामुळे हे सारे लोक या पद्धतींचा सराव करण्यात सराईत झाले आहेत. त्यातून ते अतिशय शांतपणे आणि अधिक आत्मविश्वासाने नवीन शक्ती, नवीन ऊर्जा यांचा वापर करू शकतात. याचाच परिणामी म्हणजे त्यांची आयुष्यं अधिक समृद्ध, आरोग्यसंपन्न आणि समस्यामुक्त अशी बनली आहेत.

आता याच पुस्तकात जोस सिल्वा तुम्हाला काही पद्धती उलगडून सांगतील. त्या तुमच्या तुम्हीही वापरात आणू शकाल. पण प्रथमतः माइंड कंट्रोल क्लासची सुरुवात कशी होते, ते बघूया. तिथे काय काय घडतं, याचा आढावा घेऊया.

आरंभी सुमारे एक तास वीस मिनिटांचं भाषणाचं एक सत्र होतं. हे विषयाचा परिचय करून देणारं भाषण असतं. माइंड कंट्रोल म्हणजे काय, हे त्यात विशद करण्यात येतं. तसंच दोन दशकांच्या या संदर्भातील संशोधनातून हे कसं विकसित होत गेलं, याचीही ओळख करून देण्यात येते. यानंतर तेच अध्यापक विद्यार्थ्यांना आरोग्य सुधारण्यासाठी, दैनंदिन समस्या सोडविण्यासाठी, अधिक सहजपणे शिकण्यासाठी आणि आध्यात्मिक जाणिवा अधिक सखोल करण्यासाठी कोणत्या पद्धती वापरण्यात येऊ शकतात, याची थोडक्यात माहिती देतात. मग २० मिनिटांचा मध्यंतर असतो.

या वेळात कॉफीपानाच्या वेळी विद्यार्थ्यांना एकमेकांचा परिचय होतो. वेगवेगळ्या पार्श्वभूमीतून आलेले हे सारे जण असतात. डॉक्टर्स, सेक्रेटरीज्, शिक्षक, टॅक्सीचालक, गृहिणी, शालेय आणि महाविद्यालयीन विद्यार्थी, मानसोपचारतज्ज्ञ, धार्मिक नेते, निवृत्त लोक – अशी सरमिसळ असते.

या मध्यंतरानंतर आणखी एक तास वीस मिनिटांचं सत्र असतं. त्याचा आरंभ प्रश्नोत्तरांनी सुरू होतो आणि त्यानंतर थेट प्रशिक्षणाला सुरुवात होते. पहिला स्वाध्याय शिकवण्यात येतो. तो मनाच्या ध्यानात्मक स्तरावर घेऊन जातो. अध्यापक सांगतात, ही अवस्था सखोल विश्रांतीची (deep relaxation) असते. ही अवस्था अधिक गाढ निद्रेप्रमाणेच असते, मात्र यात एक विशिष्ट प्रकारची जागृती असते. खरं तर ही अवस्था जाणिवेचीच एक वेगळी अवस्था असते. ध्यानाच्या जवळपास सर्व शाखांमध्ये आणि गहन प्रार्थनांमध्ये ही वापरली जाते.

इथे कोणतीही औषधं किंवा जैवप्रतिसादाची यंत्रं वापरली जात नाहीत. माइंड कंट्रोलचे अध्यापक या अवस्थेत जाण्याबाबत 'तुमच्या लेव्हलमध्ये जाणे' असं म्हणतात किंवा कधी 'अल्फामध्ये जाणे', असंदेखील म्हणतात. तीस मिनिटांच्या या स्वाध्यायात अगदी सोप्या इंग्रजी भाषेत विद्यार्थ्यांना सूचना देत ते हळुवारपणे या अवस्थेत घेऊन जातात. खरंतर संपूर्ण कोर्स (माइंड कंट्रोल) अगदी साध्या इंग्रजी भाषेत चालतो. येथे कोणतेही वैज्ञानिक जड शब्द किंवा पौर्वात्य अवघड शब्द वापरले जात नाहीत.

या कोर्सला येणाऱ्या विद्यार्थ्यांपैकी काही जण पूर्वीच ध्यानधारणा शिकून आलेले असतात. काही जणांनी हे काही आठवड्यात शिकलेलं असतं, तर काहींनी बरेच महिने नियमित प्रयत्नांनी हे शिकलेलं असतं. मात्र इथे अवघ्या तीस मिनिटांत होणाऱ्या या स्वाध्यायाने हे सारेच जण आश्चर्यचकित होतात.

या कोर्समध्ये विद्यार्थी पहिलं वाक्य ऐकतात– 'तुमच्या मनाचा विशेष पद्धतीने अधिक उपयोग करायला तुम्ही शिकत आहात.'

हे साधंसं वाक्य ते ऐकतात आणि ते मनोमन रुजवण्याचा प्रयत्न करतात. त्याचं सार हे विस्मयचकित करणारं असतं. प्रत्येक जणाकडे... अगदी प्रत्येक व्यक्तीकडे मनाच्या अद्भुत शक्ती असतात. त्या कशा पद्धतीने वापरायच्या, याचं प्रशिक्षण प्रत्येकाला देता येतं. सुरुवातीला प्रशिक्षणार्थींचा त्यावर विश्वास बसतोच असं नाही. पण जेव्हा त्यांना मनाची ही शक्ती लक्षात येते व ते त्याचा प्रत्यक्षात वापर करतात, त्यावेळी त्यांच्या मनातील शंका दूर होतात.

विद्यार्थ्यांना आणखी एक गोष्ट सांगण्यात येते. ती म्हणजे 'रिलॅक्सेशनसाठी (सखोल विश्रांतीसाठी) तुमच्या दृष्टीने जी अगदी आदर्श जागा आहे, त्या जागी तुम्ही आहात, अशी मनोमन कल्पना करा. अत्यंत प्रसन्न, शांत आणि अगदी स्पष्ट असा हा स्वाध्याय असतो. त्यामुळे तुमची कल्पनाशक्तीही तीव्र होते आणि सखोल विश्रांतीलाही (deep relaxation) मदत होते.

आता थोडं ध्यानाविषयी : रोजच्या जीवनात जेव्हा आपण ध्यानाविषयी बोलतो, तेव्हा साधारणपणे गोष्टींवर विचार करणे म्हणजे ध्यान – असा अर्थ घेतला जातो. काही क्षणभर हे पुस्तक तुम्ही बाजूला ठेवलं आणि उद्या जेवायला काय करायचं, याचा विचार केलात, तर तुम्ही ध्यान केलं असा अर्थ निघतो.

मात्र अनेक ध्यान शाखांमध्ये या शब्दाला अधिक सखोल अर्थ आहे. मनाची एक खास अवस्था निर्देशित करणारा तो अर्थ आहे. काही पद्धतींमध्ये (शाखांमध्ये) त्या अवस्थेपर्यंत पोहोचणे हाच एक अंतिम बिंदू असतो. मनातून सर्व जाणिवांचे विचार दूर करणे हे त्यात अभिप्रेत असते. या गोष्टीमुळे एक प्रसन्न शांतता लाभते आणि त्यातून तणावामुळे निर्माण झालेले अनेक आजार दूर करण्यास किंवा त्यांना प्रतिबंध करण्यास मोठ्या प्रमाणावर मदत होते. ही गोष्ट अनेक अभ्यासांतून सिद्ध झाली आहे.

पण हे एका अर्थी निष्क्रिय ध्यान आहे असंच म्हणावं लागेल. माइंड कंट्रोलच्याही फार पुढे जाणारं आहे. ते विद्यार्थ्याला मनाच्या या स्थितीच्या आधारे समस्यांची उकल करायला, लहानमोठ्या किंवा प्रचंड अशा मनाला सतत कुरतडत राहणाऱ्या अडचणी सोडविण्यास शिकवते. हे बहुपेडी किंवा अनेक पैलू असणारे ध्यान आहे. त्याची शक्ती अतिशय विलक्षण असते.

आपण आजकाल 'अल्फा' या संकल्पनेबाबत खूप ऐकतो. मेंदूतील लहरींबाबतचा तो एक प्रकार आहे. त्यामध्ये मेंदूमध्ये एक प्रकारची इलेक्ट्रिकल एनर्जी (विद्युत ऊर्जा) निर्माण होते आणि ती electro encephalo graph (EEG) ने मोजता येते. या ऊर्जेची लय दर क्षणागणिक आवर्तनामध्ये (cycler per second - CPS) मोजता येते.

साधारणतः १४ आणि त्याहून जास्त CPS ना बीटा वेव्हज् म्हटलं जातं. ७ ते १४ CPS ना अल्फा आणि ४ ते ७ CPS ना थिटा, तर ४ किंवा कमी CPS ना डेल्टा म्हटलं जातं.

जेव्हा तुम्ही पूर्णतः जागृतावस्थेत असता, दैनंदिन आयुष्यात यश मिळवत असता, तेव्हा तुम्ही 'बीटा'मध्ये किंवा बाह्य जाणिवांमध्ये असता, असं माइंड कंट्रोलच्या भाषेत सांगता येईल. जेव्हा तुम्ही दिवास्वप्नं पाहत असता, झोपायच्या बेतात असता, पण अजून झोपलेले नसता किंवा झोपेतून जागे होत असता, पण पूर्ण जागे नसता, तेव्हा तुम्ही 'अल्फा'मध्ये असता. माइंड कंट्रोलच्या भाषेत याला 'अंतर्जाणिवा' असं म्हटलं जातं. जेव्हा तुम्ही झोपी जाता, तेव्हा तुम्ही 'अल्फा', 'थिटा' किंवा 'डेल्टा'मध्ये असता. फक्त 'अल्फा'मध्ये नसता, असं अनेकजण मानतात. माइंड कंट्रोलच्या प्रशिक्षणाने तुम्ही तुमच्या इच्छेनुसार 'अल्फा लेव्हल'मध्ये प्रवेश करू शकता, पण त्याचवेळी पूर्णतः सजगही राहू शकता.

मनाच्या अशा वेगवेगळ्या स्थितीमध्ये असताना कसं वाटत असेल, असं कुतूहलही तुम्हाला वाटू शकतं.

'बीटा'मध्ये असताना किंवा पूर्णतः जागृतावस्थेत असताना कोणत्याही एकाच विशिष्ट भावनेची निर्मिती होत नाही. 'बीटा'मधल्या शक्यता अमर्याद असतात. तुम्हाला पूर्ण आत्मविश्वास जाणवतो किंवा भीती वाटते, तुम्ही कार्यमग्न असता किंवा तुम्हाला रिकामपण जाणवतं. तुम्ही कशात तरी गढून गेलेले असता किंवा तुम्हाला कंटाळवाणं वाटतं.

अधिक सखोल पातळ्यांवर किंवा स्थितीमध्ये बहुतांश लोकांसाठी खूप कमी शक्यता असतात. आयुष्याने लोकांना बीटामध्ये काम करायला शिकवलेलं असतं. अल्फा किंवा थिटामध्ये नाही. या अधिक सखोल स्थितींमध्ये ते एकतर दिवास्वप्नात, झोपण्याच्या बेतात किंवा प्रत्यक्ष झोपेत असतात, इथे त्यांच्यासाठी पर्याय फारच मोजके असतात. पण माइंड कंट्रोलच्या प्रशिक्षणानंतर या अवस्थेचा उपयोग करण्याच्या शक्यता अमर्यादितपणे वाढत जातात. सिल्वा माइंड कंट्रोलचे साहाय्यक संचालक हॅरी मॅकनाइट लिहितात, 'अल्फामध्ये बीटापेक्षा पूर्णतः वेगळा असा जाणिवांचा संच (set of sensing faculties) असतो.' म्हणजे सोप्या शब्दांत सांगायचं तर बीटामध्ये आपण ज्या गोष्टी करू शकतो, त्यापेक्षा पूर्णतः वेगळ्या गोष्टी आपण अल्फामध्ये करू शकतो.

माइंड कंट्रोलची मुख्य संकल्पना हीच आहे. या 'सेन्सिंग फॅकल्टीज्'ची एकदा

ओळख झाली आणि त्या कशा वापरायच्या, याचं एकदा ज्ञान मिळालं, की तुम्हाला तुमचं मन अधिक प्रभावीपणे खास पद्धतीने वापरता येऊ शकतं. हवं तेव्हा उच्चस्तरीय बुद्धिमत्तेच्या आधारे मानसिक स्तरावर ते तुम्ही वापरू शकता.

बहुतांश लोक माइंड कंट्रोलची मदत निवांत, तणावमुक्त होण्यासाठी, निद्रानाश टाळण्यासाठी, डोकेदुखी टाळण्यासाठी किंवा ज्या गोष्टींसाठी तीव्र इच्छाशक्तीची आवश्यकता असते, अशा गोष्टी – म्हणजे धूम्रपान सोडणे, वजन कमी करणे, स्मरणशक्ती वाढवणे, अधिक प्रभावीपणे अभ्यास करणे अशा गोष्टींसाठी घेतात. अशा गोष्टींसाठी बहुतांश लोक येतात. पण प्रत्यक्षात ते यापेक्षा पुढचं बरंच काही शिकतात.

पंचेंद्रियं किंवा पाच जाणिवा – स्पर्श, चव, गंध, श्रवण व दृष्टी या केवळ जन्माबरोबर येणाऱ्या जाणिवा आहेत, हे त्यांच्या लक्षात येतं. त्यापलीकडेही इतर काही गोष्टी आहेत. मग त्यांना शक्ती म्हणा किंवा जाणिवा (senses) म्हणा. पूर्वी या फक्त काही मोजक्या नशीबवान लोकांना निसर्गाद्वारे बहाल केलेल्या असायच्या किंवा काही सिद्ध पुरुषांनी आयुष्यभराच्या साधनेनंतर या अर्जित केलेल्या असायच्या. अशाप्रकारे माइंड कंट्रोलचं ध्येय या शक्ती जागृत करणे, हेच आहे.

हे जागृत करणं म्हणजे काय, हे 'मादामुझेल'च्या सौंदर्यविषयक संपादक – नादीन बर्तिन यांनी १९७२ च्या मार्चच्या अंकात लिहिलं आहे–

''मन विस्तारण्यासाठी या 'ड्रग कल्चर'मध्ये गोळ्या, पावडरी किंवा इंजेक्शन्स असतील. पण माझा पर्याय साधा सरळ आहे. माइंड कंट्रोलमुळे तुमचं मन विस्तारू शकतं. मनाची व्याप्ती कशी वाढवायची, हे तुम्हाला माइंड कंट्रोल शिकवतं. 'माइंड कंट्रोल' हे नाव अगदी योग्यरीत्या निवडलेलं आहे. कारण ड्रग्ज किंवा हिप्नोसिस यांच्याऐवजी इथे तुम्ही तुमच्या नियंत्रणात असता. मन विस्तारणे, आत्मज्ञान किंवा इतरांना मदत करताना माइंड कंट्रोलच्या वापराला सीमा नाहीत, तुमच्या सीमाच माइंड कंट्रोलच्या सीमा निर्धारित करतात. अन्यथा काहीही करणं इथे शक्य आहे. इतरांबाबत घडलेलं तुम्ही ऐकता आणि अचानक तुमच्या बाबतीतही ते घडू लागलेलं तुम्हाला जाणवू लागतं.

प्रकरण २

जोसची गोष्ट

टेक्सास प्रांतातल्या लारेडोमध्ये ११ ऑगस्ट १९१४ रोजी जोस सिल्वा यांचा जन्म झाला. जोस अवघे चार वर्षांचे असताना त्यांच्या वडिलांचं निधन झालं. त्यानंतर लवकरच त्यांच्या आईने पुनर्विवाह केला. त्यामुळे थोरली बहीण आणि धाकटा भाऊ यांच्या सोबत त्यांची रवानगी आजी-आजोबांच्या घरी झाली. अन् त्यानंतर दोनच वर्षांत कुटुंबासाठी अर्थार्जन करण्याची जबाबदारी त्यांच्यावर येऊन पडली. वर्तमानपत्रं विकणे, बुटांना पॉलिश करणे अशी लहानसहान कामं करत चार पैसे कमवायचे आणि संध्याकाळी आपले बहीण-भाऊ अभ्यास करतात की नाही, हे बघायचं, एकंदरीत असा त्यांचा दिनक्रम होता. त्यांच्या बहीण-भावानेच त्यांना लिहा-वाचायला शिकवले. ते स्वतः कधीच शाळेत गेले नाहीत, गेले ते फक्त अध्यापन करण्यासाठी!

प्राप्त दारिद्र्यातून बाहेर येण्याची संधी त्यांच्या आयुष्यात अचानक आली. एकदा न्हाव्याच्या दुकानात ते त्यांचा नंबर कधी येतो, याची वाट बघत थांबले होते. त्यांना तिथे काहीतरी वाचायला सापडलं. रेडीओ कसा दुरुस्त करायचा, या विषयीच्या दूरस्थ अभ्यासक्रमातील तो एक पाठ होता. जोसनी तो न्हाव्याकडून काही काळ वाचायला मागितला. पण त्याने तो भाड्याने घेऊन जायचीच संमती दिली. इतकंच नाही तर न्हावीबुवांनी अजून एक अट समोर ठेवली की जोसने या पुस्तकाच्या मागील पानांवर असलेल्या प्रश्नपत्रिका त्या न्हाव्याच्या नावावर सोडवायच्या...! अखेरीस दर आठवड्याला जोस १ डॉलर न्हावीबुवांना देत असे, पाठांचा अभ्यास करत असे. अशा तऱ्हेने जोसने ती परीक्षा दिली.

लवकरच न्हाव्याच्या दुकानात डिप्लोमाचं प्रमाणपत्र झळकलं आणि अवघ्या १५ व्या वर्षी जोस शहरभर रेडीओ दुरुस्त करण्याचा व्यवसाय करू लागले. काही वर्षांनंतर त्यांचा या धंद्यात उत्तम जम बसला आणि त्यांचा व्यवसाय त्या भागामधल्या सर्वांत अधिक चालणाऱ्या व्यवसायांपैकी एक बनला. त्यातून येणाऱ्या कमाईतून त्यांच्या भावाबहिणीचं शिक्षण झालं, त्यांनी लग्न केलं. इतकंच नाही तर, जवळपास पाच लाख डॉलर्सची पुंजी त्यांच्यापाशी जमली, जिच्या बळावर त्यांनी जवळपास २० वर्षं संशोधन कार्य केलं, त्याचाच परिपाक माइंड कंट्रोल मध्ये झाला.

सुरुवातीच्या काळात आणखी एक गोष्ट घडली. त्या न्हाव्यासारखे नाही, पण खरोखरीच डिप्लोमा मिळवलेल्या एका व्यक्तीने ध्यानीमनी नसताना नकळत जोसच्या या संशोधनाला चालना दिली. हा माणूस एक मानसोपचारतज्ज्ञ होता. दुसऱ्या महायुद्धात 'सिग्नल कॉर्प्स' मध्ये रुजू होणाऱ्या लोकांना प्रश्न विचारणे...मुलाखत घेणे, हे त्याचं काम होतं.

''तुला बिछाना ओला करायची सवय आहे का?'' या प्रश्नावर जोसला काय बोलावं हेच कळेना.

''तुला बायका आवडतात?'' हा प्रश्न म्हणजे तर कहरच होता कारण जोस त्यावेळी ३ मुलांचा बाप झालेला होता आणि भविष्यात तो दहा मुलांचा पिता होणार होता. हा प्रश्न ऐकून तो उडालाच.

त्या न्हावीबुवांना रेडिओमधलं जेवढं कळत होतं, त्यापेक्षा कितीतरी जास्त या इसमाला मानवी मन ओळखता येत होतं, असा विचार जोसच्या मनात आला. नाही तर असले वेडे प्रश्न कोण कशाला विचारेल!

या प्रश्नांनी काहीशा बुचकळ्यात पडलेल्या जोसनी शास्त्रशुद्ध संशोधनाचा मार्ग स्वीकारला. त्या संशोधनामुळे कोणताही डिप्लोमा आणि प्रमाणपत्राशिवायच त्यांनी त्यांच्या काळातल्या सर्वांत सृजनशील विद्वान लोकांपैकी एक बनण्याचा मान संपादन केला. फ्रॉइड, यंग आणि एडलर यांची पुस्तके त्यांचे गुरू बनले.

वरवर अगदी मूर्खासारखे वाटतील, अशा प्रश्नांच्या सखोल गर्भितार्थापर्यंत ते पोहोचले. अखेरीस त्यांची इतकी तयारी झाली, की स्वतः काही प्रश्न विचारू शकतील अशा टप्प्यावर जोस येऊन पोहोचले : एखाद्या व्यक्तीची ज्ञानग्रहण करण्याची क्षमता किंबहुना तिचा बुद्ध्यांक (I.Q.) संमोहन शास्त्राचा उपयोग करून वाढविता येईल का? बुद्ध्यांक ही गोष्ट आपल्याला जन्मतःच लाभलेली असते,

असा त्या काळी समज होता; पण जोसना त्याबाबत पूर्ण खात्री नव्हती.

या प्रश्नाचं उत्तर मिळवण्यासाठी त्यांना प्रगत इलेक्ट्रॉनिक्स शिकून 'सिग्नल कॉर्प्स' मध्ये मार्गदर्शक म्हणून रुजू होईपर्यंत वाट बघावी लागली. जेव्हा तिथून त्यांना कार्यमुक्त करण्यात आलं, तेव्हा त्यांच्याकडे साठलेली पुंजी संपली होती आणि खिशात अवघे २०० डॉलर्स होते. हळूहळू पुन्हा एकदा आपला व्यवसाय उभा करायला त्यांनी सुरुवात केली. त्याच सुमारास त्यांनी लारेडो ज्युनिअर कॉलेजमध्ये शिक्षकाची अर्धकालीन नोकरीही स्वीकारली. तिथे ते इतर तीन शिक्षकांचे पर्यवेक्षक होते. तेथील इलेक्ट्रॉनिक्स प्रयोगशाळा उभ्या करून देण्याची जबाबदारी त्यांच्यावर सोपविण्यात आली होती.

पाच वर्षांनंतर दूरचित्रवाणीच्या (TV) उदयानंतर, त्यांचा दुरुस्तीचा व्यवसाय भरभराटीला येऊ लागला आणि जोसनी आपल्या शिक्षकी पेशाला रामराम ठोकला. पुन्हा एकदा त्यांचा व्यवसाय शहरातला सर्वांत यशस्वी व्यवसाय ठरला. दररोज रात्री त्यांचे काम ९ वाजता संपत असे. मग जेवण करून ते मुलांना झोपवत. घरात शांतता झाली, की त्यांचा अभ्यास सुरू होत असे. मग तो तीनेक तास चालत असे. त्यांच्या अभ्यासातूनच ते संमोहनशास्त्राकडे वळले.

संमोहनशास्त्राबाबत ते जे काही शिकले, शिवाय इलेक्ट्रॉनिक्सबद्दल त्यांचं जे ज्ञान होतं, त्याच्या जोडीला त्यांच्या मुलांना काही विषयात मिळालेली (F) श्रेणी (नापास) या सगळ्याचा एकत्रित परिणाम म्हणजे, पूर्वी त्यांना पडलेल्या प्रश्नाने पुन्हा एकदा डोके वर काढले. ज्ञानग्रहण करण्याची क्षमता, बुद्ध्यांक काही विशिष्ट मानसिक प्रशिक्षणाने वाढविता येतो का?

मानवी मन एक प्रकारची विद्युत ऊर्जा तयार करतं, हे जोसना अगोदरच माहीत होतं. त्यांनी त्या शतकाच्या आरंभी झालेल्या काही संशोधन आणि प्रयोगांबाबत वाचलं होतं. त्यानुसार अल्फा ऱ्हिदम सिद्ध झाला होता. तसेच इलेक्ट्रॉनिक्समधील त्यांच्या कामामुळे त्यांना आणखी एक गोष्ट ठाऊक होती. ज्या सर्किटमध्ये सर्वांत कमी विद्युत प्रतिरोध असतो, ते आदर्श, उत्तम सर्किट असतं. कारण ते त्याच्या विद्युत ऊर्जेचा सर्वाधिक वापर करतं. तसंच समजा मेंदूचा प्रतिरोध कमी करता आला तर तो अधिक प्रभावीपणे काम करेल का? आणि त्याचा प्रतिरोध...विरोध कमी करता येऊ शकेल का?

जोसनी आपल्या मुलांचं मन शांत करण्यासाठी संमोहनाचा प्रयोग सुरू केला. आणि त्यातून ज्या काही गोष्टी समोर आल्या, त्यात खूप विरोधाभास होता : जेव्हा

मेंदू कमी कार्यरत असतो, तेव्हा तो अधिक उत्साही असतो. जेव्हा लहरी खूप कमी असतात, तेव्हा मेंदू अधिक माहिती ग्रहण करतो आणि साठवू शकतो. मात्र यात समस्या ही असते, की अशा लहरी कमी असताना मनाला सजग ठेवणे अवघड असते, कारण त्या लहरींचा संबंध दैनंदिन कामापेक्षा दिवास्वप्न आणि झोपेशी अधिक जोडला जातो.

संमोहनामुळे जोसना अपेक्षित असणारी ग्रहणशीलता तर मिळाली पण गोष्टी उमजाव्यात यासाठी त्यांची कारणमीमांसा करू शकेल अशी विचारशक्ती त्यांना सापडली नाही. बुद्ध्यांक वाढवण्यासाठी असंख्य स्मृतींनी भरलेले डोके पुरेसे नाही तर सखोल दृष्टी आणि समज या गोष्टीदेखील तेवढ्याच महत्त्वाच्या आहेत.

मग जोसनी नवीनच प्रयोग सुरू केला. त्यांनी संमोहनाचा नाद सोडला. संमोहनाशिवाय मेंदू शांत करण्याचे, पण त्याचवेळी तो स्वतंत्रपणे अधिक सजग राहील असे मन प्रशिक्षित करण्याचे प्रयोग त्यांनी सुरू केले. त्यामुळे समज आणि त्याच्या जोडीला अधिक सुधारित स्मृती लाभेल आणि त्यामुळे बुद्ध्यांक अधिक चांगला होईल, असं त्यांचं म्हणणं होतं.

या प्रयोगातूनच माइंड कंट्रोलचा जन्म झाला. या प्रयोगामध्ये मनाच्या अधिक खोलपर्यंतच्या स्तरावर जाण्यासाठी शांत, तणावरहित, एकाग्रचित्त आणि काल्पनिक चित्र लखखपणे डोळ्यांसमोर उभं करण्याची क्षमता या गोष्टींची गरज होती. एकदा हे साध्य झालं की काहीही शिकण्यासाठी या पातळ्या बीटापेक्षा अधिक प्रभावी असल्याचे सिद्ध झाले. त्यांच्या मुलांच्या अवघ्या तीन वर्षांत सुधारलेल्या ग्रेड्समधून या गोष्टीचा पुरावा लगेच मिळाला. यादरम्यान ही तंत्रं सुधारण्यासाठीचे त्यांचे प्रयत्न एकीकडे सुरू होतेच.

जोसना आत्ता पहिलं लक्षणीय यश मिळालं होतं. दुसऱ्या एका संशोधनाने त्यांना तत्त्वतः पुष्टी दिली होती, त्यावर आज शिक्कामोर्तब झालं होतं. मेंदूच्या अल्फा आणि थिटा लहरींवर आपण सजगपणे कार्यरत राहायला शिकू शकतो, हे सिद्ध करणारे ते पहिलेच होते.

लवकरच त्यांच्या नावावर आणखी एक थक्क करणारा शोध नोंदवला जाणार होता.

एके दिवशी संध्याकाळी जोस यांची लेक तिच्या लेव्हलला (ही माइंड कंट्रोलमध्ये वापरली जाणारी आताच्या काळातील संज्ञा) गेली होती आणि जोस तिला तिच्या अभ्यासाविषयी काही प्रश्न विचारत होते. ती प्रत्येक प्रश्नाचं उत्तर देत

असताना ते पुढचा प्रश्न मनोमन तयार करत होते. ही अगदी नित्याची प्रक्रिया होती आणि आतापर्यंत पार पडलेल्या शंभरेक सत्रांपेक्षा हे सत्र अजून तरी काही वेगळ्या प्रकारे चाललं नव्हतं. या नित्याच्या प्रक्रियेत एकदम हलकेच एक अत्यंत महत्त्वाचा बदल घडून आला. वडिलांनी जो प्रश्न अद्याप विचारलाच नव्हता, त्या प्रश्नाचं उत्तर तिने देऊन टाकलं...त्यानंतर आणखी एका विचारलेल्या प्रश्नाचं... अजून एका प्रश्नाचं...! आणि खरोखरंच ती वडिलांचं मन वाचू शकत होती!

ही गोष्ट १९५३ सालची! त्या सुमाराला प्रामुख्याने ड्युक युनिव्हर्सिटीच्या डॉ. जे. बी. ऱ्हाईन यांच्या लेखनामुळे ESP ही गोष्ट वैज्ञानिक चौकशीमध्ये, तपासामध्ये मानाची समजली जाऊ लागली होती. जोसनी डॉ. ऱ्हाईन यांना पत्र लिहिलं. त्यात आपण आपल्या मुलीला ESP मध्ये प्रशिक्षित केल्याचं कळवलं. पण याचा निराशाजनक प्रतिसाद मिळाला. डॉ. ऱ्हाईन यांनी शंका व्यक्त केली, तुमच्या मुलीमध्ये हे गुण जन्मतःच असावेत. या प्रशिक्षणापूर्वी त्यांनी मुलीची तशा प्रकारे चाचणी घेतली नसल्याने जोसला हे सिद्ध करणं शक्य नव्हतं.

दरम्यान, जोसच्या मुलांची शाळेतली कामगिरी चांगल्यापैकी सुधारली असल्याचं त्यांच्या शेजाऱ्यांच्या लक्षात आलं. कारण सुरुवातीला जोस काहीतरी अज्ञात क्षेत्रात प्रयोग करत होते त्याबाबत शेजारी साशंक होते. त्यांना शंका होती अशा अज्ञात क्षेत्रात पुढे जाण्यामध्ये धोकासुद्धा असू शकतो. पण स्वतःच्याच मुलांवर प्रयोग करणाऱ्या वडिलांच्या यशाकडे डोळेझाक करता येणं शक्य नव्हतं. आता त्यांचा प्रश्न होता - त्यांच्या मुलांनाही जोस प्रशिक्षण देईल का?

डॉ. ऱ्हाईन यांच्याकडून आलेल्या त्या पत्रानंतर जोसना नेमकं हेच हवं होतं. एका मुलाबाबत त्यांनी जे सिद्ध केलं होतं, ते इतर मुलांबाबतही ते करू शकले तर शास्त्रीय पद्धतीचा पाया ठरेल, असे अनेकांवर करता येऊ शकतील असे प्रयोग ते तयार करू शकले असते.

त्यानंतरच्या दहा वर्षांत त्यांनी लारेडोमधल्या ३९ मुलांना प्रशिक्षण दिलं आणि वेळेबरोबर परिणामसुद्धा जास्त चांगले मिळत गेले, कारण प्रत्येक मुलागणिक त्यांचं प्रयोगांचं तंत्रसुद्धा त्यांनी सुधारलं. ESP मध्ये कुणालाही प्रशिक्षित करता येऊ शकेल अशी पद्धत तयार करणारे ते आतापर्यंतच्या इतिहासातली पहिलीच व्यक्ती ठरले होते शिवाय त्यांच्या पद्धतीला पुष्टी देणारी ३९ उदाहरणे त्यांच्या जवळ होती. मात्र आता ही पद्धत अचूक बनवण्याची वेळ आली होती.

पुढील तीन वर्षांत जोसनी प्रशिक्षणाचा अभ्यासक्रम तयार केला. जो आता

प्रमाण मानदंड बनला आहे. या अभ्यासक्रमाच्या प्रयोगाला फक्त ४० ते ४८ तासांचा कालावधी लागतो. मुलांच्या इतकाच प्रौढ व्यक्तींसाठीदेखील तो तितकाच परिणामकारक ठरतो. आजवर सुमारे पाच लाख प्रयोगांनी या पद्धतीला बळकटीच दिली आहे. अनेकांच्या बाबतीत वापरल्या गेलेल्या या पद्धतीच्या यशाकडे खुल्या मनाचा कोणीही शास्त्रज्ञ दुर्लक्ष करू शकत नाही.

अनेक वर्षं चाललेल्या या संशोधनाला आर्थिक पाठबळ जोसच्या वृद्धिंगत होणाऱ्या इलेक्ट्रॉनिक्सच्या व्यवसायाने पुरवलं. या वेगळ्याच क्षेत्रातल्या संशोधनासाठी कोणत्याही विद्यापीठाने किंवा एखाद्या प्रतिष्ठानाने किंवा शासनाने अनुदान दिले नाही. आज माइंड कंट्रोल हा उत्तम भरभराटीला आलेला कौटुंबिक उद्योग बनला आहे. त्यातून मिळणारा नफा प्रामुख्याने पुढील संशोधन आणि माइंड कंट्रोलचा विस्तार यासाठीच वापरला जातो. माइंड कंट्रोलचे व्याख्याते आणि त्याची केंद्र अमेरिकेतील सर्व ५० राज्यांमध्ये आहेतच, शिवाय इतर ३४ देशांतही आहेत.

एवढे नेत्रदीपक यश मिळूनसुद्धा जोस कुणी सेलेब्रेटी बनले नाहीत किंवा भरपूर अनुयायी असलेला गुरू वा आध्यात्मिक नेता सुद्धा झाले नाहीत. साधी सरळ जीवनशैली असणारे ते एक साधीशी व्यक्ती आहेत. अगदी हळुवारपणे मेक्सिकन-अमेरिकन धाटणीच्या उच्चारात ते बोलतात. मजबूत बांध्याच्या, धट्‌ट्या-कट्‌ट्या प्रकृती असणाऱ्या जोसचा चेहरा मात्र अगदी प्रेमळ आणि हसराच असतो.

तुमच्या दृष्टीने यशाची परिभाषा काय, असा प्रश्न कुणी जर जोसना विचारलं तर ते यशोगाथांची एक मालिकाच सांगतात. त्यापैकी काही निवडक कथा पुढीलप्रमाणे :

अर्धशिशीने अत्यंत त्रासलेल्या एक इसमाच्या पत्नीने बोस्टनच्या 'हेराल्ड अमेरिकन' मध्ये त्याला बरं वाटेल असा काही उपाय कुणी सुचवू शकेल का, असं पत्र लिहिलं होतं. हे पत्र वृत्तपत्रामध्ये प्रकाशित झाल्यानंतर दुसऱ्याच दिवशी आणखी एका व्यक्तीनेही अशा पद्धतीची तीव्र डोकेदुखी कशी नियंत्रित करता येईल, याच आशयाचं पत्र लिहिलं.

एका डॉक्टरनं ही दोन्ही पत्रं वाचली आणि तिने त्यावर उत्तरादाखल पत्र लिहिलं. त्या महिलेलादेखील अशाच प्रकारे आयुष्यभर अर्धशिशीचा त्रास होता. तिने पत्रात लिहिलं, जेव्हा तिने माइंड कंट्रोल पद्धती अवलंबली, त्यानंतर तिला परत कधीही हा त्रास जाणवला नाही. यानंतर काय झालं, यावर तुमचा विश्वास बसणार नाही, माझ्या या कोर्सची ओळख करून द्यायच्या भाषणाला अगदी प्रचंड गर्दी झाली ...!

दुसरे एक आघाडीचे मानसोपचारतज्ज्ञ आपल्या सर्व रुग्णांना माइंड कंट्रोल घेण्याचा सल्ला देतात कारण त्यामुळे रुग्णांना एक सखोल समज मिळते जी नेहमीच्या उपचाराने मिळण्यासाठी काही लोकांना दोन वर्षांचा वेळ सुद्धा लागू शकतो.

माइंड कंट्रोलच्या काही पदवीधरांनी एकत्र येऊन एका मार्केटिंग कंपनीचा कार्यभार हाती घेतला. माइंड कंट्रोलमध्ये जे शिकलो त्याचा उपयोग त्यांनी नवीन उत्पादनं तयार करण्यात आणि त्यांचे मार्केटिंग करण्याचे नवनवीन मार्ग शोधून काढण्यासाठी केला. तिसऱ्याच वर्षी कंपनीची तब्बल अठरा उत्पादनं बाजारात आलेली होती.

जाहिरात क्षेत्रातील एका माणसाला त्याच्या नवीन क्लायंटसाठी जाहिरात मोहीम किंवा योजना तयार करायला सरासरी दोन महिने लागत असत. हा कालावधी त्या क्षेत्राचा विचार करता सामान्य होता. पण आता, माइंड कंट्रोलच्या वापरानंतर त्याला मूलभूत कल्पना अवघ्या २० मिनिटांत सुचतात आणि उरलेले काम केवळ दोन आठवड्यांत पूर्ण होते.

फोर्टीन शिकागो व्हाईट सॉक्सच्या खेळाडूंनी माइंड कंट्रोलचा अवलंब केला आणि त्यांच्या सर्वांची व्यक्तिगत सरासरी खूप सुधारली, काही जणांची तर अप्रतिमरीत्या सुधारली.

खूप जास्त वजन असलेल्या एका महिलेच्या नवऱ्याने तिने माइंड कंट्रोल घ्यावं, असं सुचवलं कारण आतापर्यंतची तिची सर्व डाएटस् पूर्ण फसली होती. त्यावर जर तो स्वतःदेखील माइंड कंट्रोल घेणार असेल तरच तीदेखील घेईल, अशा अटीवर ती तयार झाली. सहाच आठवड्यांत तिचं जवळपास दहा किलो वजन कमी झालं, तर नवऱ्याचं धूम्रपान कायमचं थांबलं.

एका फार्मसी कॉलेजमधले एक प्राध्यापक त्यांच्या विद्यार्थ्यांना माइंड कंट्रोलची तंत्रं शिकवतात. सर्वच अभ्यासक्रमातील त्यांचे गुण वाढत आहेत. थोडा अभ्यास करूनही त्यांची कामगिरी सुधारतेय आणि ते अधिक तणावरहित आयुष्य जगत आहेत....

स्वतःची कल्पनाशक्ती कशी वापरायची, हे प्रत्येकाला ठाऊक असतंच. मी माझ्या विद्यार्थ्यांना ही गोष्ट प्रत्यक्षात अधिक प्रभावीपणे वापरण्यासाठी उद्युक्त करतो. कल्पनाशक्ती महत्त्वाची असते आणि प्रत्येक कल्पनेत सत्याचा एक आविष्कार असतो, त्याचा वापर ते करू शकतात, असं मी त्यांना सांगतो.

खरंतर जोसच्या चेहऱ्यावर पटकन हसू फुलतं... पण 'जोस, तुम्ही माझं

आयुष्य बदलून टाकलं आहे..' हे शब्द जेव्हा ते ऐकतात, तेव्हा ते हास्य जरासं कमी होतं आणि ते म्हणतात, 'नाही, मी काहीच केलेलं नाही. हे तुम्हीच साध्य केलंय. तुमच्याच मनाच्या मदतीने!'

आता पुढच्या प्रकरणांमध्ये तुमचं आयुष्य बदलून टाकण्यासाठी तुमच्या मनाचा वापर कसा करायचा, हे स्वतः जोसच तुम्हाला सांगणार आहेत.

प्रकरण ३

ध्यान कसे करावे!

(सूचना : हे आणि १६व्या प्रकरणापर्यंतची प्रकरणे ही स्वतः सिल्वा जोस यांनी लिहिली आहेत. ही सर्व प्रकरणे आतापर्यंत तुम्ही वाचलेल्यापैकी सर्वांत महत्त्वाची आहेत. जोस स्वतः त्यांच्या सिल्वा माइंड कंट्रोल कोर्समधील मूलभूत घटक शिकवणार आहेत. जोस यांच्या या सर्व प्रकरणांचा पुरेपूर लाभ मिळावा यासाठी ही प्रकरणे कशी वाचावीत, हे मनाशी निश्चित करून घ्या. याबद्दलची माहिती तुम्हाला प्रस्तावनेत दिलेली आहे.)

ध्यान कसं करावं, याविषयी मी तुम्हाला मार्गदर्शन देणार आहे. ध्यान करून तुम्ही तुमच्या मनाच्या लेव्हलमध्ये पोहोचाल. एकदा हे तुम्हाला जमलं, की विविध प्रश्न, समस्या सोडविण्यासाठी तुम्ही तुमच्या कल्पनाशक्तीला मुक्त वाव देऊ शकाल. पण आत्ता आपण फक्त ध्यानाविषयीच माहिती घेणार आहोत, समस्या सोडविणे हा भाग नंतरचा आहे.

तुम्ही हे कुणाही अनुभवी मार्गदर्शकाच्या उपस्थितीत शिकत नसल्यामुळे माइंड कंट्रोलच्या वर्गांमध्ये वापरल्या जाणाऱ्या पद्धतीपेक्षा थोडीशी वेगळी पद्धती मी अवलंबणार आहे आणि थोडे सावकाश शिकवणार आहे. त्यामुळे तुम्हाला कोणतीही अडचण जाणवणार नाही.

तुम्ही ध्यानधारणा करायला शिकलात आणि तिथेच थांबलात तरीदेखील तुम्ही तुमचे प्रश्न, समस्या सोडवायला सुरुवात केली आहे, असं म्हणायला काहीच हरकत नाही, कारण ध्यानधारणेमध्ये काहीतरी सुंदर घडतं आणि ती सुंदरता अतिशय सुखावणारी व शांती देणारी असते. ध्यानधारणा जितकी अधिक कराल, तेवढे

स्वतःच्या आत खोलवर तुम्हाला जाता येईल. आत्मिक शांततेच्या अनुभवावरची तुमची पकड अधिक पक्की होईल. जेणेकरून आयुष्यातल्या कोणत्याही समस्या तुमची आत्मिक शांती भंग करू शकणार नाहीत.

शिवाय तुमच्या शरीरालाही त्याचा उत्तम फायदा होईल. ध्यान करत असताना सर्वप्रथम चिंता आणि अपराधी भावना नाहीशा झाल्याचा तुम्ही अनुभव घ्याल. अल्फा लेव्हलवर ध्यान करत असताना, संताप किंवा अपराधीपणाच्या भावना तुमच्या सोबत राहू शकत नाहीत, ही ध्यानधारणेतील अनेक सुंदर गोष्टींपैकी एक महत्त्वाची गोष्ट आहे. जर या भावना तुमच्या मनात घुसल्या तर तुम्ही त्वरित तुमच्या ध्यानमय अवस्थेतून (लेव्हलमधून) बाहेर पडता. जसं जसं तुम्ही ध्यान करत जाल, तसं तसं या भावना तुमच्यापासून अधिक काळ दूर राहू लागतील आणि एकेदिवशी त्या मनातून कायमच्याच नाहीशा होतील. याचाच अर्थ, आपल्या मनाच्या त्रस्त करणाऱ्या क्रिया ज्या शरीराला रोगग्रस्त करतात, त्या बंद होतील. आपल्या शरीराची रचनाच निरोगी आणि स्वस्थ राहण्यासाठी झाली आहे. व्याधीतून बरे होण्यासाठीच्या यंत्रणा शरीरात मूलतः असतातच. पण मन या यंत्रणा अनेकदा ठप्प करतं कारण त्याचं स्वतःवर नियंत्रण नसतं. माइंड कंट्रोलची पहिली पायरी म्हणजे ध्यानधारणा! या ध्यानधारणेतूनच व्याधी बऱ्या करण्याची शरीराची शक्ती मुक्त होते आणि एकेकाळी तणावात फुकट जाणारी ऊर्जा परत लाभते. (या संदर्भातील काही उदाहरणे आपण पुढील प्रकरणांत वाचणार आहोत.)

अल्फा लेव्हलला किंवा मनाच्या ध्यानमग्न स्थितीमध्ये पोहोचण्यासाठी या काही गोष्टी करण्याची आवश्यकता असते.

सकाळी जाग आल्यानंतर, गरज असेल तर बाथरूमला जा आणि पुन्हा आपल्या बिछान्यात परत या. ध्यान करताना तुम्हाला चुकून परत झोप लागली तर खबरदारीचा उपाय म्हणून १५ मिनिटांनंतरचा गजर लावून ठेवा. डोळे मिटून घ्या. मिटलेल्या पापण्यांच्या आत २० अंशात वरच्या दिशेने पाहा. फक्त ही डोळ्यांची स्थितीच मेंदूला अल्फा लहरी निर्माण करण्यास उद्युक्त करते. अर्थात हे नेमकं कसं घडतं, याची कारणं अद्याप स्पष्ट झालेली नाहीत.

यानंतर शंभरपासून एकपर्यंत उलटे आकडे मोजा. आकडे मोजताना दोन सेकंदांचा मध्यंतर ठेवा. हे करत असताना तुमचे मन पूर्णतः त्यामध्येच असू द्या. हे तुम्ही जेव्हा कराल, तेव्हा पहिल्यांदा तुमचं अल्फा लेव्हलमध्ये पदार्पण होईल.

माइंड कंट्रोलच्या वर्गांमध्ये विद्यार्थ्यांच्या या पहिल्यावहिल्या अनुभावासंदर्भातील

प्रतिक्रिया खूप वेगवेगळ्या असतात. काही म्हणतात, 'हा फारच सुंदर अनुभव होता'. काही म्हणतात, 'मला त्या वेळी कशाचीही जाणीव होत नव्हती'. त्यांच्या अनुभवांमध्ये जास्त फरक नसतो, मात्र ते त्या अनुभवाशी पूर्वीपासून किती परिचित होते, यामध्ये मोठा फरक असतो. प्रत्येकाला कमी अधिक प्रमाणात या अनुभवाची ओळख असतेच याचं कारण म्हणजे आपण जेव्हा सकाळी उठतो, तेव्हा बऱ्याचदा काही काळ आपण अल्फामध्येच असतो. रोज सकाळी उठताना झोपेच्या पातळीवरून म्हणजेच थिटामधून जागृतीच्या पातळीवर म्हणजेच बीटामध्ये जाण्यासाठी आपल्याला अल्फामधून जावंच लागतं आणि अनेकदा आपण पहाटेच्या दिनचर्येच्या कामात काही काळ त्याच अवस्थेत रेंगाळतो.

म्हणूनच या पहिल्या प्रयत्नात फारसं काहीच घडलं नाही असं तुम्हाला वाटलं तर अजाणता किंवा नकळत तुम्ही अनेकदा अल्फाचा अनुभव घेतला आहे, असा त्याचा अर्थ होतो. त्यामुळे तुम्हाला काही नवीन वाटत नाही. अशा वेळी, अगदी शांत राहा, कोणतेही प्रश्न मनात येऊ देऊ नका आणि आपला सराव एकाग्र चित्ताने पुढे सुरू ठेवा.

एकाग्र चित्ताने पहिल्याच प्रयत्नात तुम्ही अल्फामध्ये जाऊ शकलात, तरीही अल्फाच्या अधिक खालच्या स्तरांवर जाण्यासाठी तुम्हाला किमान सात आठवड्यांचा सराव करणं आवश्यक असतं. शंभरपासून एकपर्यंत उलटे आकडे मोजण्याची पद्धत दहा दिवस वापरा. त्यानंतर दहा दिवस पन्नास ते एक मोजा, नंतरचे दहा दिवस पंचवीस ते एक मोजा, त्यापुढचे दहा दिवस दहा ते एक मोजा आणि अखेरीस पाच ते एक मोजा.

अल्फा लेव्हलमध्ये जाण्याच्या अगदी पहिल्या वेळेपासूनच, त्यातून बाहेर येताना एकच पद्धत वापरा, हे महत्त्वाचं आहे. यामुळे बाहेर येताना तुम्हाला मोठ्या प्रमाणावर नियंत्रण ठेवणे शक्य होईल.

माइंड कंट्रोल मध्ये आम्ही, लेव्हलमधून बाहेर येताना मनात पुढीलप्रमाणे म्हणायची पद्धत वापरतो, - *'एक ते पाच आकडे म्हणत असताना मी हळुवारपणे बाहेर येणार आहे. बाहेर येताच मला पूर्णपणे जाग आलेली असेल आणि मला पूर्वीपेक्षा खूप छान आणि चांगलं वाटणार आहे. एक-दोन- डोळे उघडण्यास मी सज्ज होत आहे. - तीन- मी डोळे उघडत आहे . चार-पाच मी डोळे उघडले आहेत - मला पूर्ण जाग आली आहे आणि मला पूर्वीपेक्षा अधिक छान वाटत आहे.'*

अशा तऱ्हेने तुम्ही दोन पद्धती तयार कराल. पहिली लेव्हलमध्ये जाण्यासाठी आणि दुसरी त्यातून बाहेर येण्यासाठी! या पद्धती एकदाच बनवा आणि त्याच

वापरत राहा. त्या जर तुम्ही बदलायच्या ठरवल्यात, तर पुन्हा पहिल्यापासून सुरुवात करायला लागेल. पहिल्या पद्धती ज्याप्रमाणे तुम्ही सरावाने आत्मसात केल्या होत्या, त्याचप्रमाणे पुन्हा नव्याने आत्मसात कराव्या लागतील. आणि हे काम निरर्थक असेल.

एकदा का, भल्या सकाळी पाच ते एक आकडे मोजण्याची पद्धत वापरून तुमच्या लेव्हलमध्ये जाण्यास तुम्ही शिकलात की मग, दिवसभरात हव्या त्या वेळेला तुमच्या लेव्हलमध्ये प्रवेश करणं तुम्हाला जमू शकेल. त्यासाठी अवघी पंधरा ते वीस मिनिटं काढणं आवश्यक आहे, बस्स! मात्र तुम्ही सकाळच्या अल्फा, या जरा सोप्या लेव्हलपेक्षा दिवसाच्या बीटामधून तुमच्या लेव्हलमध्ये प्रवेश करणार असल्याने थोड्या अधिक प्रशिक्षणाची तुम्हाला आवश्यकता पडेल.

एखाद्या आरामदायी खुर्चीत किंवा तुमच्या बिछान्यावर बसा. तुमचे तळपाय जमिनीलगत पूर्ण टेकलेले असू द्या. तुमचे हात मांडीवर सैलसर ठेवा. शक्य असेल तर मांडी घालून पद्मासनात बसा. तुमचं डोकं सरळ ठेवा, ते कलंडलेलं नको. आता तुमच्या शरीराच्या पहिल्या भागावर लक्ष केंद्रित करा आणि त्याला शिथिल (relax) होऊ द्या, नंतर दुसऱ्या भागावर लक्ष केंद्रित करा... असं करत जाणीवपूर्वक सारं शरीर शिथिल करा. तुमच्या डाव्या पायाच्या पंजापासून सुरुवात करा. नंतर डावा पाय, त्यानंतर उजव्या पायाचा पंजा.. असं करत वरती या, घसा, चेहरा, डोळे आणि अखेरीस डोक्यापर्यंत या. पहिल्यांदा हे केल्यानंतर, तुमच्या लक्षात येईल, की तुमच्या शरीरामध्ये किती तणाव होता.

आता नजरेच्या स्तरापेक्षा ४५ अंश वर छतावर किंवा भिंतीवर एखादा बिंदू निश्चित करा. तुमच्या पापण्या जड होईपर्यंत या बिंदूकडे सतत बघत राहा. आता पापण्या मिटून घ्या. मनात पन्नासपासून एकपर्यंत उलट्या क्रमाने आकडे मोजायला सुरुवात करा. हा क्रम दहा दिवस सुरू ठेवा. त्यानंतर दहा ते एक आकडे मोजण्याचा क्रम पुढचे दहा दिवस सुरू ठेवा आणि त्यानंतर पुढे कायम पाच ते एक आकडे मोजत राहा. आता केवळ सकाळच्याच वेळेत हा सराव करण्याची काही गरज नसल्याने दिवसभरात दोन किंवा तीन वेळेला ध्यानधारणा करण्याची सवय लावून घ्या. प्रत्येक सत्र हे साधारण १५ मिनिटांचं असेल.

एकदा तुम्ही तुमच्या लेव्हलला पोहोचलात की पुढे काय? तुम्ही कशाबद्दल विचार कराल?

अगदी सुरुवातीपासून, म्हणजे ध्यानधारणेच्या स्तरावर पोहोचल्याच्या अगदी

पहिल्या क्षणापासून डोळ्यासमोर कल्पनेने चित्र उभं करण्यास (visualization) सुरुवात करा. माइंड कंट्रोलचा हा केंद्रबिंदू आहे. कल्पनेने डोळ्यांसमोर चित्र उभं करणं तुम्हाला जितकं चांगलं जमेल, तेवढा माइंड कंट्रोलचा तुमचा अनुभव अधिक चांगला असेल.

कल्पनेने डोळ्यांसमोर चित्र उभं करण्यासाठी आवश्यक साधन निर्माण करणं ही पहिली पायरी आहे. ते साधन म्हणजे मनाचा पडदा... मानसिक पटल! हा पडदा सिनेमाच्या एखाद्या मोठ्या पडद्यासारखाच असावा, पण तुमची मानसिक दृष्टी व्यापून टाकणारा नसावा. त्यामुळे हा पडदा तुमच्या पापण्यांच्या आत कल्पू नका, तर तुमच्यासमोर सहा फुटांवर तो आहे अशी कल्पना करा. आता ज्या कशावर तुम्ही चित्त एकाग्र करणार आहात, ते या पडद्यावर तुम्हाला प्रक्षेपित करायचं आहे. नंतर याचे इतरही काही उपयोग असणार आहेत.

एकदा का हा पडदा तुम्ही डोळ्यांसमोर उभा केलात, की मग त्यावर काहीतरी साधी आणि परिचित अशी गोष्ट प्रक्षेपित करा. उदाहरणार्थ एखादं संत्रं किंवा सफरचंद वगैरे. एका वेळी तुमच्या लेव्हलमध्ये एकच प्रतिमा तुमच्यासमोर असू द्या. दुसऱ्या वेळी तुम्ही ती बदलू शकता. ही प्रतिमा अधिकाधिक खरीखुरी वाटावी यासाठी एकाग्र चित्ताने प्रयत्न करा- त्रिमितीस्वरूपात ती पाहा, तिचे रंग अनुभवा, तिचे सारे तपशील लक्षात घ्या. यावेळी दुसऱ्या कोणत्याही गोष्टीचा विचार करू नका.

मनुष्याचं मन हे एखाद्या मद्यप्राशन केलेल्या माकडासारखं असतं असं म्हणतात. ते सतत या गोष्टीवरून त्या गोष्टीवर, एक विचारावरून दुसऱ्या विचारावर उड्या मारत राहतं. आपला मेंदू अनेकदा उत्तम कार्य करत असला तरी आपलं त्याच्यावर अगदीच कमी नियंत्रण असतं, हे लक्षात घेतलं तर आश्चर्य वाटल्याखेरीज राहणार नाही. काही वेळा आपल्या नकळत तो काम करीत असतो आणि फसवून आपल्याला डोकेदुखी देतो, कधी कधी तर गोष्टी भयानक बनवून ठेवतो. हा मेंदू फारफार सामर्थ्यवान आहे, इतका की आपल्या नियंत्रणात तो राहणं अवघडच असतो. पण एकदा का आपण मनाच्या साहाय्याने त्याला प्रशिक्षित करायला शिकलो, की मग तो आपल्यासाठी विस्मयचकित करून टाकणाऱ्या गोष्टी करू शकतो. त्या कशा, हे आपण लवकरच पाहणार आहोत.

तोपर्यंत निग्रहाने हा साधासा सराव करत राहा. तुमच्या मनाचा पुरेपूर वापर करून तुमच्या मेंदूला हलकेच अल्फामध्ये जाण्याचं प्रशिक्षण द्या. समोरच्या मानसिक पडद्यावर एक प्रतिमा तयार करून ती अधिकाधिक स्पष्टपणे अनुभवण्याचा प्रयत्न

करा. सुरुवातीला मनात घुसखोर विचारांची एकच गर्दी होईल. पण क्षमाशील मनाने ते स्वीकारा. हळूहळू ते विचार बाजूला सारा आणि समोरच्या त्या प्रतिमेवर लक्ष एकाग्र करा. मनात येणाऱ्या विचारांमुळे, चिडचिड झाली, तुम्हाला राग आला किंवा तुम्ही संतापलात, तणाव निर्माण झाला तर तुम्ही अल्फामधून थेट बाहेर फेकले जाल.

जगभरात केली जाणारी हीच ती ध्यानधारणा आहे. जर तुम्ही ही अमलात आणू शकलात तर, विल्यम वर्डस्वर्थनी म्हटलंय त्याप्रमाणे तुम्ही 'मनाची आनंदमयी स्तब्धता' (A happy stillness of mind) अनुभवू शकाल आणि त्याहीपेक्षा महत्त्वाचं म्हणजे खोलवरच्या चिरकालीन शांततेची अनुभूती तुम्हाला लाभेल. मनाच्या अधिक खोलवरच्या स्तरावर पोहोचता आलं की हा अनुभव तुम्हाला थक्क करून सोडेल, पण त्यानंतर हळूहळू तुम्हाला यात काही नाविन्य वाटणार नाही आणि इथेच खूप सारे लोक थांबतात, हे जेव्हा घडतं तेव्हा अनेक जण सोडून देतात. ते विसरतात की ही काही एखादी छोटीशी 'सहल' नव्हती, ही गोष्ट म्हणजे त्यांच्या कल्पनेपलीकडच्या मोठ्या आणि अद्भुत सफरीचं फक्त पहिलं पाऊल होतं.

प्रकरण ४

कृतिशील (Dynamic) ध्यानधारणा

अकार्यशील (Passive) ध्यानधारणेविषयी आपण नुकतेच वाचले.(आणि त्याचा अनुभव आपण घेतला असेल, अशी आशा मी करतो.) ही ध्यानधारणा इतरही काही मार्गांनी करता येऊ शकते. एखाद्या दृश्य प्रतिमेऐवजी आवाजावर किंवा नादावरही तुम्ही चित्त केंद्रित करू शकता. जसं ओम, वन (ONE) किंवा आमेन (AMEN) यांचा मोठ्या आवाजात किंवा मनोमन उच्चार करून त्यांच्या ध्वनीवर लक्ष केंद्रित करू शकता किंवा तुमच्या श्वासोच्छ्वासाच्या लहरींवरही चित्त केंद्रित करू शकता. शरीराच्या ऊर्जा बिंदूवर किंवा ड्रम्सच्या अथवा नृत्याच्या तालावर लक्ष केंद्रित करता येईल. त्याचप्रमाणे तुम्हाला परिचित अशा कोणत्याही धार्मिक विधींप्रसंगी होणारं ग्रेगोरीअन मंत्रांचं धीरगंभीर उच्चारण तो विधी पूर्णतः मन लावून बघत एकाग्र चित्ताने ऐका. या सर्व प्रकारांमुळे आणि त्यापैकी काहींच्या एकत्रित परिणामाने तुम्हाला मनाची शांत ध्यानावस्था प्राप्त करता येईल.

मला स्वतःला विचारलं तर तुम्ही उलटे आकडे मोजणं हितावह आहे, असं मी सांगेन. कारण त्यामुळे प्रथमतः थोडंफार चित्त एकाग्र होतं. एकाग्र चित्त ही यशाची गुरुकिल्ली आहे. या पद्धतीने तुम्ही तुमच्या लेव्हलला अनेकदा पोहोचलात की मग ही पद्धत आणि तिचं यशस्वी फलित यांचं समीकरण तुमच्या मनात घट्ट रुजेल. अशा तऱ्हेने ही पद्धत बऱ्याच प्रमाणात यांत्रिक म्हणजे सहज होऊन जाईल.

माइंड कंट्रोलच्या प्रत्येक यशस्वी फलिताला आम्ही 'संदर्भ बिंदू' असं म्हणतो. आपण कळत नकळतपणे या अनुभवाकडे पुनः पुन्हा पाहत असतो, तिथवर परत येत असतो, त्याची पुनरावृत्ती करत असतो आणि तेथूनच पुढे जात असतो.

एकदा का तुम्ही या ध्यानात्मक पातळीवर पोहोचलात, की तिथे निव्वळ राहणं आणि काही घडेपर्यंत प्रतीक्षा करणं पुरेसं नाही. ती फार सुंदर आणि शांतवणारी अवस्था असते आणि तिचा तुमच्या शारीरिक स्वास्थ्यावरदेखील उत्तम परिणाम होतो. हे सगळं खरं असलं तरीदेखील अंतिम फलिताच्या शक्यता लक्षात घेता या गोष्टी म्हणजे प्राथमिक यश आहेत, असंच म्हणावं लागेल. म्हणूनच या अकार्यशील ध्यानापलीकडे जा. सुसंघटित आणि चौफेर अशा कार्यासाठी तुमचं मन प्रशिक्षित करा, कारण अशा कार्यांसाठीच मनाची निर्मिती झाली आहे, असं मला वाटतं. अंतिम फलित तुम्हाला थक्क करेल, यात शंकाच नाही.

हा मुद्दा मी आत्ता सांगतोय कारण नुकतंच तुम्ही माहिती घेतलेल्या अकार्यशील ध्यानधारणा तंत्राच्या पलीकडे जाऊन आपल्याला काही समस्या सोडवण्याचं प्रशिक्षण घेण्याची वेळ आली आहे. एखादं सफरचंद किंवा तुम्ही निवडलेल्या एखाद्या गोष्टीची प्रतिमा मनःपटलावर बघण्याच्या साध्या वाटणाऱ्या सरावाचं महत्त्व आता तुम्हाला लक्षात येईल.

आता तुम्ही तुमच्या लेव्हलमध्ये जाण्यापूर्वी आदल्या दिवशी किंवा आज घडलेली एखादी प्रसन्न अशी घटना आठवा, भले ती कितीही क्षुल्लक असू दे. मनाशी त्या घटनेची पुनः एकदा पटकन उजळणी करा. त्यानंतर तुम्ही तुमच्या लेव्हलमध्ये पूर्णपणे जा. आणि तुमच्या मनाच्या पटलावर ती घटना तपशिलासह सविस्तर नजरेसमोर आणा. त्या क्षणी तुम्ही काय बघत होतात, कोणते गंध तुम्हाला जाणवत होते, कोणते आवाज ऐकू येत होते आणि त्यावेळी तुमच्या मनात कोणत्या भावना होत्या.....हे सारे तपशील आठवा. ही घटना बीटा अवस्थेत आठवणे (तुमची बीटा स्मृती) आणि तीच घटना पुन्हा अल्फा अवस्थेत आठवणे (तुमची अल्फा स्मृती) या दोन्हीतला फरक लक्षात आल्यावर तुम्हाला आश्चर्य वाटल्याखेरीज राहणार नाही. एखाद्याने 'पोहणे' हा शब्द उच्चारणं आणि प्रत्यक्ष पोहणं यात जो फरक असतो, तेवढा फरक तुम्हाला जाणवेल.

आता या सरावाचं महत्त्व काय? पहिली गोष्ट म्हणजे पुढे येणाऱ्या मोठ्या गोष्टींची ही तयारी आहे. आणि दुसरी गोष्ट म्हणजे ती तशीही अत्यंत उपयुक्त अशी गोष्ट आहे. तिचा तुम्ही खाली सांगितल्या प्रकारे उपयोग करू शकाल.

तुमच्याकडे एखादी गोष्ट आहे, ती हरवलेली नाही पण ती शोधण्यासाठी थोडे प्रयत्न करावे लागतील, अशा एखाद्या गोष्टीचा विचार करा. उदाहरणार्थ, तुमच्या गाडीच्या किल्ल्या! त्या तुमच्या ऑफिसमध्ये आहेत की खिशात आहेत

की गाडीतच आहेत, याबद्दल तुम्हाला खात्री नसेल तर तुमच्या लेव्हलमध्ये जा. त्या किल्ल्या शेवटी तुम्ही केव्हा वापरल्या होत्या, तो क्षण आठवा आणि पुन्हा जगा. आता थोडा काळ पुढे सरका आणि बघा, शेवटी बघितलेल्या ठिकाणी त्या असतील तर तुम्हाला त्याच जागी त्या सापडतील. (पण तोवर दुसऱ्या कुणी जर त्या उचलल्या असतील तर मात्र तुम्हाला हा आणखी एक नवीन प्रश्न सोडवावा लागेल. त्याची उकल करण्यासाठी माइंड कंट्रोलच्या जास्त प्रगत तंत्रांचा वापर करावा लागेल.)

एखाद्या विद्यार्थ्याविषयी विचार करा, त्याच्या शिक्षकांनी या बुधवारी परीक्षा आहे असं वर्गात सांगितल्याचं त्याला आठवतंय... पण तो जरा गोंधळलाय... परीक्षा या बुधवारी आहे की पुढच्या बुधवारी, ते नेमकं त्याला आठवत नाहीये. अशा वेळी तो अल्फामध्ये जाऊन हा गोंधळ दूर करू शकतो.

असे दैनंदिन आयुष्यातले छोटे छोटे प्रश्न तुम्ही या ध्यानाच्या तंत्राने सोडवू शकता.

आता यापुढे एक मोठे पाऊल आपण उचलणार आहोत. आपण आता एखाद्या वास्तव प्रसंगाची सांगड तुमच्या कल्पनेतील तुम्हाला हव्या तशा प्रसंगाशी घालू आणि त्या काल्पनिक प्रसंगाचं काय होतं ते पाहू. जर तुम्ही काही मूलभूत असे साधे नियम पाळलेत, तर तुमच्या कल्पनेतला तो प्रसंग वास्तवात उतरेल.

नियम १ : तो प्रसंग वास्तवात आला पाहिजे, अशी तुमची तीव्र इच्छा हवी. 'उद्या चालत असताना मला भेटणारी पहिली व्यक्ती स्वतःचं नाक फुगवून चालली असेल' अशी काही तरी इच्छा बाळगणं ही इतकी निरर्थक गोष्ट असेल की त्यामुळे तुमचं मन त्यावर बहुधा एकाग्र राहूच शकणार नाही. ते भरकटणारच. मात्र - तुमचा बॉस आज अनेक गोष्टींसाठी राजी होईल, किंवा तुम्ही ज्या गोष्टीची विक्री करत असाल, त्यासंदर्भात एखादा ग्राहक चांगला प्रतिसाद देईल किंवा एरवी तुम्हाला कंटाळवाणं वाटणारं काम करूनही तुम्हाला संतुष्टी आणि समाधान वाटेल- अशा बाबींचा विचार केलात तर यात तुम्हालाच तुमची इच्छा तीव्र असल्याचे दिसेल.

नियम २ : ती घटना घडू शकते, ती घटना घडण्याची शक्यता उपलब्ध आहे यावर तुमचा विश्वास हवा. असा विचार करा, एखादी गोष्ट तुम्ही विकता आहात, पण ती तुमच्या ग्राहकाकडे मुबलक प्रमाणात असेल तर पुन्हा तीच गोष्ट ग्राहक तुमच्याकडून घेईल, यावर तुम्हालाच मनातून विश्वास वाटणार नाही. जर तुम्हाला ती घटना घडू शकते यावर विश्वास वाटत नसेल तर तुमचं मन स्वतःच विरुद्ध दिशेने काम करेल, अर्थात ती घटना घडू नये यासाठी काम करेल.

नियम ३ : एखादी घटना वा प्रसंग घडून यावा, याची तुम्ही अपेक्षा बाळगायलाच हवी. हा नियम थोडा सूक्ष्म आणि महत्त्वाचा आहे. कारण पहिले दोन नियम हे तसे साधे सरळ आहेत. पण या तिसऱ्या नियमात अनेक कंगोरे आहेत. एखादी घटना घडावी अशी इच्छा बाळगणं, शक्य आहे, ती घडेल याचा विश्वास असणंदेखील शक्य आहे पण तो घडेल याची जर अपेक्षाच नसेल, तर? उदाहरणार्थ, उद्या आपला बॉस छान प्रसन्न मूडमध्ये असावा, अशी तुमची इच्छा आहे. तो तसा असू शकेल, असा तुमचा विश्वासही आहे. पण तसं खरंच घडेल या अपेक्षेपासून तुम्ही अद्याप थोडे दूर आहात ....नेमक्या याच क्षणी माइंड कंट्रोल आणि कल्पनेने प्रभावी चित्र उभं करण्याचं कौशल्य या गोष्टी मदतीला येतात. ज्याविषयी आपण पुढे जाणून घेऊ.

नियम ४ : तुम्ही समस्या निर्माण करू शकत नाहीत. लक्षात घ्या, कदाचित करू शकणार नाही, असं म्हणत नाहीये मी! तर तुम्ही करूच शकणार नाही, असं म्हणतोय. हा अगदी मूलभूत आणि सार्व-नियंत्रक असा नियम आहे. 'माझ्या बॉसची चांगली फजिती व्हावी ज्यामुळे त्याची नोकरी जाईल आणि त्याचं पद मला मिळेल.' जेव्हा तुम्ही प्रभावीपणे अल्फामध्ये कार्यरत असता, तेव्हा उच्च अशा ज्ञानमय अवस्थेच्या संपर्कात असता आणि त्या उच्च अवस्थेच्या अनुषंगाने हा असला विचार योग्य ठरणार नाही. बीटामध्ये असताना बॉसच्या विरुद्ध कट-कारस्थान करून त्याची नोकरीवरून सुट्टी करून टाकणं हे शक्य असलं, तरी हे अल्फामध्ये मात्र शक्य नाही.

ध्यानमय अवस्थेमध्ये तुम्ही जर एखाद्या दुष्ट आणि पापी अस्तित्वाच्या, शक्तीच्या संपर्कात येण्याची इच्छा ठेवत असाल, जी तुम्हाला तुमच्या दुष्ट ध्येयपूर्तीमध्ये मदत करेल, ही गोष्ट म्हणजे रेडिओचं ते स्टेशन शोधणं जे स्टेशन अस्तित्वातच नाहीये.

या टप्प्यावर काही जण माझ्यावर प्रमाणापेक्षा जास्त आशावादी असल्याचा आरोपही करतात. अल्फामध्ये असताना दुसऱ्या व्यक्तीला इजा पोहोचविण्याची सुतराम शक्यता नसते, असं जेव्हा मी सांगितलं आहे, त्या वेळी हजारो लोक माझ्या या वक्तव्यावर चेष्टेने हसले आहेत. पण स्वतः ते शिकून, त्याचा अनुभव घेतल्यावर त्यांना माझं म्हणणं पटतं. आपल्या जगात खूप मोठ्या प्रमाणावर वाईट गोष्टी आहेत आणि आपण मानव आपल्या वाट्याच्या वाईट गोष्टींपेक्षा कितीतरी अधिक पटीने वाईट गोष्टी करत असतो. पण हे सारं बीटामध्ये घडतं, अल्फा किंवा थिटामध्ये हे घडत नाही. याचप्रकारे कदाचित डेल्टामध्ये सुद्धा हे घडू शकत नसेल. माझ्या संशोधनात हे सिद्ध झालं आहे.

अशी उद्दिष्टे ठेवून एखाद्याने यात वेळ वाया घालवावा, असा सल्ला मी अजिबात देणार नाही पण तरीही ही गोष्ट तुम्हाला स्वतःला पडताळून बघायची असेल, तर तुमच्या लेव्हलमध्ये जा आणि कुणाला तरी डोकेदुखी देण्याचा प्रयत्न करा. तुम्ही ही घटना प्रत्यक्षात आलीच पाहिजे या हेतूने जितक्या स्पष्टपणे मनासमोर आणायला हवी तेवढ्या ठळकपणे तिची कल्पना करण्याचा प्रयत्न केलात, तर पुढील दोनपैकी एक गोष्ट घडून येईल : तुम्ही ज्या व्यक्तीला डोकेदुखी देऊ इच्छिता, त्या व्यक्तीऐवजी तुमचंच डोकं दुखू लागेल. आणि/किंवा तुम्ही अल्फामधून बाहेर फेकले जाल. अर्थात, यामुळे मनाच्या चांगल्या किंवा वाईट सामर्थ्याबाबतच्या तुमच्या सगळ्या प्रश्नांची उत्तरं मिळणार नाहीत, पुढे या विषयावर बोलण्याजोगं शिल्लक आहेच. परंतु आत्ता या क्षणी तुम्ही एखाद्या अशा घटनेविषयी विचार करा जी तुमच्या एखाद्या समस्येचं समाधान ठरेल. जी घडावी अशी तुमची इच्छा ही आहे आणि ती घडू शकते यावर तुमचा विश्वाससुद्धा आहे. आता आपण पुढील सरावाद्वारे ती घडावी ही अपेक्षा कशी करावी, हे शिकणार आहोत.

काय करायचं ते इथे सांगत आहे :

एखादी अशी वास्तविक समस्या निवडा जी आजपर्यंत सुटली नाहीये. उदाहरणार्थ, तुमचा बॉस अलीकडे खूप चिडचिड करतोय, विचित्र वागतोय, असं गृहीत धरू. एकदा का तुम्ही तुमच्या लेव्हलला पोहोचलात की तीन पर्यायांमधून तुम्हाला जायचं आहे.

पायरी क्र. १ : तुमच्या मनाच्या पडद्यावर या समस्येशी संबंधित नुकताच घडलेला एखादा प्रसंग आणा. पुन्हा एकदा तो प्रसंग क्षणभर जगा.

पायरी क्र.२ : आता हलकेच हे दृश्य पडद्याच्या उजवीकडे सारून ते पडद्याबाहेर जाऊ द्या. आता उद्या कोणता प्रसंग घडणार आहे, त्याचे दृश्य पडद्यावर आणा. या प्रसंगामध्ये – बॉसच्या अवतीभवतीचे सारे जण एकदम आनंदात आहेत आणि बॉसला काहीतरी आनंदाची छान बातमी मिळाली आहे, अशी कल्पना करा. आता नक्कीच बॉस महोदय जरा चांगल्या मूडमध्ये असतील. जर ही समस्या नक्की कशामुळे निर्माण झाली होती, हे तुम्हाला नेमकं माहीत असेल, तर कामाच्या ठिकाणी त्यावर जो उपाय आहे, तो अमलात येतोय अशी कल्पना करा. पहिल्यांदा ही समस्या जितक्या ठळकपणे तुम्ही कल्पनेने डोळ्यासमोर आणलीत, तेवढ्याच ठळकपणे या उकलीचीही कल्पना करा.

पायरी क्र. ३ : आता हे दृश्यदेखील पडद्याच्या उजवीकडून बाहेर सरकवून टाका. आणि त्या जागी डावीकडून दुसरे दृश्य आणा. आता तुमचा बॉस अतिशय

खुशीत आहे. तो सर्वांत जास्त किती आनंदी असू शकतो, तेवढा खुश आहे. हा प्रसंग खरोखरच घडला आहे, अशा तऱ्हेने स्पष्टपणे अनुभवा. क्षणभर त्या प्रसंगामध्ये राहा. त्याचा पूर्ण अनुभव घ्या.

आता पाच आकडे मोजा. डोळे उघडल्यानंतर तुम्ही पूर्णपणे जागे व्हाल आणि तुम्हाला पूर्वीपेक्षा अधिक प्रसन्न वाटेल. तुम्ही मोठ्या शक्तीला कामाला लावलं आहे, ती तुम्ही अल्फामध्ये सुचविलेल्या दिशेने काम करत आहे, तुम्ही कल्पना केलेली घटना घडवून आणण्यासाठी ती शक्ती कार्यरत झाली आहे. ही सर्व माहिती तुमचा आत्मविश्वास नक्कीच उंचावेल.

हे सारं अगदी असंच, कोणत्याही अडथळ्याखेरीज दरवेळी घडतं का?

नाही.

मात्र, हे तुम्ही करत राहिलात तर तुम्हाला असा अनुभव येईल : अगदी सुरुवातीच्या तुमच्या समस्या सोडविण्यासाठीच्या काही ध्यानधारणा सत्रांपैकी एखादं यशस्वी ठरेल. पण जेव्हा ही गोष्ट घडेल, तेव्हा हा योगायोग आहे असं कोणी म्हणालं तर तुम्ही त्याला नकार कसा देणार? सरतेशेवटी, ज्या प्रसंगाची वा घटनेची निवड तुम्ही केली आहे, ती प्रत्यक्षात येईल, असा विश्वास तुम्हाला वाटावा, इतपत संभवनीय ती घटना होतीच. आता तुमचा पुढचा प्रयत्नसुद्धा यशस्वी ठरेल, त्यानंतर तिसरा प्रयत्न सुद्धा यशस्वी ठरेल. अशा प्रकारे योगायोगांची मालिका सुरू होईल. त्यानंतर माइंड कंट्रोलचे उपक्रम ज्याक्षणी तुम्ही सोडून द्याल, म्हणजे थांबवाल, तेव्हापासून योगायोगांचं प्रमाण घटेल. पुन्हा माइंड कंट्रोलचं सहकार्य घ्या. योगायोगांची गणती पुन्हा वाढत जाईल.

पुढेपुढे तर तुम्ही स्वतःचं कौशल्य जसजसं वाढवत जाल, तसतसं अत्यंत कमी शक्यता असणाऱ्या संभाव्य घटना घडतील इतकी तुमची अपेक्षा आणि विश्वास वृद्धिंगत होत जाईल. आणि कालांतराने, अधिकाधिक सरावाने, तुम्हाला मिळणारे परिणाम अधिकाधिक थक्क करणारे असतील.

प्रत्येक वेळी नवीन समस्येवर काम करण्यापूर्वी तुमचा पूर्वीचा एखादा यशस्वी अनुभव पुन्हा आठवा, त्याचा पुन्हा एकदा अनुभव घ्या, म्हणजे पुन्हा तो जगा. जेव्हा त्या प्रसंगापेक्षा अधिक चांगला प्रसंग, यश तुम्ही अनुभवाल, तेव्हा पहिला प्रसंग सोडून द्या आणि संदर्भबिंदू म्हणून हा नवीन प्रसंग घ्या. अशा तऱ्हेने तुम्ही 'अधिकाधिक उत्तम' (better and better) होत जाल. माइंड कंट्रोल मध्ये हे शब्द

आम्ही बऱ्याचवेळा खास अर्थाने वापरतो.

टीम मास्टर्स हा 'न्यू जर्सी' येथील 'फोर्ट ली' मधला एक महाविद्यालयीन तरुण. तो उपजीविकेसाठी टॅक्सी चालवतो. दोन फेऱ्यांमधला वेळ तो ध्यानधारणेसाठी वापरतो. जेव्हा स्थानिक व्यवसायात मंदी वाटेल, तेव्हा तो या समस्येचं निराकरण आपल्या मनःपटलावर पाहतो, – कुणी व्यक्ती आपलं सामान घेऊन केनेडी एअरपोर्टवर निघाली आहे. 'पहिले काही वेळा मी हा प्रयोग करून पहिला, पण काहीच घडलं नाही. मग मात्र एक दिवस हे प्रत्यक्षात आलं. खरोखरच सामान घेतलेल्या एका माणसाला केनेडी एअरपोर्टवर जायचं होतं. मग पुढच्या वेळी मी त्या माणसाला मनात आणलं, सगळं काही आपल्या मनासारखं घडतं आहे अशी भावना माझ्या मनात येत होती आणि इतक्यात केनेडी एअरपोर्टवर जाण्यासाठी आणखी एक भाडं मला मिळालं. बघा! हे खरंच घडतं. ही तर एकामागून एक यशाची मालिकाच आहे.'

आता इतर सराव आणि तंत्रांकडे वळण्यापूर्वी तुमच्या मनातल्या एका कुतूहलाची नोंद मला घ्यायची आहे : आपल्या मनःपटलावरची दृश्यं आपण डावीकडून उजवीकडे का सरकवत नेतो? या प्रश्नाची नोंद मी येथे घेतली आहे, पण त्याचा सविस्तर तपशिल नंतर घेईन.

आपल्या मनामध्ये खोलवर 'काळ' डावीकडून उजवीकडे वाहतो हा अनुभव असतो, असं माझे प्रयोग सांगतात. दुसऱ्या शब्दांत सांगायचं झालं तर आपलं भविष्य आपल्या डाव्या बाजूला आहे असं गृहीत धरलं जातं तर भूतकाळ उजव्या बाजूला! खरंतर याबाबत अधिक खोलात जाण्याचा इथे मोह होतोय, पण त्यापूर्वी इतर काही गोष्टींबदद्ल बोलणं आवश्यक आहे.

प्रकरण ५

स्मृती कशी सुधारावी...!

माइंड कंट्रोलमध्ये शिकविल्या जाणाऱ्या स्मृतीसंबंधातील तंत्रांमुळे टेलिफोन डिरेक्टरीचा वापर करण्याची आपली गरज एकदम कमी होऊन जाते आणि आपल्या मित्रमंडळींवर आपली मस्त छाप पडते ती वेगळीच! पण मला एखादा टेलिफोन नंबर हवा असेल तर मी मात्र डिरेक्टरीचाच वापर करतो. माइंड कंट्रोलच्या काही प्रशिक्षित व्यक्ती कदाचित फोन नंबर लक्षात ठेवण्यासाठी त्यांच्या कौशल्याचा वापर करत असतीलही, पण या आधीच्या प्रकरणात मी उल्लेख केल्याप्रमाणे, गोष्टी मनाप्रमाणे घडून येण्यासाठी तीव्र इच्छा असणं महत्त्वाचं असतं. आणि मला फोन नंबर्स लक्षात ठेवणे ही काही फार महत्त्वाची गोष्ट वाटत नाही. यापेक्षा इतर काही इच्छा अधिक महत्त्वाच्या वाटतात. अर्थात, जर मला टेलिफोन नंबर शोधण्यासाठी अतिशय प्रयत्न करावे लागत असतील तर माझ्यासाठी ते लक्षात ठेवण्याची इच्छा तीव्र होणारच.

तीव्र इच्छा, विश्वास, अपेक्षितता या तीन गोष्टींमुळे ऊठसूठ कोणत्याही गोष्टींमध्ये माइंड कंट्रोल तंत्रं वापरण्यापेक्षा ती महत्त्वाच्या गोष्टींसाठीच वापरणे योग्य होय. पण आपल्या पैकी किती जणांची स्मृती आपल्याला हवी आहे तेवढी तीव्र असते? या अगोदरच्या दोन प्रकरणांत सांगितलेल्या तंत्रांचा सराव करून तुम्ही त्यात कुशल झाला असाल तर तुमची स्मृती अनपेक्षितपणे सुधारत असेल. कारण, अल्फामध्ये असताना भूतकाळातील घटना डोळ्यांसमोर आणण्याची आणि पुन्हा अनुभवण्याची तुमची ही क्षमता थोड्या प्रमाणात बीटापर्यंतसुद्धा पोहोचते. याचाच अर्थ तुमच्या बीटाच्या स्मृतीवरही या सरावाचा परिणाम होतो. अशा प्रकारे कोणत्याही विशेष प्रयत्नांखेरीज तुमचं मन तुमच्यासाठी नवीन पद्धतीने कार्यरत असण्याची शक्यता

असतेच. त्यामुळे सुधारणेला वाव असतोच.

माइंड कंट्रोलच्या वर्गांमध्ये कल्पनेने चित्र पाहणे म्हणजेच व्हिज्युअलायझेशनसाठी खास सराव असतो. या सरावाच्या वेळी अध्यापक एका फळ्यावर एक ते तीस आकडे लिहितात. त्यानंतर विद्यार्थी त्यांच्या मनात येतील अशा कोणत्याही वेगवेगळ्या तीस वस्तूंची नावे उच्चारतात. उदा. स्नोबॉल, रोलर स्केट्स, इअरप्लग्ज. अध्यापक प्रत्येक वस्तूचे नाव तीसपैकी एकेका आकड्यासमोर लिहितात आणि विद्यार्थ्यांसमोर फळ्याकडे पाठ करून उभे राहतात. विद्यार्थी कोणताही आकडा उच्चारतात आणि अध्यापक त्या आकड्यासमोरील वस्तूचे नाव ताबडतोब सांगतात (फळ्याकडे न पाहता).

ही कोणतीही जादू नाही. हा व्हिज्युअलायझेशनचा एक धडा आहे. अध्यापकांनी प्रत्येक आकड्याबरोबर पूर्वीच एक प्रतिमा (वस्तू/चित्र) मेमराइज केलेली असते. त्यामुळे प्रत्येक आकड्याच्या उच्चारानुसार त्याच्याशी संलग्न असणाऱ्या वस्तूची प्रतिमा अध्यापकाच्या डोळ्यांसमोर उभी राहते. आम्ही या प्रतिमांना 'मेमरी पेग्ज' असं म्हणतो. जेव्हा विद्यार्थी एखाद्या वस्तूचं नाव उच्चारतो, त्यावेळी अध्यापक त्या वस्तूची सांगड सृजनात्मक आणि गमतीशीर कल्पनेद्वारे त्या आकड्याच्या मेमरी पेग (आकड्याशी संलग्न असणारी प्रतिमा) बरोबर घालतो. जसे टेन (दहा) या आकड्याचा मेमरी पेग आहे 'टोज' (पायाची बोटं), आता जर विद्यार्थ्याने दहावा शब्द 'स्नोबॉल' हा सांगितला, तर त्याची गमतीशीर आणि सृजनात्मक काल्पनिक सांगड अशी होऊ शकते की तुमच्या पायाच्या बोटांच्या जागी 'स्नोबॉल' आहेत. हे व्हिज्युअलायझेशनमध्ये प्रशिक्षित असणाऱ्या मनासाठी मुळीच अवघड नाही.

विद्यार्थी त्यांच्या लेव्हलमध्ये असतानाच मेमरी पेगविषयी शिकू लागतात. अध्यापक सावकाशपणे त्याची पुनरावृत्ती करतात. नंतर, बीटामध्ये जेव्हा ते आठवण्याचा प्रयत्न करतात, तेव्हा ही गोष्ट अधिक सोपी असते कारण त्यांना ते शब्द परिचयाचे असतात.

तरीही या पुस्तकात मेमरी पेगविषयी मी जास्त बोलू इच्छित नाही, कारण ते शिकायचे असतील तर भरपूर वेळ आणि जागा दोन्ही गरजेचं आहे. व्हिज्युअलायझेशन आणि स्मृती सुधारण्यासाठी उत्तम तंत्र आता तुमच्याजवळ आहेच, ते म्हणजे मनाचा पडदा... मनःपटल!

आपण विसरलोय अशी वाटणारी प्रत्येक गोष्ट कोणत्या ना कोणत्या घटनेशी जोडली गेलेली असते. जर तुम्ही एखादं नाव विसरला असाल तर, ती घटना म्हणजे,

ज्यावेळी तुम्ही ते नाव ऐकलं किंवा वाचलं तो क्षण असेल. एकदा का तुम्ही मनाच्या पडद्याच्या आधारे काम करायला शिकलात की आपण विसरलोय असं वाटणाऱ्या गोष्टीशी निगडित घटना डोळ्यांसमोर आणा, बस्स! ती गोष्ट तुम्हाला बरोबर आठवेल.

लक्षात घ्या, मी काय म्हणतोय ते. तुम्ही एखादा प्रसंग विसरला आहात असं तुम्हाला *वाटतंय.* कारण प्रत्यक्षात तुम्ही तो अजिबात विसरलेला नसता. तुम्हाला तो पुन्हा आठवत नाही इतकंच! यात खूप मोठा फरक आहे.

जाहिरातींचं जग आपल्याला 'स्मृती' आणि 'आठवणं' या दोन गोष्टींचं परिचित असं स्पष्टीकरण देतं. आपण सगळे दूरचित्रवाणीवरील जाहिराती बघतो. त्या जाहिराती इतक्या छोट्या आणि संख्येने इतक्या जास्त असतात, की गेल्या आठवड्यात तुम्ही बघितलेल्या जाहिरातींपैकी पाच किंवा दहा जाहिरातींची यादी सांगा, असं जर कुणी सांगितलं तर आपण जास्तीत जास्त फक्त तीन किंवा चार जाहिरातीच सांगू शकू.

जाहिरात निर्माते आपल्या जाणिवेच्या स्तराच्याखाली त्यांचं उत्पादन आपल्याला 'आठवायला' लावून, त्यांची विक्री वाढवतात.

आपण काहीही खरोखरच विसरतो का, याबाबत खरोखर शंकाच आहे. क्षुल्लक घटनांच्या प्रतिमा आपला मेंदू झटकून टाकत असतो. त्यामुळे प्रतिमा जेवढी सुस्पष्ट, जेवढी आपल्यासाठी महत्त्वाची, तेवढी ती आठवायला सोपी!

शस्त्रक्रियेच्या वेळी मेंदूला इलेक्ट्रोडचा स्पर्श झाला तर एखादी खूप पूर्वीची विस्मृतीत गेलेली घटना मनुष्याला सर्व तपशिलांसह पुन्हा आठवू शकते. इतक्या स्पष्टपणे ती आठवते की आवाज, गंध, दृश्य हे सारं अनुभवता येतं. अर्थात, ही गोष्ट मेंदूला स्पर्श झाल्याने होते, मनाला स्पर्श झाल्याने नाही. या सगळ्या पूर्वस्मृतींची जाणीव मेंदू रुग्णाला करून देत असला तरी रुग्णाला माहीत असतं किंवा त्याला कुणी सांगत असतं की या गोष्टी तो पुन्हा जगत नाहीये. हे काम मन करत असतं. मन म्हणजे उच्च निरीक्षक, इंटरप्रिटर ज्याचं काम अर्थ लावून सांगायचं असतं. कोणताही इलेक्ट्रोड मनाला स्पर्श करू शकत नाही. जसं नाकाचं टोक स्पष्टपणे दाखवता येतं, तसं मन एखाद्या ठरावीक ठिकाणी दाखवता येत नाही.

आता स्मृतीकडे परत वळूयात. तुम्ही आत्ता जिथं बसला आहात, त्या जागेपासून हजारो मैल दूर कुठेतरी झाडाचं पान गळत आहे. आता ही घटना तुम्ही लक्षातही ठेवू शकणार नाही आणि आठवूसुद्धा शकणार नाही, कारण तुम्ही ती अनुभवलेलीच नाही आणि तुमच्या दृष्टीने ती महत्त्वाचीदेखील नाही. मात्र, आपला मेंदू आपल्या कल्पनेपेक्षा खूप जास्त घटनांची नोंद घेत असतो. आत्ता या क्षणी, हे

पुस्तक वाचत असतानाही कित्येक अनुभव तुम्ही घेत आहात. पण त्यांची तुम्हाला जाणीव होत नाहीये. अनेक आवाज, अनेक गंध, डोळ्यांच्या कोपऱ्यातून टिपल्या जाणाऱ्या अनेक गोष्टी, कदाचित घट्ट झालेल्या बुटामुळे जाणवणारा त्रास, ज्या खुर्चीत बसला आहात तिचा स्पर्श, खोलीतलं तापमान....असे अनेक अनुभव... त्यांना मुळी सीमाच नाही. या साऱ्या संवेदनांची आपल्याला जाणीव होत असते, मात्र या जाणिवांबाबत आपण सजग (aware) नसतो. आता हे विधान परस्परविरोधी वाटू शकेल. पण पूर्ण भूल (जनरल ॲनास्थेशिया) दिलेल्या स्त्रीचं हे उदाहरण वाचलं तर त्याचा अर्थ लक्षात येईल.

गर्भवती असताना या महिलेचा तिच्या प्रसूतितज्ज्ञाशी उत्तम संवाद जुळला होता. दोघांमध्ये गाढ मैत्री आणि विश्वास प्रस्थापित झाला होता. तिच्या प्रसूतीची वेळ आली, तिला भूल देण्यात आली. छान निरोगी, गुटगुटीत बाळाला तिनं जन्म दिला. नंतर जेव्हा तिचा हा प्रसूतितज्ज्ञ तिला हॉस्पिटलमध्ये तिच्या खोलीत भेटायला गेला, तेव्हा ती अगदी परक्यासारखी वागली. किंबहुना तिचं वागणं जरा विचित्रच होतं. तिचं वागणं एकाएकी असं एकदम कसं बदललं, याचा तिला आणि त्या डॉक्टरनादेखील अर्थबोध होत नव्हता. असं का व्हावं, याचं कारण जाणून घेण्याची दोघांचीही तीव्र इच्छा होती. तिच्यामध्ये हा एकदम बदल का झाला असावा, यामागचं कारण जाणून घेण्यासाठी तिच्या काही अदृश्य स्मृती उलगडाव्यात, या हेतूने त्यांनी हिप्नोसिसचा आधार घेण्याचं ठरवलं.

हिप्नोसिसमध्ये तिच्या पूर्वस्मृती जागृत करण्यात आल्या. त्या डॉक्टरशी अगदी नुकतीच झालेली तिची भेट ते पूर्वीच्या भेटी असा तिला मागे प्रवास घडविण्यात आला. पण फार मागे जाण्याची गरज भासलीच नाही. खोल संमोहनात असताना प्रसूतिकक्षात ती शुद्धीत नसतानाचा काळदेखील तिला आठवत होता. डॉक्टर आणि नर्सेस काय काय बोलले, ते तिला आठवलं. तिला भूल दिली असताना ते काही वेळा अगदी तिच्याबरोबर त्यांचा संबंध नसल्याप्रमाणे तिऱ्हाइतासारखे केवळ वैद्यकीय बाबींविषयी बोलत होते. कधी त्यांची थट्टामस्करी सुरू होती, तर कधी संथपणे चाललेल्या तिच्या प्रसूतीमुळे ते अगदी वैतागल्यासारखेही बोलत होते. ती तेव्हा त्यांच्या दृष्टीने केवळ एक वस्तू होती, माणूस नव्हती. तिच्या भावनांची कदर केली जात नव्हती. कारण सरतेशेवटी, ती बेशुद्धावस्थेतच होती, नाही का?

आपण खरोखरच कधी बेशुद्धावस्थेत जातो का, हाच माझा प्रश्न आहे. आपण जे अनुभव घेतले ते आपण एक तर आठवू शकतो किंवा आठवू शकत नाही; मात्र आपण सातत्याने अनुभव घेत असतो आणि आपले सारे अनुभव मेंदूवर त्या

आठवणींची खणखणीत छाप उमटवतात. मग आता स्मृतींसंबंधातील जी काही तंत्रं तुम्ही शिकणार आहात, त्यांच्या साहाय्याने अजून दहा वर्षांनी या पानाचा क्रमांक आठवणं तुम्हाला शक्य होईल, असा त्याचा अर्थ आहे का? तुम्ही तो पाहिलेला नाही, पण तो तिथे नमूद केलेला आहे. तसं म्हटलं तर डोळ्याच्या कोपऱ्यातून तुम्ही तो पाहिला असेलही... कदाचित पाहिला नसेलही. तो तुमच्या दृष्टीने महत्त्वाचा नाही आणि कदाचित पुढेही महत्त्वाचा नसेल.

पण एक सांगा, गेल्या आठवड्यात रात्रीच्या जेवणाच्या वेळी भेटलेल्या त्या आकर्षक व्यक्तीचं नाव तुम्हाला आठवेल की नाही? पहिल्यांदा त्याचं नाव जेव्हा तुम्ही ऐकलंत, तेव्हा तो एक प्रसंग घडला. त्यामुळे आता तो आठवण्यासाठी, मी यापूर्वी सांगितल्याप्रमाणे त्या प्रसंगाभोवतीच्या घटना तुमच्या मनःपटलावर तुम्हाला पुन्हा एकदा निर्माण करायला हव्यात, बस्स! लगेच तुम्हाला ते नाव ऐकू येईल. आता शांत-सुस्थिर व्हा. तुमच्या लेव्हलमध्ये जा. मनाचा पडदा नजरेसमोर आणा. त्या प्रसंगाचा अनुभव घ्या. याला पंधरा ते वीस मिनिटं लागतील. पण आपल्याकडे अजून एक पद्धत आहे बरं का! तातडीच्या प्रसंगासाठीची! या पद्धतीद्वारे तुम्ही त्वरित तुमच्या त्या लेव्हलमध्ये जाऊ शकता, जिथे माहिती आठवणं फार सोपं असतं.

या पद्धतीत उद्दीपनाचं साधं तंत्र (ट्रिगरिंग मेकॅनिझम) वापरलं जातं. एकदा ते तुम्ही आत्मसात केलंत की नंतर सरावाने ते अधिकाधिक प्रभावी ठरतं. मात्र, ते आत्मसात करण्यासाठी अनेक ध्यान-सत्रांची आवश्यकता असते. त्यामुळे ती प्रक्रिया समजून घेता येते. हे अगदी सोपं आहे, कसं ते बघूया. कोणत्याही एका हाताचा अंगठा आणि पहिली दोन बोटं एकत्र जुळवा. ताबडतोब तुमचं मन अधिक खोल अवस्थेमध्ये जाण्यासाठी सिद्ध होईल. आत्ता लगेच हे करून बघा...लगेच काहीच घडणार नाही. कारण ते अद्याप उद्दीपनाचं तंत्र बनलं नाही. ते तसं बनविण्यासाठी, तुमच्या लेव्हलमध्ये जा आणि स्वतःला सांगा (मनाशी किंवा मोठ्याने), जेव्हा जेव्हा मी माझी बोटं अशा प्रकारे जुळवेन, - आता बोटं जुळवा - एखाद्या गंभीर कारणासाठी अशी बोटं जुळवेन, तेव्हा मी मनाच्या या लेव्हलमध्ये जाईन आणि मला जे काम करायचं आहे, ते यशस्वीपणे पूर्ण करेन.

हे आठवडाभर दररोज करा. त्यावेळी ठरलेले तेच विशिष्ट शब्द म्हणा. लवकरच अंगठा आणि पहिली दोन बोटं जुळवणं आणि ध्यानाच्या अधिक प्रभावी अवस्थेला पोहोचणं, या दोन गोष्टींत पक्का संबंध जुळेल. त्यानंतर एखाद्या दिवशी, काही आठवण्याचा...उदाहरणार्थ - कुणाचं नाव आठवण्याचा तुम्ही प्रयत्न कराल, तेव्हा ते नाव समोर येणार नाही. आठवायचा तुम्ही आणखी जोमाने प्रयत्न केलात तर ते हट्टी

मुलासारखं अजिबातच दाद देणार नाही. तुमची ही इच्छा केवळ निरुपयोगी आहे असं नाही, तर ती अडचणच आहे. आता शांत–सुस्थिर व्हा. तुम्हाला आठवतंय आणि तुमच्याजवळ ते पुन्हा आठवण्यासाठी उद्दीपनाचा मार्ग आहे, याची स्वतःला जाणीव करून द्या.

डेनव्हरमध्ये चौथीच्या विद्यार्थ्यांना शिकवणारी एक शिक्षिका स्पेलिंग शिकवण्यासाठी मनाचा पडदा आणि तीन बोटांचं तंत्र वापरते. दर आठवड्याला ती वीस नवे शब्द शिकवते. आणि ते विद्यार्थ्यांना येत आहेत की नाही, हे तपासण्यासाठी ती एकामागून एक शब्दांचं स्पेलिंग विचारत नाही, तर मुलांना त्या आठवड्यात शिकलेले सर्व शब्द ती लिहून काढायला सांगते. जुळवलेल्या तीन बोटांच्या साहाय्याने मुलांना मनःपटलावर बघून ते शब्द आठवतात आणि त्यांचं स्पेलिंगही आठवतं. थोड्या संथ गतीच्या मुलांना या चाचणीसाठी पंधरा मिनिटं लागतात.

हेच तंत्र वापरून ती चौथीच्या विद्यार्थ्यांना बारा पर्यंतचे पाढे नोव्हेंबरपर्यंत शिकवते. सर्वसाधारणपणे यासाठी संपूर्ण शालेय वर्ष लागतं.

या आधीच्याच प्रकरणात टीम मास्टर्स या महाविद्यालयीन विद्यार्थी आणि टॅक्सी चालकाचा उल्लेख केला होता. टीमला अनेक प्रवासी असे भेटतात की ज्यांना जवळपासच्या शहरांमध्ये जायचं असतं. त्या ठिकाणी टीम खूप दिवसांत गेलेला नसतो, त्यामुळे त्या भागाच्या त्याच्या आठवणी अगदी धूसर झालेल्या असतात. गाडीत बसल्यावर निघण्यापूर्वी टीमने कधी ध्यान केलं, हे घाई–गडबडीत असणाऱ्या त्याच्या प्रवाशांना लक्षातसुद्धा येत नाही. पण तीन बोटं जुळवून आपण त्या ठिकाणी पूर्वी गेलो होतो, तो प्रसंग टीमने अनुभवलेला असतो.

माइंड कंट्रोलचं प्रशिक्षण घेण्यापूर्वी न्यूयॉर्क इन्स्टिट्यूट ऑफ टेक्नॉलॉजीमध्ये शिकणाऱ्या टीमच्या ग्रेड्स सर्वांत B आणि एकात A अशा होत्या. टीम सांगतो, पण आता मी स्कॉलर आहे. आता माझ्या ग्रेड्स सगळ्यांत A आणि एकात B आहेत. अभ्यास करताना तो स्पीड लर्निंग म्हणजेच जलद अध्ययनाचा (याबाबत पुढील प्रकरणात तुम्ही वाचणारच आहात) वापर करतो आणि परीक्षा देताना त्याची तीन बोटं जुळलेली असतात.

या तीन बोटं तंत्राचे इतरही काही उपयोग आहेत. त्याविषयी तुम्ही नंतर वाचणार आहातच. अनेक आगळ्यावेगळ्या मार्गांनी आपण त्याचा वापर करू शकतो. शतकानुशतकांच्या ध्यानधारणेच्या शाखांशी त्याचा संबंध आहे. पुढे जेव्हा एखाद्या पूर्वेकडील– मांडी घालून बसलेल्या एखाद्या योग्याचं चित्र किंवा मूर्ती तुम्ही बघाल, तेव्हा नीट बघा – त्याच्या हातांची तीन बोटं अशीच जुळलेली दिसतील.

प्रकरण ६

जलद अध्ययन

मागच्या प्रकरणातली स्मृतीसंदर्भातली तंत्रं एकदा का तुम्ही शिकलात, की तुमच्या पुढील टप्प्यासाठी तुम्ही सज्ज झालात, असं म्हणायला हरकत नाही. हा पुढचा टप्पा म्हणजे - जलद अध्ययन! थोडक्यात तुम्ही अशा प्रकारे प्रगती करणार आहात : सर्वप्रथम तुम्ही ध्यानाच्या अवस्थेत किंवा स्तरामध्ये जाणार. त्यानंतर, त्या अवस्थेत मनाचा पडदा तयार करणार. या मनःपटलाचा उपयोग अनेक कारणांसाठी होऊ शकतो. त्यापैकी एक महत्त्वाचा हेतू म्हणजे माहिती आठवणे. यानंतर तुम्ही तातडीने माहिती आठवण्यासाठी तीन बोटांचं तंत्र शिकणार. या तंत्राचा उपयोगही इतर अनेक गोष्टींसाठी होऊ शकतो. एकदा या गोष्टी साध्य झाल्या की मग माहिती मिळविण्यासाठी तुम्ही नवनवीन पद्धती वापरण्यासाठी सज्ज होता. या नवीन पद्धतींमधून तुम्ही जे शिकता, ते पुन्हा आठवणे तुम्हाला सोपं जाईलच पण या गोष्टी तुम्ही जलद गतीने शिकता आणि या अधिक खोलवर तुमच्या मनात रुजतील.

दोन प्रकारची अध्ययन तंत्रं आहेत. आपण तुलनेने साध्या तंत्रापासून सुरुवात करूया. ते साधं असलं तरी सोपं नाही.

तीन बोटांचं तंत्र तुम्ही व्यवस्थित शिकलात आणि त्याच्या साहाय्याने तात्काळ तुमच्या लेव्हलमध्ये जाणं शक्य होऊन, तिथे तुम्ही जाणीवपूर्वक काम करण्याइतके त्यात प्रवीण झालात, की हे तंत्र लेक्चर ऐकताना किंवा पुस्तक वाचताना वापरता येऊ शकतं. त्यामुळे तुमची एकाग्रता मोठ्या प्रमाणावर वाढेल आणि माहिती अधिक ठामपणे रुजेल. नंतर बीटा लेव्हलमध्ये ही माहिती आठवणं तुम्हाला सोपं जाईल, आणि अल्फामध्ये त्यापेक्षाही अधिक सोपं जाईल. तीन बोटांच्या तंत्राच्या साहाय्याने

परीक्षा देणाऱ्या विद्यार्थ्याच्या डोळ्यासमोर त्याने अभ्यास केलेलं पाठ्यपुस्तक जसंच्या तसं उभं राहू शकतं किंवा अध्यापकांनी वर्गात शिकवताना दिलेल्या सूचना त्याला ऐकू येऊ शकतात.

दुसरं तंत्र तेवढं सोपं नाही. पण तुमच्या माइंड कंट्रोलच्या सरावामुळे त्यासाठी तुमची तयारी अगोदर होईल. अल्फा लेव्हलमध्ये शिकण्याची परिणामकारकता त्यामध्ये आहे शिवाय बीटामध्ये ते ज्ञान अधिक पक्कंदेखील करता येऊ शकतं. यासाठी तुम्हाला एका टेप रेकॉर्डरची आवश्यकता आहे.

एखादा धडा खूप गुंतागुंतीचा आहे, असं समजूया. तुम्हाला तो केवळ आठवणं पुरेसं नाही तर तो नीट समजून घेणंदेखील गरजेचं आहे. पहिल्याच पायरीवर अल्फामध्ये जाऊ नका तर बाह्य जाणिवे मध्ये बीटामध्ये राहा. तो धडा मोठ्याने वाचून टेप रेकॉर्डरवर रेकॉर्ड करा. आता तुमच्या लेव्हलमध्ये जा. तुम्ही रेकॉर्ड केलेला धडा पुन्हा ऐका. तुमच्याच आवाजातील धडा ऐकताना चित्त एकाग्र असू द्या.

माइंड कंट्रोलच्या अगदी आरंभीच्या टप्प्यावर काय घडू शकतं, ते सांगतो. तुम्ही जो टेप रेकॉर्डर वापरत आहात, तो तुमच्या सरावातला नसेल, तर प्ले-बॅक बटण दाबल्यावर तुम्ही एकदम बीटामध्ये जाण्याची शक्यता असते. आणि त्या टेपच्या आवाजामुळे पुन्हा अल्फामध्ये जाण्यासाठी तुम्हाला अडचण येऊ शकते अन् जेव्हा परत याल तोपर्यंत त्या धड्याचा काही भाग किंवा कदाचित पूर्ण धडासुद्धा होऊन गेलेला असू शकतो. अर्थात सरावाने हे टाळता येऊ शकते. त्यासाठी या काही सूचना :

त्या बटणावर बोट ठेवूनच तुमच्या लेव्हलमध्ये जा. त्यामुळे आयत्या वेळी मध्येच डोळे उघडून त्या बटणाची शोधाशोध करण्याची आवश्यकता उरणार नाही.

तुम्ही खूण केली की ते बटण दाबेल, अशा एखाद्या व्यक्तीचं सहकार्य घ्या.

अल्फामध्ये झट्कन परत जाण्यासाठी तीन बोटांच्या तंत्राचा उपयोग करा.

तुम्ही सरावाने जसे-जसे अधिक कुशल होत जाल, तसं अल्फा लेव्हलमध्येच तुम्हाला वेगळं जाणवू लागेल. तुम्हाला बरंचसं बीटासारखंच वाटू लागेल. हा प्रश्न आहे त्यापेक्षा अधिक गंभीर वाटू शकतो. खरंतर तुम्ही किती प्रगती केली आहे, याचा हा निर्देशक असू शकतो. अल्फा, बीटाप्रमाणे वाटू शकते कारण ही अवस्था तुम्ही जाणीवपूर्वक वापरायला शिकला असाल, अल्फामध्ये असताना मानसिक

दृष्ट्या पूर्ण प्रभावीपणे खडखडीत जागं असणं हाच तर माइंड कंट्रोलचा विशेष पैलू आहे.

जसजशी तुम्ही प्रगती कराल, आणि अल्फामध्ये असल्याची जाणीव पुन्हा प्रबळ व्हायला लागेल, तेव्हा तुम्ही खरोखरच अधिक खोल अवस्थेत, कदाचित थिटामध्ये जाऊ लागाल. माइंड कंट्रोलच्या वर्गांमध्ये मी अनेक विद्यार्थ्यांना डोळे सताड उघडे ठेवून अधिक खोल अवस्थेत उत्तमपणे कार्यरत असताना पाहिलं आहे. ते जागे असतात, अगदी आत्ता तुम्ही जसे आहात तसेच...ते स्पष्टपणे बोलत असतात, प्रश्न विचारत असतात, प्रश्नांची उत्तरं देत असतात, छान हास्यविनोद करत असतात.

असो, आता परत तुमच्या टेप रेकॉर्डिंगकडे वळूयात. आता त्याचा अधिक चांगला फायदा होण्यासाठी, अजून थोडा कालावधी जाऊ द्या, शक्य असेल तर अगदी काही दिवसही जाऊ द्या. आता बीटामध्ये जाऊन तो धडा पुन्हा एकदा वाचा आणि तो अल्फामध्ये ऐका. आता तो तुमच्या मनात पक्का होणार.

या पुस्तकाच्या आधारे माइंड कंट्रोल शिकत असताना तुमच्या सोबत इतरही काही जण असतील, तर वेळ वाचविण्यासाठी श्रमविभागणी म्हणून तुम्ही एकमेकांना टेप्स देऊ शकता. तुमच्या स्वतःच्या आवाजात टेप ऐकणं हे जरा अधिक फायदेशीर आहे, हे मान्य! पण तरीही असं 'एकमेकां साह्य करू' धोरणही निश्चितच उत्तम असतं, यात शंका नाही.

जलद अध्ययन आणि तीन बोटांचं तंत्र या गोष्टी - विक्री (विशेषतः विमा क्षेत्र), शैक्षणिक अध्ययन, अध्यापन, कायदा, अभिनय अशा अनेकविध क्षेत्रांत कार्यरत असणाऱ्या माइंड कंट्रोलच्या अभ्यासकांना वेळ वाचविण्याच्या दृष्टीने अत्यंत फायदेशीर ठरल्या आहेत.

एका यशस्वी कॅनडीयन विमा प्रतिनिधीचंच उदाहरण बघा. आता त्याचे क्लायंट्स वैतागतील इतका वेळ त्यांच्या मालमत्ता आणि करविषयक प्रश्नांना उत्तरं देण्यासाठी त्याला ब्रीफकेसमधली कागदपत्रं खालीवर करून शोधावी लागत नाहीत. आता त्याला आवश्यक त्या सर्व प्रचंड माहितीचे संदर्भ अक्षरशः पाठ असतात. याचं सारं श्रेय जलद अध्ययन आणि त्याच्या तीन बोटांनाच!

डेट्रॉइट येथील एका वकील महोदयांचीही तीच गोष्ट आहे. आता न्यायाधीशांसमोर कितीही गुंतागुंतीची केस संक्षेपाने मांडताना त्याला लिखित मुद्द्यांचा आधार घ्यावा

लागत नाही. तो त्याची बाजू रेकॉर्ड करतो आणि आदल्या दिवशी रात्री ते अल्फामध्ये जाऊन ऐकतो. पुन्हा सकाळीही ऐकतो. त्यानंतर जेव्हा न्यायाधीशांसमोर तो बोलायला आत्मविश्वासाने उभा राहतो, त्यावेळी त्यांच्या नजरेला नजर देऊन बोलण्याची दक्षता तो घेतो. त्याचा परिणाम म्हणजे, हातात लिहिलेल्या नोट्स घेऊन त्यांचा आधार घेत बोलण्यापेक्षा अधिक ठामपणे आणि पटेल अशा पद्धतीने तो बोलतो..... आणि हे बोलत असताना डाव्या हाताच्या तीन बोटांनी तो काय करतोय, हे कुणालाच कळत नाही.

न्यूयॉर्कमधल्या नाईट क्लबमधील एक कॉमेडियन तर दररोज आपली दैनंदिनी बदलतो, तो बातम्यांवर 'प्रतिक्रिया देतो' (comments). त्याच्या शो अगोदर एक तास तो स्वतःच टेप ऐकतो, आणि त्यानंतर वीस मिनिटांच्या विनोदाच्या धमाल आणि उत्स्फूर्त धमाक्यासाठी तो तयार होतो. 'पूर्वी मी मनात फक्त आशाच ठेवायचो, की सर्व काही ठीक व्हावं. पण आता मी माझी तीन बोटं जुळवली की मला काय घडणार आहे, ते जवळपास ठाऊकच असते..... हास्याचे फवारे उडणार असतात.'

या अभ्यासक्रमातील जलद अध्ययन आणि तीन बोटांचं तंत्र या गोष्टी विद्यार्थ्यांसाठी अगदी फायदेशीर असतात. म्हणूनच माइंड कंट्रोल आतापर्यंत २४ महाविद्यालयं आणि विद्यापीठं, १६ हायस्कूल्स आणि ८ ग्रेड स्कूल्समध्ये शिकवलं गेलं आहे. निव्वळ या तंत्रांमुळेच हजारो विद्यार्थी कमी अभ्यास करून जास्त ज्ञान मिळवत आहेत.

प्रकरण ७

सृजनशील निद्रा

स्वप्न बघताना किती मुक्त असतो आपण! काळाचे अडथळे, स्थानाच्या मर्यादा, तार्किकतेचे नियम, जाणिवेच्या अटी हे सारं सारं दूर सारलं गेलेलं असतं. आपल्या उन्मुक्त अशा सृजनाचे आपणच सर्वेसर्वा असतो. कारण आपण जे निर्माण करत असतो, ती आपली स्वत:ची अशी खास निर्मिती असते. फ्रॉइडनेदेखील सर्वाधिक महत्त्व आपल्या स्वप्नांना दिलं आहे. माणसाची स्वप्नं समजून घ्या, म्हणजे माणूस उमजेल, असं त्याला सांगायचं असावं.

माइंड कंट्रोलमध्येही आम्ही स्वप्नं अतिशय गांभीर्याने घेतो, पण जरा हटके स्वरूपात! कारण यात आपण मनाचा उपयोग खूप वेगळ्या पद्धतीने करायला शिकत असतो. फ्रॉइडने विचार केला तो, अत्यंत उत्स्फूर्त पद्धतीने पडणाऱ्या स्वप्नांचा! माइंड कंट्रोल अशा पद्धतीने विचार करत नाही. विशिष्ट प्रश्न किंवा अड्चणी दूर करण्यासाठी मुद्दाम स्वप्नांची निर्मिती करणे हा आमचा उद्देश असतो. कारण स्वप्नांचा विषय आम्ही अगोदरच ठरवत असतो, त्यांचा अर्थ आम्ही वेगळ्या पद्धतीने लावतो- आणि त्यांचं अंतिम फलितही भन्नाट असतं. आपल्या स्वप्नांच्या अनुभवांची उत्स्फूर्तता जरी यामुळे काहीशी खंडित होत असली, तरी आपण उल्लेखनीय अशा स्वातंत्र्याचा अनुभव घेतो, आपल्या आयुष्यावर उत्तम नियंत्रण मिळवणंही शक्य होतं.

जेव्हा पूर्वनियोजित स्वप्नाचा अर्थ आपण लावतो, त्यावेळी आपल्या मानसिकतेबद्दलची एक सखोल दृष्टी तर आपल्याला लाभतेच, शिवाय आपल्या दैनंदिन आयुष्यातल्या कित्येक प्रश्नांचं उत्तरदेखील आपल्याला गवसतं.

स्वप्न-नियंत्रणाच्या तीन पायऱ्या आपण शिकवतो. तिन्हीसाठी मनाची ध्यानावस्था महत्त्वाची असते.

त्यापैकी पहिली पायरी म्हणजे, आपली स्वप्नं पुन्हा आठवणं. 'मला मुळीच स्वप्नं पडत नाहीत किंवा मी अजिबात स्वप्नं बघत नाही,' असं अनेक जण सांगतात. पण ते मुळीच खरं नाही. आपल्याला स्वप्नं आठवत नसतील, पण त्याचा अर्थ स्वप्नं बघतच नाही असा होत नाही, आपण सारे स्वप्नं पाहतो. स्वप्नं आपल्या आयुष्यातून काढून टाकली, तर थोड्याच दिवसात अनेक मानसिक आणि भावनिक त्रासांना, जणू आमंत्रणच देण्यासारखे होते.

आपल्या प्रश्नांवर उत्तर शोधण्यासाठी स्वप्नांचा उपयोग होऊ शकेल का, असा शोधक विचार मी १९४९ साली सुरू केला. त्यावेळी माझा हा शोध मला नेमका कुठे घेऊन जाणार आहे किंवा यातून काय निष्पन्न होणार आहे, याची मला मुळीच कल्पना नव्हती. स्वप्नांमधून आपल्याला काही पूर्वाभास, पूर्वसूचना मिळतात, असं तुमच्याप्रमाणेच मीदेखील ऐकलं होतं. सीझरला नाही का स्वप्नात 'Ides of March' ची धोक्याची पूर्वसूचना मिळाली होती, आणि नंतर त्याच दिवशी त्याची हत्या झाली. लिंकननादेखील त्यांच्या हत्येची पूर्वसूचना अशीच स्वप्नात मिळाली होती. समजा ही अशी आणि यासारखी अनेक स्वप्नं हे पुनरावृत्तीनं घडणारे अपघात ठरले असते, तर मी माझा वेळ निश्चितच फुकट घालवत होतो.

अन् मी माझा वेळ खरोखरच फुकट घालवतोय, असं एका क्षणी माझं ठाम मत झालंच होतं. जवळपास चार वर्षं मी मानसशास्त्र शिकत होतो. फ्रॉइड, एडलर, यंग यांच्या लेखनाचा अभ्यास करत होतो. मी जितकं अधिक शिकत होतो, तसतसं आपल्याला खूप कमी माहिती आहे, याचा साक्षात्कार मला होत होता. पहाटेचे दोन वाजलेले असावेत, त्या दिवशी मी हातातलं पुस्तक अक्षरशः जमिनीवर भिरकावलं आणि झोपायला गेलो. ज्या भल्याभल्या तज्ज्ञांचं परस्परांतदेखील एकमत होत नाही, अशा प्रकल्पांचा अभ्यास आता मुळीच करायचा नाही, असं मी ठरवून टाकलं. आता इथून पुढे आपला इलेक्ट्रॉनिक्सचा धंदा बरा आणि आपण बरे, दुसरं काहीही नको, असा निश्चय मी करून टाकला. तसंही माझं माझ्या व्यवसायाकडे दुर्लक्षच झालं होतं आणि आता पैसाही कमी उरला होता.

साधारण दोन तासांनंतर एका स्वप्नामुळे मला जाग आली. बहुतेक वेळा जशी स्वप्नं पडतात, तशी ती प्रसंगांची मालिका नव्हती, तर तो नुसता प्रकाश होता. माझ्या त्या स्वप्नात चहू बाजूंना छान दुपारच्या वेळी असतो तसा लखलखीत प्रकाश पसरला होता...सोनेरी...तेजस्वी असा प्रकाश! मी तसेच डोळे उघडले... तर काय आश्चर्य! माझ्या काळोख्या खोलीतला अंधार अंगावर आला. मी डोळे मिटून घेतले...पुन्हा ती सोनेरी, स्वच्छ लखलखीत प्रभा फाकली. मी पुन्हा डोळे मिटले...

उघडले. असं खूप वेळा मी करून पाहिलं. प्रत्येक वेळी डोळे उघडले की अंधार... डोळे मिटले की लख्ख प्रकाश! असं करताना, तिसऱ्या किंवा चौथ्या वेळी मी डोळे मिटले आणि मला तीन आकडे दिसले: ३-४-३. नंतर आणखी तीन आकडे दिसले: ३-७-३. त्यानंतरच्या वेळेला पुन्हा पहिले तीन आकडे, तर जरा वेळानंतर दुसरे तीन आकडे दिसले.

मला त्या आकड्यांपेक्षा त्या प्रकाशामध्ये जास्त रस होता. आता तो प्रकाश हळूहळू कमी कमी होत होता. विजेचा दिवा विझावा तसं एखाद्या झटक्यात आपलं आयुष्यच संपतंय की काय, असं मला वाटू लागलं. जेव्हा मला खात्री झाली मी मरत नाहीये, तेव्हा मी त्या प्रकाशाचं गूढ उकलण्यासाठी त्याचा पुनः अनुभव घेण्याचा प्रयत्न करू लागलो. मी माझ्या श्वसनाची लय बदलली, अंथरुणातली माझी अवस्था बदलून पाहिली, मनाची लेव्हल देखील बदलून बघितली. पण काहीच उपयोग झाला नाही. प्रकाश हळूहळू कमी कमी होतच गेला. एकंदरीत अवघी पाच मिनिटं तो प्रकाश राहिला होता.

कदाचित त्या आकड्यांना काही अर्थ असावा. त्यानंतर, त्या आकड्यांचा काहीतरी संबंध लागून त्यांचा अर्थ कळेल या आशेने - कुठले कुठले फोन नंबर्स, पत्ते, लायसेन्स नंबर्स आठवत पुढची अख्खी रात्र मी जागून काढली.

स्वप्नांचा अर्थ काय असेल, हे शोधून काढण्याचा प्रभावी मार्ग आज माझ्याकडे आहे, पण त्या दिवसांत माझ्या संशोधनाच्या अगदी आरंभीच्या टप्प्यातच मी होतो. दुसऱ्या दिवशी आदल्या रात्रीच्या जेमतेम दोन तासांच्या झोपेनंतर मी थकलेलोच होतो, पण तरीही मला ज्या गोष्टी परिचित होत्या, त्यांच्याशी त्या आकड्यांचा काही संबंध लागतोय का, ते आजमावून बघत होतो.

आता हे पटकन न उलगडणारं गूढ उकलण्यासाठी मला त्या वेळी घडलेल्या काही क्षुल्लक घटना तुम्हाला सांगाव्या लागतील. त्यानंतर येईल माइंड कंट्रोलच्या कोर्समधील महत्त्वाचा भाग!

माझं इलेक्ट्रॉनिक्सचं दुकान बंद करण्यापूर्वी १५ मिनिटं, माझा एक मित्र दुकानात आला आणि कॉफी प्यायला जाऊया, असं सुचवलं. तो माझी वाट बघत थांबला असताना, माझी पत्नी तिथे आली आणि म्हणाली, 'तसंही कॉफी प्यायला तुम्ही जातच आहात, मग तसंच मेक्सिकन साईडला जाऊन माझ्यासाठी रबिंग अल्कोहोल (एक प्रकारचं जंतुनाशक) घेऊन याना!' पुलाजवळच्या एका दुकानात ते जरा स्वस्त मिळत असे.

तिकडे जाताना, वाटेत माझ्या मित्राला मी स्वप्नाबद्दल सांगितलं. त्याला त्याबद्दल सांगत असतानाच माझ्या मनात एक कल्पना आली....मी जे आकडे बघितले होते, ते लॉटरीच्या तिकिटाचा नंबर तर नसेल? मेक्सिकन लॉटरीचं मुख्य ठिकाण असणाऱ्या दुकानापाशी आम्ही गेलो, पण दुकान बंद होण्याची वेळ झाली होती आणि दरवाजे बंद झाले होते. तसंही आपल्या या अंदाजात काही तथ्य नाही असं समजून आम्ही पुढच्या ब्लॉकमधल्या दुकानात पत्नीने सांगितलेलं रबिंग अल्कोहोल आणायला गेलो.

दुकानदार ते पुडक्यात बांधून देत असताना, दुकानाच्या दुसऱ्या भागात उभा असणाऱ्या माझ्या मित्राने मला जोरात हाक मारली, अन् मला विचारलं, "अरे, कोणता नंबर तू शोधत होतास?"

"३-७-३, ३-४-३!" मी सांगितलं.

"इकडे ये, हे बघ."

तिथे ३-४-३ हे आकडे असणारं एक अर्ध तिकीट होतं.

संपूर्ण मेक्सिकन रिपब्लिकमध्ये या छोट्या दुकानासारख्या हजारोंपैकी शेकडो दुकानदारांकडे दर महिन्याला पहिले तीन क्रमांक समान असणारी लॉटरीची तिकिटं दिली जात. साऱ्या देशात ३४३ नंबर विकणारं हे एकमेव दुकान होतं. नंबर ३७३ मेक्सिको सिटीमध्ये विकला गेला होता.

माझ्या आयुष्यात पहिल्यांदाच घेतलेलं लॉटरीचं तिकीट विजेता ठरलं असून मला त्याचे १०,००० डॉलर्स मिळाल्याचं मला काही दिवसांनंतर कळलं. त्या पैशांची त्यावेळी मला अगदी नितांत गरज होती. या गोष्टीमुळे मी स्वाभाविकपणे भलताच खुश झालो होतो. त्या बक्षिसाकडे अगदी मनोभावे बघत असताना एकाएकी मला एक वेगळीच गोष्ट जाणवली, ती त्या बक्षिसापेक्षा अधिक मौल्यवान होती. माझा अभ्यास योग्य दिशेने चालला असून त्यात तथ्य आहे, हे सिद्ध करणारी ती मूलभूत घटना होती. मी उच्च बुद्धिमत्तेशी कशी का असेना, नाळ जोडली होती. कदाचित यापूर्वीदेखील अशी नाळ मी जोडली असेन पण, मला त्यावेळी ते कळलं नव्हतं. पण यावेळी मला ते पूर्णपणे 'कळलं होतं'.

आता इथवर मी येऊन पोहोचेपर्यंत किती घटना घडल्या होत्या, त्यांचा विचार करा. एका निराशेच्या क्षणी स्वप्नात मला एक नंबर दिसला. तोदेखील क्षणार्धात काही तरी चमकून जावं अशा पद्धतीने...त्या लखख प्रकाशात! तो नंबर मला नंतर पुन्हा आठवावा लागला होता. त्यानंतर माझा एक मित्र माझ्या दुकानात येतो काय,

तो मला कॉफी प्यायला जाऊया म्हणून सांगतो काय, मीदेखील दमलेला असून त्याचं म्हणणं मान्य करतो काय... त्याच वेळी माझी पत्नी तिथे येते, मला रबिंग अल्कोहोल घेऊन यायला सांगते, त्यानिमित्ताने मी मेक्सिकोमध्ये जिथे हे विशिष्ट तिकीट विक्रीसाठी ठेवण्यात आलं होतं बरोब्बर त्याठिकाणी जातो....

ज्यांना या सगळ्या गोष्टी निव्वळ योगायोग वाटतात, त्यांना या काही थक्क करून टाकणाऱ्या गोष्टी पटवून सांगणंसुद्धा खूप अवघड आहे : पुढे मी विकसित केलेली वेगवेगळी तंत्र वापरून अमेरिकेतल्या माइंड कंट्रोलच्या चार ग्रॅज्युएट्सनीदेखील लॉटरी जिंकली. इलिनॉयमधील रॉकफोर्डमधील रेगिना एम. फॉकनर यांनी ३,००,००० डॉलर्सची लॉटरी जिंकली; शिकागो येथील डेव्हिड सिकीच यांनीही ३,००,००० डॉलर्सची लॉटरी जिंकली; शिकागोच्या फ्रान्सिस मोरोनी यांनी ५०,००० डॉलर्सची तर न्यूयॉर्क येथील जॉन फ्लेमिंगो यांनीदेखील ५०,००० डॉलर्सची लॉटरी जिंकली.

माइंड कंट्रोलमध्ये योगायोग या शब्दाचं आम्हाला मुळीच वावगं नाही, उलट आम्ही या शब्दाला एक खास अर्थ देतो. जेव्हा स्पष्ट करून सांगायला अवघड अशी प्रसंगांची एखादी मालिका चांगल्या अशा अंतिम फलितापर्यंत जाते, तेव्हा त्याला आपण 'योगायोग' असं म्हणतो. तर अशीच मालिका जेव्हा तापदायक किंवा वाईट अशा फलितापर्यंत जाते, तेव्हा तिला आपण 'अपघात' असं म्हणतो. माइंड कंट्रोलमध्ये योगायोग कसे घडवून आणायचे, हे आपण शिकतो. 'हा तर निव्वळ योगायोग' हे वाक्य आम्ही अजिबात वापरत नाही.

लॉटरी जिंकल्याच्या माझ्या स्वप्नाने मला एक गोष्ट शिकवली. उच्च बुद्धिमत्तेचं अस्तित्व आहे आणि माझ्याशी संवाद साधण्याची तिची क्षमतादेखील आहे! आणि तिने तो संवाद अशा वेळी साधला, जेव्हा मी झोपलो होतो, माझ्या आयुष्यातील कामाबद्दल अगदी निराश होतो. हजारो लोकांना नैराश्यात किंवा संकटात असताना किंवा आयुष्यातील एखाद्या महत्त्वाच्या वळणावर उभे असताना, परामानसिक (paranormal) मार्गाने स्वप्नात काही माहिती किंवा सूचना मिळतात. अशा प्रकारची अनेक स्वप्नं बायबलमध्ये नोंदवलेली सापडतात. हे सगळं खरं असलं तरीदेखील माझ्या बाबतीत जे काही घडलं, ते मला एखाद्या चमत्कारापेक्षा कमी वाटलं नाही.

झोप किंवा निद्रा टेलेपथीसाठी पोषक अशी स्थिती निर्माण करते, असं फ्रॉइडने म्हटल्याचं वाचलेलं मला आठवत होतं. माझ्या स्वप्नाचा विचार केला तर, मी त्यापुढे जाऊन सांगेन की, निद्रा उच्च बुद्धिमत्तेकडून माहिती मिळविण्यासाठी पोषक वातावरण तयार करते. त्यापुढे जाऊन मी कल्पना केली, आपण निष्क्रियपणे बसून जसं आपल्याला येणाऱ्या एखाद्या फोनची वाट पाहत बसण्यापेक्षा आपण स्वतःच त्या

उच्च बुद्धिमत्तेशी संपर्क करण्यासाठी पाऊल उचलू शकतो का? मी स्वतः एक धार्मिक व्यक्ती आहे, त्यामुळे मी हा तर्क समोर ठेवला, जर आपण आपल्या प्रार्थनेच्या माध्यमातून भगवंतापर्यंत पोहोचू शकतो, तर उच्च बुद्धिमत्तेपर्यंत पोहोचण्यासाठी आपण नक्कीच एखादी पद्धती शोधून काढू शकतो. (प्रकरण १५ मध्ये आपण हे नंतर बघणारच आहोत. तिथे परमेश्वर आणि उच्च बुद्धिमत्ता यांच्याविषयी ऊहापोह करताना मी वेगवेगळ्या गोष्टींबाबत बोलणार आहे.)

खरंच, आपण उच्च बुद्धिमत्तेपर्यंत अनेक मार्गांनी पोहोचू शकतो, हे माझ्या प्रयोगांनी मला दाखवून दिलं. त्यापैकी एक म्हणजे- स्वप्न नियंत्रण (Dream Control)! ही अतिशय सोपी पद्धत आहे, जी सहजपणे शिकता येते.

स्वप्नं पुन्हा आठवण्यासाठी तेजस्वी प्रकाशाची मदत घेता येईल, या भरवशावर तुम्ही राहू शकत नाही. पण ती पुन्हा आठवण्यासाठी तुमच्या लेव्हलमध्ये असताना तुम्हाला स्वतःलाच सज्ज करण्याच्या पद्धतीवर मात्र तुम्ही भरवसा ठेवू शकता. झोपण्यापूर्वी ध्यान करताना मनाशी म्हणा, 'मला पडणारे स्वप्नं मला पुन्हा आठवायचे आहेत. मी स्वप्न आठवेन.' मग झोपण्यापूर्वी अंथरुणाशेजारी कागद-पेन्सिल ठेवून द्या. सकाळी किंवा रात्रभरात झोपेतून जेव्हा कधी जाग येईल, त्यावेळी स्वप्नात घडलेलं जे काही आठवत असेल, ते लिहून काढा. हा क्रम काही रात्री सुरू ठेवा. हळूहळू, तुमच्या आठवणी अधिकाधिक सुस्पष्ट आणि संपूर्ण होत जातील. या सुधारित कौशल्याबाबत तुमचं तुम्हालाच समाधान वाटू लागलं की मग दुसऱ्या पायरीकडे जाण्यासाठी तुम्ही सज्ज आहात.

झोपण्यापूर्वीच्या ध्यानाच्या वेळी, तुमच्या आयुष्यातील एखाद्या अशा प्रश्नाचा आढावा घ्या, जो माहिती किंवा सल्ला यामुळे सुटू शकेल. मुख्य म्हणजे तो प्रश्न खरोखरच सुटावा, असं तुम्हाला मनापासून वाटायला पाहिजे : वेडगळ प्रश्नांची उत्तरंदेखील वेड्यासारखीच मिळतात. आता पुढील शब्द तुमच्या मनात ठसवा : 'माझ्या मनात जो प्रश्न आहे, तो सोडविण्यासाठी आवश्यक ती माहिती मिळेल, असं स्वप्न मला पडू दे. मला तसं स्वप्न पडेल, ते मला आठवेल आणि मला ते समजेल.'

रात्री किंवा सकाळी, जेव्हा तुम्हाला जाग येईल, त्यावेळी अधिक स्पष्टपणे आठवलेल्या स्वप्नाचा पुन्हा आढावा घ्या, अन् त्याचा अर्थ शोधण्याचा प्रयत्न करा.

मी अगोदर उल्लेख केल्याप्रमाणे स्वप्नांचा अर्थ लावण्याची आपली पद्धत ही फ्रॉइडच्या पद्धतीपेक्षा वेगळी असलीच पाहिजे, कारण आपण हेतुपुरस्सर स्वप्न निर्माण करतो. त्यामुळे स्वप्नांचा अर्थ सांगणारी फ्रॉइडची पद्धत तुम्हाला परिचित असेल तर माइंड कंट्रोलसाठी ती बाजूला ठेवणं इष्ट!

या स्वप्नाचा अर्थ फ्रॉइड कशाप्रकारे लावेल, याची कल्पना करा : एका जंगलात एक माणूस रानटी लोकांच्या तावडीत सापडला आहे. ते लोक अगदी क्रूरपणे त्याच्या जवळ जवळ येत आहेत. त्यांच्या हातातले भाले उंचावलेले आहेत. हळूहळू ते भाले आता त्याच्या दिशेने खालती येत आहेत. प्रत्येक भाल्याच्या टोकापाशी एक छिद्र आहे. या माणसाला जाग आल्यानंतर या स्वप्नाचा अर्थ त्याने काय लावला असेल? शिलाई मशीन तयार करताना त्याला एक टप्प्यावर अडचण जाणवत होती. त्याचं उत्तर त्याला या स्वप्नातून मिळालं होतं. तो सुई उंच करून पुन्हा खाली आणत असे पण तरीही त्याला शिवता येत नव्हतं. या स्वप्नानंतर त्याला कळलं की छिद्र सुईच्या टोकाला हवं. या माणसाचं नाव – इलियस होवे! त्याने पहिलं शिवणाचं मशीन तयार केलं.

माइंड कंट्रोलचा एक ग्रॅज्युएट तर आपलं आयुष्य वाचविण्याचं श्रेय माइंड कंट्रोलला देतो. तो सात दिवसांच्या मोटरसायकलच्या सफरीवर जाणार होता. त्यापूर्वीच्या रात्री, या सफरीदरम्यान कोणताही विशेष धोका येणार असेल तर ते कळण्यासाठी त्याने स्वप्न 'प्रोग्राम' केलं. त्याच्या गेल्या काही मोठ्या प्रवासात त्याला अनेक छोट्या छोट्या अडचणींना सामोरं जावं लागलं होतं. कधी टायर पंक्चर झाला, कधी पेट्रोलच्या पाईपमध्ये कचरा आला, तर या मागच्याच प्रवासात अनपेक्षितपणे बर्फवृष्टी झाली होती.

त्याला स्वप्नात दिसलं, की तो एका मित्राच्या घरी होता. जेवणाच्या वेळी त्याला एकट्यालाच कच्च्या घेवड्याच्या शेंगांचा ढीग त्याच्या ताटात वाढलेला त्याला दिसला. इतर सर्व जण मात्र चविष्ट जेवण जेवत होते. त्याला कळेना, आता याचा काय अर्थ घ्यायचा? प्रवासात हा घेवडा खायचा नाही, असं तर सुचवायचं नसेल? पण त्यात धोका काहीच नव्हता. कारण तसंही त्याला घेवडा आवडत नव्हताच आणि कच्चा तर मुळीच नाही. मग दुसरा अर्थ काय असेल? त्या मित्राच्या घरी आता त्याचं फारसं स्वागत होणार नाही, असं तर नसेल? पण तेही नसावं कारण त्याला या मैत्रीबद्दल पूर्ण खात्री होती. शिवाय या गोष्टीचा त्याच्या मोटरसायकल प्रवासाशी काहीच संबंध नव्हता.

दोनच दिवसांनंतरची गोष्ट! भल्या पहाटे तो न्यूयॉर्क हायवे वर भरधाव निघाला होता. प्रसन्न सकाळ होती. पहाटेच्या वेळेला हायवे वर गाडी चालविण्यासारखं सुख नव्हतं कारण वाहनांची काहीच वर्दळ नव्हती. फक्त एक लहानसा ट्रक त्याच्यासमोर निघाला होता.

तो त्या ट्रकजवळ गेल्यावर त्याच्या लक्षात आलं, की त्यात घेवड्याची पोती ठासून भरलेली आहेत. त्याला एकदम त्याचं स्वप्न आठवलं आणि त्याने आपल्या मोटरसायकलचा वेग कमी करत 65 वरून 25 वर आणला. त्यानंतरच्या वळणावर

तर अवघ्या 15 च्या वेगाने (15 मैल प्रति तास) तो वळला आणि त्याचवेळी त्याच्या गाडीचं मागचं चाक थोडं घसरलं. त्या ठिकाणी त्या ट्रकमधल्या घेवड्याच्या शेंगा पोत्यांतून खाली पडल्या होत्या. त्यांच्यावरच त्याच्या गाडीचं मागचं चाक घसरलं, त्यामुळे तो पडला नाही आणि काही नुकसान किंवा इजा सुद्धा झाली नाही. मात्र तो जर वेगात असता तर भयंकर काहीतरी घडलं असतं आणि हे त्याच्या जीवावरही बेतलं असतं.

तुम्हाला जी स्वप्न पडावीत, असं तुम्ही ठरवता, त्यांचा अर्थ तुम्हालाच लावता येतो. स्वप्न समजून घेण्यासाठी स्वतःला योग्य रीत्या सज्ज केल्यानंतर (self-programming) त्या स्वप्नाचा अर्थ सांगणारा एखादा 'संकेत' किंवा 'अंतःप्रेरणा' तुम्हाला मिळते. सामान्यतः हा संकेत किंवा अंतःप्रेरणा आपल्या अंतर्मनाचा आपल्याशी संवाद साधण्याचा मार्ग असतो. अधिकाधिक सरावानंतर असे संकेत समजून घेण्याबद्दलचा तुमचा आत्मविश्वास वाढत जाईल. स्वतःला स्वप्नासाठी सज्ज करताना (self-programming) जे शब्द वापरण्यास मी सुचवलं आहे, तेच शब्द आम्ही माइंड कंट्रोलच्या वर्गांमध्ये वापरतो. इतर शब्द वापरण्यास हरकत नाही. पण जर कधी तुम्ही भविष्यात माइंड कंट्रोलचं प्रशिक्षण घेतलंत तर तुमची आधीच तयारी झालेली असेल आणि या कोर्समध्ये अल्फामध्ये असताना अधिक समृद्ध अनुभव तुम्हाला घेता येईल.

स्वप्न नियंत्रणाबाबत तुम्ही संयम बाळगलात आणि त्याचा सराव केलात, तर तुमचा एक अमूल्य असा मानसिक स्रोत तुम्हाला खुला करता येईल. लॉटरी जिंकावी, असा हेतू तुम्ही मनात बाळगणार नाही, अशी आशा आहे, कारण लॉटरीचं स्वरूपच असं असतं, की फार कमी लोक त्यात जिंकतात. पण आपल्या आयुष्याचं मात्र तसं नसतं. लॉटरी जिंकल्यानंतर जे काही मिळेल, त्यापेक्षा कितीतरी पट अधिक गोष्टी आयुष्यात तुम्ही सगळे जिंकू शकता.

प्रकरण ८

तुमच्या शब्दांमध्ये सामर्थ्य आहे

प्रस्तावनेत म्हटलं होतं, की या पुस्तकात दिलेला कोणताही प्रयोग पहिल्याच वाचनाच्या वेळी करू नका. पण हा पुढे दिलेला प्रयोग मात्र त्याला अपवाद आहे. तो आत्ताच करून बघा. तो करण्यासाठी तुमची सर्व कल्पनाशक्ती एकत्र आणा.

तो कसा करायचा ते पाहू.

अशी कल्पना करा, तुम्ही तुमच्या स्वयंपाकघरात उभे आहात. नुकतंच फ्रिझमधून बाहेर काढलेलं लिंबू तुमच्या हातात आहे. तुमच्या हाताला त्याचा गारवा जाणवत आहे. लिंबू बाहेरून कसं दिसतंय याचं निरीक्षण करा. त्याची साल पिवळी आहे. पिवळ्याधमक गुळगुळीत लिंबाच्या दोन्ही टोकांकडे लहानसे हिरवट ठिपके आहेत. आता जरासं दाबून बघा, त्याचा कडकपणा आणि त्याचं वजन या दोन्ही गोष्टी तुम्हाला जाणवतील. आता ते वर घेऊन नाकापर्यंत आणा आणि त्याचा वास घ्या. लिंबाच्या मस्त सुवासासारखं काहीच नाही, नाही का? आता हे लिंबू अर्धे कापा आणि पुन्हा त्याचा वास घ्या, त्याचा तो खास वास अधिकच प्रकर्षाने तुम्हाला जाणवेल. आता त्याची फोड तोंडात धरून दातांखाली खोलवर चावा आणि त्याचा रस तुमच्या तोंडात पसरू द्या. आ..हा! लिंबाच्या रसासारखं दुसरं काही नाही, असंच तुम्हाला वाटेल.

जर तुम्ही तुमची सर्व इच्छाशक्ती पणाला लावली असेल तर, या क्षणी तुमच्या तोंडाला पाणी सुटलं असेल.

आता याच्यामागील ध्वन्यर्थाचा विचार करू.

शब्द! निव्वळ शब्दांमुळे तुमच्या लाळग्रंथींवर परिणाम झाला. ते शब्द

तर वास्तवात प्रतिबिंबितदेखील झाले नव्हते, ते तुम्ही निव्वळ कल्पिलेले होते. लिंबाविषयी ते शब्द वाचत असताना तुम्ही ते लिंबू तुमच्याजवळ आहे असं मेंदूला सांगत होतात. प्रत्यक्षात तुम्हाला तसं म्हणायचं नव्हतं. पण तुमच्या मेंदूने मात्र तुमचं सांगणं अत्यंत गांभीर्याने घेतलं आणि तसं तुमच्या लाळग्रंथींना त्याने सांगितलं. ही व्यक्ती लिंबाची फोड चोखत आहे.....चला, लवकर त्या स्वादाचा आस्वाद घेण्यासाठी सज्ज व्हा. आणि मेंदूचं म्हणणं लाळग्रंथींनी मानलं.

आपण जे शब्द वापरतो, त्यांतून त्यांचा अर्थ प्रतीत होतो, असं अनेकांना वाटतं. म्हणूनच ते वापरत असलेले शब्द बरे-वाईट, सत्य-असत्य, सामर्थ्यवान-दुर्बल असे असतात, असं त्यांचं म्हणणं असतं. तेही खरंय, पण अर्धसत्य आहे असं म्हणावं लागेल. शब्द केवळ वास्तव प्रतिबिंबित करत नाहीत, तर ते वास्तव निर्माण करतात, जसं, या उदाहरणात तोंडाला खरंच पाणी सुटलं. मेंदू केवळ आपले हेतू किंवा उद्देश यांचा सूक्ष्मपणे अर्थ सांगत नाही, तर तो माहिती घेतो, ती साठवतो, आणि महत्त्वाचं म्हणजे तो आपल्या शरीराचा सर्वेसर्वा असतो... जणू नियंत्रकच! त्याला काहीही सांगा, जसं, 'आता मी एक लिंबू खाणार आहे...' बस्स, त्याचं काम तो लगेच सुरू करतो.

माइंड कंट्रोलमध्ये आम्ही ज्याला 'मेंटल हाउस क्लिनिंग' म्हणजेच मनरूपी घरची स्वच्छता असं म्हणतो, त्याची वेळ आली आहे. यासाठी कोणताही सराव नाही, तर आपण आपल्या मेंदूला उद्दीपित करण्यासाठी जे शब्द वापरणार आहोत ते अतिशय काळजीपूर्वक वापरण्याचा दृढनिश्चय हवा.

आपण केलेला लिंबाचा प्रयोग हा उदासीन होता. त्यातून थेट काहीच बरं वा वाईट घडलं नाही, पण आपण जे शब्द वापरतो, त्यामुळे मात्र नक्कीच बरं किंवा वाईट घडू शकतं.

अनेक लहान मुलं जेवताना एक लहानसा खेळ खेळतात. खात असलेल्या अन्नाच्या पदार्थांना ते शक्य तेवढ्या किळसवाण्या उपमा देतात. उदाहरण द्यायचं झालं, तर मला जी वाईट उपमा आठवतीय, ती म्हणजे, 'लोणी किंवा बटर चिरडलेल्या किड्यांसारखं दिसतंय.' या खेळाचा उद्देशच असा असतो की, समोरच्याला अशा उपमा सांगून अगदी उलटी आल्यासारखं वाटलं पाहिजे. पण तसं स्वतःबाबत मात्र होऊन द्यायचं नाही. माझ्यावर या उपमांचा काहीच परिणाम झाला नाही असा अभिनय सगळेच करतात. मात्र, बऱ्याच वेळा कोणाची तरी भूक या खेळात नक्कीच मंदावते.

मोठं झाल्यानंतर, आपण सारे हाच खेळ खेळत असतो. आपण आपली भूक

नकारात्मक शब्दांनी मंदावून टाकतो. पुनरावृत्ती केलेले नकारात्मक शब्द शक्ती निर्माण करतात आणि आपली भूक मरून जाते.

'कसे आहात?' या प्रश्नावर बऱ्याच जणांची उत्तरे काय असतात?

'चाललंय बघा, ढकलत ढकलत, काय करणार?' किंवा 'कोणाला दोष द्यायचा, आपलंच नशीब.' किंवा 'काय... चाललंय आपलं कसं तरी.. फार वाईट नाही.. इतकंच!'

आता मला सांगा, या अशा इतक्या निरुत्साही उत्तरांवर किंवा दृष्टिकोनांवर मेंदू काय प्रतिसाद देणार? यांचा अर्थ काय लावणार?

'कंबर मोडेस्तोपर्यंत काम करावं लागतं', 'रक्त आटेस्तोपर्यंत मी ओरडून सांगते', 'ही व्यक्ती म्हणजे एक डोकेदुखीच आहे', किंवा 'या वातावरणामध्ये आजारी वाटतं'. अशा शब्दांचा काय परिणाम होणार? अनेक डॉक्टरांना त्यांच्या उत्पन्नापैकी बहुतांश उत्पन्न हे आपण वापरत असणाऱ्या शब्दांमुळे मिळतं, अशी माझी आता नक्कीच खात्री पटलीय. पुन्हा लक्षात घ्या, आपला मेंदू केवळ आपले हेतू किंवा उद्देश यांचा सूक्ष्मपणे अर्थ लावत नाही. तो म्हणतो, 'अरे, ही व्यक्ती तर डोकेदुखी मागतीय. ठीक आहे. मग ही घ्या एक डोकेदुखी!'

अर्थात, एक गोष्ट नक्की! दरवेळी आपण वेदना किंवा आजारांना शब्दांद्वारे आमंत्रण दिलं किंवा ते मिळण्याबाबत काही बोललो, की ते तर लगेच येतात असं नाही. आपल्या शरीराची नैसर्गिक स्थिती म्हणजे उत्तम आरोग्य! त्यामुळे शरीराच्या साऱ्या प्रक्रिया प्रामुख्याने आरोग्य नीटनेटकं राहील अशा उद्देशानेच सुरू असतात. पण, आपण सतत जर शरीराची प्रतिकारशक्ती नकारात्मक विचार करून खच्ची करू लागलो तर मात्र आपण मागू तो आजार शरीर आपल्याला बहाल करेल.

आपण जे शब्द वापरतो, त्यांना दोन गोष्टी सामर्थ्य देतात : आपली मनाची स्थिती किंवा स्तर आणि आपण जे बोलत आहोत, त्यातील आपली भावनिक गुंतवणूक.

'देवा.. किती दुखतंय!' असं अगदी मनापासून म्हटलं की वेदना होणारच. 'इतक्या त्रासात माझ्याकडून काहीच काम होणार नाही' असं जर तुम्ही पूर्ण ठासून म्हणालात तर ते वास्तवात बदलतं आणि तुमच्याकडून खरोखरंच काहीच काम होत नाही. अशा प्रकारे त्या भावनांना पुष्टी मिळते.

माइंड कंट्रोल आपल्या स्वतःमधल्या वाईट सवयींच्या विरुद्ध परिणामकारक प्रतिकार करायला शिकवतो. अल्फा आणि थिटा लेव्हलमध्ये आपल्या शब्दांचं

सामर्थ्य प्रचंड प्रमाणात वाढलेलं असतं. या आधीच्या प्रकरणांमधून आपण पाहिलं होतं की साध्या सोप्या शब्दांच्या साहाय्याने तुम्ही स्वतःची स्वप्नं अगोदरच कशी तयार करू शकता आणि शब्दांच्याच मदतीने तीन बोटांच्या तंत्राची निर्मिती कशी करू शकता.

आजच्या या 'सॉफिस्टिकेटेड' जमान्यात अनेकजण एमिल कोउएना हसतात, पण मी त्यांना कधीच हसलो नाही. एमिल कोउए त्याच्या एका वाक्यासाठी सध्या प्रसिद्ध आहे. अनेक लोकांना हे वाक्य विनोदासारखं वाटतं. ते वाक्य आहे : 'दिवसेंदिवस, प्रत्येक मार्गाने मी अधिकाधिक चांगला होत आहे.' या वाक्याने अनेक लोकांना गंभीर अन् जीवघेण्या आजारांतून बाहेर आणलंय. हा तर नक्कीच विनोद नाही. मला या सगळ्या लोकांबद्दल आदर वाटतो आणि डॉ. कोउए यांच्याबद्दल तर मला अत्यंत कौतुक व कृतज्ञता वाटते. मी त्यांच्या Self-Mastery Through autosuggestion (New York : Samuel Weiser, 1974) या पुस्तकातून खूप काही शिकलो आहे.

डॉ. कोऊए यांचा जन्म फ्रान्समधील ट्रोये इथला! त्याच शहरात ते जवळपास तीस वर्षं केमिस्ट म्हणून कार्यरत होते. हिप्नोसिस म्हणजेच संमोहनशास्त्राचा अभ्यास केल्यानंतर आणि त्यात अनेक प्रयोग केल्यानंतर त्यांनी स्वयंसूचनेवर आधारित स्वतःची एक मानसोपचार पद्धती विकसित केली. १९१० साली त्यांनी नैन्सी येथे स्वतःचं मोफत उपचार करणारं क्लिनिक सुरू केलं. तिथे त्यांनी अक्षरशः हजारो रुग्णांवर यशस्वीपणे उपचार केले. त्यांत ह्युमॅटीझमचे (rheumatism) रुग्ण होते, तीव्र डोकेदुखी असणारे रुग्ण होते, दमा, अर्धांगाचा झटका आलेले, तोतरेपणा, क्षय व्याधी, ट्युमर्स, अल्सर्स असे अनेक प्रकारच्या व्याधी असणारे रुग्ण होते. पण ते नेहमी एकच गोष्ट सांगत, की त्यांनी कुणालाही बरं केलं नाही, तर त्यांनी रुग्णांना स्वतःलाच बरं करायला शिकवलं. अनेक जण बरे झाले यात शंकाच नाही, त्यांची नोंददेखील ठेवलेली आहे. पण १९२६ साली कोऊएना देवाज्ञा झाली आणि त्यांच्या मृत्यूबरोबर कोऊए उपचार पद्धतीदेखील लुप्त झाली. ही पद्धती फार गुंतागुंतीची असती तर फार कमी संख्येने स्पेशालिस्टनी ती शिकून घेतली असती आणि ती आज टिकून राहिली असती. वास्तविक ही अतिशय साधी सरळ पद्धती आहे. अगदी कोणीही व्यक्ती ती शिकू शकते. त्याचा केंद्रबिंदू माइंड कंट्रोलच आहे.

त्यात पुढील दोन मुख्य तत्त्वे आहेत.

१. आपण एका वेळी एकाच गोष्टीचा विचार करू शकतो, आणि

२. आपण जेव्हा एका विचारावर लक्ष केंद्रित करतो, तेव्हा तो विचार सत्यात उतरतो आणि याचं कारण म्हणजे आपलं शरीर तो विचार कृतीत परावर्तित करतं.

त्यामुळे नकारात्मक विचारांमुळे (जाणते वा अजाणतेपणी) तुमच्या शरीराची बरे होण्याची प्रक्रिया खंडित झाली असेल किंवा अडकली असेल, आणि जर ती तुम्हाला परत जोमाने सुरू करण्याची इच्छा असेल, तर हे वाक्य सलग वीस वेळा पुन्हा पुन्हा म्हणा – 'दिवसेंदिवस, प्रत्येक मार्गाने मी अधिकाधिक चांगला होत आहे.' हे दिवसातून दोन वेळा करा. हीच ती कोऊए उपचारपद्धती आहे.

ध्यानाच्या स्थितीमध्ये शब्दांचे सामर्थ्य खूप वाढते, हे माझ्या स्वतःच्या संशोधनानेही सिद्ध केलंय. त्यामुळेच या पद्धतीत मी काही गोष्टींची भर टाकली आहे. अल्फा आणि थिटा लेव्हलमध्ये आपण म्हणतो की, 'दिवसेंदिवस प्रत्येक मार्गाने मी जास्तीत जास्त चांगला... चांगला... अन् चांगलाच बनत आहे.' आपण हे ध्यानाच्या दरम्यान फक्त एकदाच म्हणतो. आपण असंही म्हणतो – 'मनाच्या कोणत्याही लेव्हलमध्ये नकारात्मक विचार, नकारात्मक सूचना यांचा माझ्यावर काहीही परिणाम होत नाही.' अर्थात हे वाक्यदेखील डॉ. कोऊए यांच्याच प्रेरणेने आले आहे.

केवळ या दोन वाक्यांच्या उच्चारणामुळे सुद्धा ठोस परिणाम झालेले दिसून आले आहेत. त्यात एका सैनिकाच्या अनुभवाचा विशेषत्वाने उल्लेख करावासा वाटतो. माइंड कंट्रोलच्या प्रशिक्षण वर्गाचा जेमतेम एक दिवस त्याने पूर्ण केला होता आणि अचानक त्याला इंडो-चायना बॉर्डरवर पाठविण्यात आलं. त्याला ध्यानधारणा कशी करायची, हे लक्षात राहिलं आणि ही दोन वाक्यंदेखील लक्षात राहिली.

एका अत्यंत संतापी आणि मद्यपी सार्जंटच्या तुकडीमध्ये त्याची नेमणूक करण्यात आली होती. लवकरच त्याने या सैनिकाचा छळ आरंभला. थोड्याच दिवसात तो रात्रीबेरात्री झोपेतून जागा होऊ लागला. प्रचंड खोकल्याची उबळ येऊन त्याची झोपमोड होऊ लागली. त्याचबरोबर त्याला दम्याचे झटकेपण येऊ लागले. वास्तविक, त्यापूर्वी त्याला कधीही दम्याचा त्रास झाला नव्हता. त्याची अगदी सखोल अशी वैद्यकीय तपासणी करण्यात आली, पण त्या चाचणीनुसार तो पूर्णतः तंदुरुस्त आहे, असंच सिद्ध झालं. दरम्यान, तो अधिकाधिक थकत चालला होता. कामावरची त्याची कामगिरी अत्यंत खराब होत चालली होती. परिणामतः, त्याच्या त्या वरिष्ठाची त्याच्यावरची करडी नजर अधिकच कडक होत चालली होती.

विपरीत परिस्थितीमुळे त्याच्या युनिटमधले बाकी सारे ड्रग्जकडे वळत होते, पण ह्याने मात्र माइंड कंट्रोल आणि या दोन वाक्यांचा आधार घेतला. सुदैवाने, दिवसातून तीन वेळा ध्यानधारणा करणं त्याला शक्य होत होतं. तो सांगतो, अवघ्या तीनच दिवसांत त्या सार्जंटच्या लहरी आणि संताप यांना प्रतिकार करण्यास मी समर्थ झालो. म्हणजे त्याने मला जे जे काही करायला सांगितलं, त्या सर्व गोष्टी मी केल्या,

पण तो जे काही बोलत असे, त्यातली नकारात्मकता माझ्यापर्यंत पोहोचतच नसे. आठवड्याभरात, माझा खोकला थांबला...दमादेखील पळाला.

ही गोष्ट माइंड कंट्रोलच्या ग्रॅज्युएट व्यक्तीने मला सांगितली असती, तर मला आनंद झाला असता कारण मला सक्सेस स्टोरीज म्हणजेच यशोगाथा आवडतात. मात्र मला मोठं आश्चर्य वाटलं नसतं. स्वतःला बरं करण्याची आमच्याकडे इतरही अनेक तंत्रं आहेत. पुढील काही प्रकरणांत ती मी तुम्हाला शिकवेनच. पण या सैनिकाचा अनुभव मला अधिक उल्लेखनीय अशासाठी वाटतो कारण त्याला ही कोणतीही तंत्रं ठाऊकच नव्हती. पहिल्याच दिवशी जी दोन वाक्ये तो शिकला होता, त्यांच्या आधाराने त्याने स्वतःच्या समस्यांवर मात केली.

माइंड कंट्रोलमध्ये मनाच्या ज्या लेव्हल्स किंवा स्थिती आपण वापरतो, त्यापेक्षा कितीतरी अधिक खोलवरच्या लेव्हल्समध्येही शब्द अतुलनीय सामर्थ्यवान असतात. श्रीमती जेन माब्रे या ओक्लाहोमा येथील परिचारिका–भूलतज्ज्ञ (आणि माइंड कंट्रोलच्या व्याख्यात्या) आपल्या रुग्णांना सहकार्य करण्यासाठी या तंत्राचा उपयोग करतात. भूल दिल्यानंतर तिच्या अमलामध्ये रुग्ण गेला, की त्या त्याच्या कानात त्यांची प्रकृती झपाट्याने सुधारेल, अशा काही सूचना हलकेच सांगतात. काही रुग्णांच्या बाबतीत तर त्याचे प्राण वाचतील, अशा या सूचना असतात.

एका शस्त्रक्रियेच्यावेळी, रुग्णाला प्रचंड रक्तस्राव होण्याचा धोका आहे, अशी भीती शल्यविशारदाना वाटत होती. पण प्रत्यक्षात अगदी किरकोळ रक्तस्राव झालेला बघून ते अचंबित झाले. त्याला कारण अर्थातच श्रीमती माब्रे! शस्त्रक्रियेच्या अगदी काही क्षण आधी रुग्णाच्या कानात त्या कुजबुजल्या, तुझ्या शरीराला सांग, खूप रक्तस्राव होऊ देऊ नको. आणि नंतरही शस्त्रक्रियेदरम्यान दर दहा मिनिटांनी त्या त्याच्या कानात हीच सूचना देत होत्या.

तर दुसऱ्या एका शस्त्रक्रियेच्या वेळी त्या रुग्णाच्या कानात कुजबुजल्या, तुला जेव्हा जाग येईल, तेव्हा तुला एक गोष्ट जाणवेल. ती म्हणजे, तुझ्या आयुष्यातील साऱ्यांचं तुझ्यावर खूप खूप प्रेम आहे. आणि तू स्वतःदेखील स्वतःवर नितांत प्रेम करू लागशील. ही जी रुग्ण होती, ती तिच्या शल्यविशारदासाठी मोठीच डोकेदुखी ठरत होती कारण ती संत्रस्त आणि तक्रारखोर बाई होती. तिच्या दृष्टीने तिचा आजार, वेदना सर्वांत मोठी होती. तिच्या या अशा दृष्टिकोनामुळे तिची प्रगती अत्यंत कूर्म गतीने सुरू होती. जेव्हा तिची भूल उतरली आणि ती जागी झाली, त्यावेळी तिच्या चेहऱ्यावर वेगळेच आविर्भाव होते. त्यानंतर तीनच महिन्यांनंतर त्या शल्यविशारदांनी श्रीमती माब्रे यांना सांगितलं, की एके काळी या बाईचं सारं आयुष्य केवळ आणि

केवळ काळजीने व्यापून टाकलं होतं, पण आता मात्र तिच्यात आमूलाग्र बदल घडून आला आहे. आता ती अधिक निवांत आणि आशावादी बनली आहे. शस्त्रक्रियेनंतर तिची प्रकृती झपाट्याने सुधारली आहे.

माइंड कंट्रोलमध्ये आम्ही ज्या गोष्टी शिकवतो, त्यापैकी तीन गोष्टी श्रीमती माब्रे यांच्या या कामगिरीमुळे सिद्ध होतात.

पहिली गोष्ट म्हणजे मनाच्या सखोल स्थितीमध्ये शब्दांचं सामर्थ्य विशेष असतं. दुसरी बाब म्हणजे, आपल्याला वाटतं त्यापेक्षा कितीतरी अधिक प्रमाणावर आपल्या मनाची आपल्या शरीरावर कणखर पकड आणि नियंत्रण असतं. आणि तिसरी गोष्ट म्हणजे, जसं मी पाचव्या प्रकरणात सांगितलं, आपण नेहमी जागृत असतो.

तुमच्यापैकी किती पालक आपल्या मुलाच्या खोलीत अचानक डोकावतात, त्यांना झोपलेले बघूनही त्यांची चादर, पांघरूण नीटनेटकं करतात. पण क्षणभर थांबून तुम्ही त्यांच्या कानात प्रेमाचे चार सकारात्मक शब्द कुजबुजलात तर मुलांना पुढचा सगळा दिवस अतिशय सुरक्षित आणि शांत वाटतं, हे तुम्हाला माहीत आहे?

तर अशा प्रकारे माइंड कंट्रोलच्या अनेक ग्रॅज्युएट व्यक्तींनी त्यांच्या आरोग्यात सुधारणा झाल्याचं नमूद केलं आहे. अनेक लोक तर अभ्यासक्रम पूर्ण करण्याच्या आधीच फरक पडला असल्याचं सांगतात. त्यामुळे एकदा तर माझ्यासाठी अगदी अडचणीची परिस्थिती निर्माण झाल्याचं मला जाणवलं. कारण काही रुग्ण तर आपल्या डॉक्टर्सना आम्ही त्यांना बरं केलंय असंही सांगतात. असं रुग्णांकडून ऐकल्यानंतर काही डॉक्टर्सनी माझ्यावर कायदेशीररीत्या कारवाई करण्यासाठी डिस्ट्रिक्ट ॲटर्नीकडे तक्रारदेखील नोंदवली आहे. डिस्ट्रिक्ट ॲटर्नीने यासंदर्भात चौकशी केली. त्यानंतर डॉक्टरना जी भीती होती, त्याप्रमाणे आम्ही कोणतीही औषधं देत नसल्याचं सिद्ध झालं.

सुदैवाने, माइंड कंट्रोलद्वारे आरोग्याला फायदा पोहोचवणे हे कायदेशीररीत्या अवैध नाही,

अन्यथा माइंड कंट्रोल ही संस्थाच आज अस्तित्वातच आली नसती.

प्रकरण ९

सामर्थ्य कल्पनेचे

आपल्या ध्येयापर्यंत पोहोचण्यासाठी इच्छाशक्तीला आवश्यकता असते ती शत्रूची - ज्याच्यावर ती मात करू शकेल! ती नेहमीच कणखर आणि कठोर बनण्याचा प्रयत्न करते परंतु परिस्थिती जेव्हा अधिक खडतर होते, तेव्हा ती कमकुवत पडते. वाईट सवयींवर काम करण्यासाठी यापेक्षा आणखी एक सोपा मार्ग आहे, तो म्हणजे - कल्पनाशक्ती! कल्पनाशक्ती नेहमी थेट ध्येयापर्यंत जाते आणि तिला जे साध्य करायचं आहे ते मिळवते.

केवळ म्हणूनच या आधीच्या प्रकरणांमध्ये मनाच्या सखोल अवस्थांमध्ये - आयुष्याप्रति सत्य असणारे म्हणजेच थोडक्यात वास्तव असे व्हिज्युअलायझेशन म्हणजेच कल्पना करणे - या गोष्टीवर मी खूप भर दिला होता. जर तुम्ही विश्वास, कळकळीची इच्छा, आणि अपेक्षितता या गोष्टींच्या साहाय्याने कल्पनाशक्तीची भरारी घेतलीत आणि कल्पनाशक्तीला थेट अंतिम ध्येय बघण्यासाठी प्रशिक्षित केलं, जेणेकरून तुम्ही ती ध्येयपूर्ती कल्पनेमध्ये पाहू, अनुभवू, ऐकू शकत असाल, त्यांचा स्पर्श तुम्हाला जाणवत असेल, त्यांचा स्वाद तुम्हाला घेता येत असेल तर तुम्हाला जे हवं ते तुम्हाला निश्‍चित मिळेलयात शंकाच नाही.

एमिल काऊए तर म्हणतात की, जेव्हा कधी इच्छा आणि कल्पना यांचा संघर्ष होतो, त्यावेळी जिंकते ती कल्पनाच!

एखादी वाईट सवय सोडून देण्याची तुमची इच्छा आहे, असा विचार जर तुम्ही करत असाल, तर तुम्ही स्वतःलाच फसवत असण्याची शक्यता आहे. कारण, जर ती वाईट सवय तुम्हाला खरोखरंच सोडून द्यायची इच्छा असेल, तर ती सवय आपोआपच कमी कमी होत जायला हवी. निव्वळ ती सवय सोडून देण्याची इच्छा

ठेवण्यापेक्षा, ती सवय सोडल्यावर तुम्हाला जे फायदे होतील ते मिळवण्याची इच्छा तुम्ही तीव्र केली पाहिजे. एकदा ती सवय सुटल्यावर होणारे फायदे प्राप्त करण्याची तुमची इच्छा पुरेशा प्रमाणात तीव्र झाली की तुम्ही त्या नको असणाऱ्या सवयीपासून सहजच मुक्त व्हाल.

त्या सवयीचा सातत्याने विचार करत राहणे आणि ती सोडून देण्याचा सतत निग्रह करत राहणे, यामुळे उलट त्या सवयीत तुम्ही अधिकच गुरफटत जाण्याची शक्यता असते. हे अगदी झोप आणण्याचा निग्रह करण्यासारखंच आहे. तुमचा तो निग्रहच तुम्हाला जागं ठेवतो.

आता ही गोष्ट तुम्हाला कशी शक्य होईल, याचा विचार करूयात. उदाहरणादाखल मी दोन सवयी घेणार आहे. कारण माइंड कंट्रोलच्या बहुतांश ग्रॅज्युएट्सनी यशस्वीपणे या दोन सवयींवर मात केली आहे. अन्नाचे अतिसेवन म्हणजेच प्रचंड खाणे आणि धूम्रपान!

तुम्हाला तुमचं वजन जर कमी करायचं असेल तर त्याची सर्वांत पहिली पायरी म्हणजे या समस्येच्या बाह्य कारणांचा अभ्यास करायला हवा.

कशामुळे तुमचं वजन जास्त आहे? अधिक खाण्याने की व्यायाम न केल्याने? की या दोन्हीही कारणांमुळे? कदाचित तुम्ही अवास्तव प्रमाणात खात नसालही... पण जे खाताहात, ते पदार्थ चुकीचे असू शकतात. तुमच्या विशिष्ट गरजांनुसार आवश्यक ते पथ्याचे (डाएटचे) पदार्थ खाणं, हा त्यावरचा पर्याय असू शकतो. याबाबत तुमचा डॉक्टर तुम्हाला योग्य तो सल्ला देऊ शकेल.

आता पुढचा प्रश्न, तुम्हाला वजन कमी का करायचं आहे? तुमच्या वजनामुळे तुमच्या आरोग्यावर परिणाम होतोय का? की आपण बारीक, सडपातळ झालो तर अधिक आकर्षक दिसू असं तुम्हाला वाटतंय? वजन कमी करण्यासाठी ही दोन्हीही कारणं अगदी योग्यच आहेत, पण वजन कमी करायला सुरुवात करण्यापूर्वी त्याचा आपल्याला काय फायदा होणार आहे हे तुम्हाला पूर्णतः माहीत असायला हवं.

जर योग्य तो आहार माफक प्रमाणात तुम्ही घेत असाल, त्याला तुमच्यासाठी जेवढा व्यायाम योग्य आहे, त्याची जोड असेल आणि तुमचं वजन थोडंसंच जास्त असेल तर तुम्ही ते स्वीकारावं असं मी म्हणेन, मी सुद्धा तेच केलं आहे. जोपर्यंत अगदी तुमचे डॉक्टर तुम्हाला वजन कमी करायला सांगत नाहीत, तोपर्यंत याची गरज नाही. कारण माइंड कंट्रोलचा उपयोग करून तुम्ही अधिक महत्त्वाच्या समस्या सोडवू शकता किंवा अधिक मोठ्या संधींवर काम करू शकता.

स्वतःचं वजन कमी करायचंच आहे आणि ते का कमी करायचंय, याबाबत एकदा का तुमची इच्छा पक्की झाली की मग, त्याचे फायदे काय असतील, त्याबाबत विश्लेषण करणे ही तुमची पुढची पायरी असेल. आणि हे फक्त ढोबळ फायदे नकोत, म्हणजे, 'बारीक झाले की मी आणखी छान दिसेन..' असे फायदे नसावेत. तर ते ठोस आणि तपशीलवार असावेत, शक्य असेल तर पाचही इंद्रियांचा विचार त्यात असावा. उदाहरणार्थ :

दृष्टी : तुमचा तो जुना फोटो शोधून काढा ज्यात तुम्ही जितके बारीक आहात जेवढं बारीक तुम्हाला आता व्हायचं आहे.

स्पर्श : जेव्हा तुम्ही पुन्हा बारीक व्हाल, तेव्हा तुमचे हात, मांड्या, पोट यांचा स्पर्श कसा मुलायम असेल, याची कल्पना करा.

चव : तुमच्या नवीन पथ्यामध्ये (डाएटमध्ये) ज्या पदार्थांचा भर असणार आहे, त्यांच्या स्वादाची कल्पना करा.

गंध : जे पदार्थ तुम्ही खाणार आहात, त्यांच्या गंधाची कल्पना करा.

श्रवण : तुमचे वजन कमी झाल्यानंतर तुमच्या आयुष्यातील महत्त्वाच्या व्यक्ती तुमच्या या यशाबद्दल काय म्हणतील, याची कल्पना करा.

सखोल अशा व्हिज्युअलायझेशनसाठी केवळ ही पंचेंद्रियं पुरेशी नाहीत, त्यासाठी भावनादेखील तेवढ्याच महत्त्वाच्या आहेत.

कल्पना करा, तुम्हाला जितकं बारीक व्हायचं आहे, तितकं बारीक झाल्यानंतर तुम्हाला किती आनंद होईल आणि केवढा आत्मविश्वास वाटेल!

या साऱ्या गोष्टी मनोमन पक्क्या झाल्या, की तुमच्या लेव्हलमध्ये जा. तुमच्या मनाचा पडदा समोर आणा आणि आत्ता तुम्ही जसे आहात, तशी प्रतिमा त्या पडद्यावर पाहा. आता ती प्रतिमा पडद्यावरून जाऊ द्या आणि डाव्या बाजूने (भविष्य) नवी प्रतिमा सरकत पडद्यावर येऊ द्या. (कदाचित तुमचा एखादा जुना फोटो) तुम्ही तुमचं पथ्य (डाएट) यशस्वी झाल्यानंतर जसे दिसायला हवे आहात, अशी ती प्रतिमा असू द्या.

जेव्हा तुम्ही तुमचं नवं रूप न्याहाळता, तुम्हाला हवे तेवढे बारीक झाल्यानंतर कसं वाटेल, हे मनात आणून शक्य तितक्या तपशिलाने ते न्याहाळण्याचा प्रयत्न करा. बुटांची लेस बांधण्यासाठी तुम्ही खाली वाकलात तर कसं वाटेल? पायऱ्या चढून वर जात असताना कसं वाटेल? आत्ता जे कपडे तुम्हाला खूप लहान होत आहेत, ते तुम्हाला छान बसले तर कसं वाटेल? बेदिंग सूट घालून समुद्र किनाऱ्यावर

हिंडताना कसं वाटेल? तुम्ही जेवढा हवा तेवढा वेळ घ्या आणि हे सारं अनुभवा. साऱ्या पंचेंद्रियांची मदत घ्या. वर सांगितल्याप्रमाणे, एका वेळी एका इंद्रियाचा विचार करून त्या इंद्रियाकडून हा अनुभव कसा मिळत असेल, हे कल्पनेद्वारे अनुभवा. तुमचं हे लक्ष्य पूर्ण झाल्यानंतर तुमचा स्वतःबद्दलचा दृष्टिकोन कसा असेल, तोही अनुभवा.

आता मानसिक स्तरावर तुमच्या पथ्याचे (डाएटचे) पुनरावलोकन करा - केवळ तुम्ही काय खाणार आहात, तेवढेच नाही, तर ते किती खाणार आहात, याचाही विचार करा. दोन जेवणांच्या मध्ये तुम्ही काय नाष्टा करणार आहात, जसं कच्चे गाजर किंवा तसंच काहीतरी.... त्याचीदेखील निवड करा. हे एवढंच अन्न तुमच्या शरीराला पुरेसं आहे असं स्वतःला सांगा. आणि तुमचं शरीर अधिक अन्न मागण्यासाठी तुम्हाला भुकेच्या वेदना पाठवणार नाही असंही सांगा.

तुमची ध्यानधारणा इथे संपते. या सत्राचा दिवसातून दोन वेळा सराव करा.

लक्षात घ्या, एक गोष्ट आपण अगदी कटाक्षाने पाळली. ती म्हणजे, तुमच्या ध्यानधारणे दरम्यान तुम्ही खाऊ नये अशा एकाही पदार्थाचा विचार किंवा त्याची प्रतिमा आपण मनात आणली नाही. तुम्हाला हे पदार्थ अत्यंत आवडतात म्हणून तुम्ही ते खूप मोठ्या प्रमाणावर खाता. म्हणूनच केवळ त्यांचा विचार जरी मनात आला तरी तुमची कल्पना नको त्या दिशेने सैरावैरा धावत सुटेल.

हॉलीवूडमधील प्रसिद्ध अभिनेत्री ॲलेक्सीस स्मिथ हिने १३ ऑक्टोबर १९७४ रोजी सॅन जोस येथील मर्क्युरी न्यूजशी बोलताना सांगितलं, 'खाणं कमी करायचं असेल तर सकारात्मक विचारांची खूप मदत होते. तुम्हाला काय सोडावं लागणार आहे, कशाचा त्याग करावा लागेल, याचा एकदाही विचार करू नका तर तुम्हाला काय मिळणार आहे याचा विचार करा.' पूर्वी वॉर्नर ब्रदर्सच्या चित्रपटांत (जे आता टीव्हीवर दाखवले जातात) ती जशी दिसत असे त्यापेक्षा आता ती जास्त छान दिसते, असंही तिला अनेक जण सांगत असल्याचं ती नमूद करते. अर्थातच याचं बहुतांश श्रेय ती माइंड कंट्रोलला देते. ती म्हणते, 'यामुळे पडलेला सर्वांत मोठा फरक म्हणजे आता मी मोठ्या प्रमाणावर संतुलन साधू शकले आहे. त्याचप्रमाणे माझं स्वतःवर अधिक नियंत्रणही आहे.'

वजन कमी करण्याच्या तुमच्या कार्यक्रमात एक महत्त्वाची गोष्ट कटाक्षाने पाळा. ती म्हणजे, वजन कमी करण्याचे आवाक्यातील आणि सारासार लक्ष्य निश्चित करा. अन्यथा तुमच्या या कार्यक्रमातील विश्वसनीयताच तुम्ही गमावून बसाल. जर तुमचे वजन ५० पौंडांनी जास्त असेल तर, अगदी पुढच्याच आठवड्यात तुम्ही

ऑड्री हेपबर्न किंवा मार्क स्पिट्झसारखे दिसू लागाल, अशी अपेक्षा करणंच व्यर्थ आहे. त्यामुळे अशी कल्पना करून काही निष्पन्न होणार नाही.

सुरुवातीचे काही दिवस, कदाचित तुमच्या शरीराकडून पूर्वीप्रमाणे आईस्क्रीम किंवा तत्सम पदार्थ कसे छान असतात, हे आठवून देण्याचे प्रयत्न होत राहतील. कधी तुम्ही दिवसभरात कामात मग्न असाल आणि ध्यानधारणा करणं तुम्हाला शक्य होणार नसेल, तेव्हा एक दीर्घ श्वास घ्या, तुमच्या हाताची तीन बोटं जुळवा आणि स्वतःला पुन्हा एकदा बजावून सांगा की तुमच्या शरीराला जेवढ्या अन्नाची गरज आहे, तेवढं तुमच्या पथ्यातून मिळत आहे. त्यामुळे भूक-भूक करण्याची गरज नाही. अशा वेळी तुमच्या त्या पूर्वीच्या फोटोकडे एक नजर टाकणं, जसे तुम्हाला आता बनायचं आहे, नक्कीच फायदेशीर ठरेल.

माइंड कंट्रोलबरोबर तुम्ही या आणि इतर दिशांमध्ये जशी प्रगती करत जाल, तशी तुमची एकंदरीत मानसिक अवस्था सुधारत जाईल आणि त्यामुळे तुमचं शरीरसुद्धा अधिक चांगल्या प्रकारे कार्य करण्यास सज्ज होईल. मनाला थोडंसं डिवचत राहिलात तर हव्या असणाऱ्या वजनापर्यंत तुम्ही पोहोचू शकाल.

या तंत्रामध्ये तुम्ही वेगवेगळ्या नवीन पद्धतीसुद्धा वापरू शकता. ध्यानधारणा करत असतानादेखील त्या तुम्हाला सुचतील. ओमाहा येथील कारखान्यात काम करणाऱ्या एका कामगाराची गोष्ट! ध्यानात असताना त्याने स्वतःला बजावलं, 'माझ्या शरीरासाठी हितकारक असणाऱ्या अन्नपदार्थांचीच मला इच्छा होईल आणि तेच पदार्थ मी सेवन करेन.' यानंतर अचानक त्याला सलाड्स आणि भाज्यांची सूप्स खूप आवडू लागली अन् हायकॅलरी पदार्थ खाऊ नये असं वाटू लागलं. अवघ्या ४ महिन्यांत त्याचं वजन ४० पाउंड्सनी कमी झालं.

आयोवा प्रांतातील अमेस येथील एका महिलेनंदेखील हेच तंत्र अवलंबलं. काही दिवसानंतर तिने थोडे डोनटस् विकत आणले. तिच्या मुलांसाठी तीन आणि त्यांच्या मित्रांसाठी तीन. आश्चर्याची बाब म्हणजे ती सांगते, की 'स्वतःसाठी डोनट विकत घ्यायला मी विसरूनच गेले. मला आनंदाने अक्षरशः रडू आलं... माइंड कंट्रोल त्यांचं काम करत होतं.'

आयोवामधल्याच मेसन सिटीमधल्या एका शेतकऱ्याची गोष्टही अशीच आहे. त्याने स्वतःसाठी तब्बल १५० डॉलर्सचा एक सूट खरेदी केला. तो त्याला बिलकूल व्यवस्थित बसत नव्हता. ना तर त्याला ट्राउझर्स धड येत होता, ना जॅकेटचं बटण लावता येत होतं. तो सांगतो, 'त्या विक्रेत्याला मी म्हणजे महामूर्ख वाटलो असेन.' पण मानसिक पटल तंत्राच्या साहाय्यानं त्याने चार महिन्यात थोडेथोडकेनाही तर ४५

पाउंड्स वजन उतरवलं. 'आता तो सूट जणू केवळ माझ्यासाठीच शिवला असावा, इतका मला छान बसतो,' असं तो सांगतो.

आता सगळ्यांच्याच बाबतीतले फायदे किंवा रिझल्ट्स इतके अचंबित करून टाकणारे नसतात किंबहुना ते तसे नसावेतच. मात्र डेनव्हर येथील कॅरोलीन द सांद्रे आणि जिम विलियम्स यांनी एक प्रायोगिक कार्यक्रम राबविला. हे दोघेही कोलोरॅडो प्रांतातील माइंड कंट्रोलच्या उपक्रमांचे प्रमुख आहेत. ज्या व्यक्तींना अगदी मनापासून वजन कमी करायचं होतं, त्यांच्याबाबतीत माइंड कंट्रोलची तंत्रं अगदी विश्वासार्ह ठरली, असा त्यांच्या या प्रयोगाचा निष्कर्ष होता.

तिने माइंड कंट्रोलच्या २५ ग्रॅज्युएट्सची एक कार्यशाळा आयोजित केली. त्यानुसार या २५ जणांनी एक महिनाभर आठवड्यातून एकदा भेटायचं ठरलं. सर्वच्या सर्व बैठकांना १५ जण उपस्थित होते. त्यांचं वजन कमी होण्याचं प्रमाण सरासरी पावणेपाच पाउंडापेक्षा थोडंसं जास्त होतं. सगळ्यांचं वजन कमी झालं होतं.

आणखी एक महिन्यानंतर तिने या १५ जणांचं वजन पुन्हा तपासलं, तेव्हा तिच्या निदर्शनास आलं, की त्यापैकी ७ जणांचं वजन कमी होत होतं, तर ८ जणांचं वजन स्थिर होतं. मात्र कुणाचंही वजन वाढलं नव्हतं.

या सर्व जणांसाठी हा अनुभव केवळ वेदनारहित नव्हता तर तो अत्यंत आनंददायी अनुभव होता. कॅरोलीन सांगते, कोणत्याही प्रकारे भूक मारून किंवा इतर कोणताही त्रास न होता या लोकांनी वजन उतरवलं...एवढंच नाही तर त्यांनी माइंड कंट्रोलमध्ये शिकलेली कौशल्यं अगदी यशस्वीपणे वापरली.

या लोकांनी जर एखादा वजन उतरवण्याचा यशस्वी कोर्स केला असता तर त्याचे जे रिझल्ट्स त्यांना मिळाले असते, सरासरी तसेच रिझल्ट्स त्यांना यात सुद्धा मिळाले. वजन कमी करण्याच्या अशा इतर कोर्स पैकी एकात स्वतः कॅरोलीन दीड वर्ष व्याख्याती होती. डेनव्हरमधील स्वीडिश मेडिकल सेंटरची ती संचालिका होती. सकस आहार आणि वजन कमी करणे या संदर्भातली ती जाणकार होती.

अशा पद्धतीच्या कार्यशाळा पुढेही सुरू ठेवण्याचा तिचा मानस आहे आणि याच धर्तीवरची कार्यशाळा धूम्रपान करणाऱ्या व्यक्तींसाठी आयोजित करण्याचीही तिची इच्छा आहे.

धूम्रपान हे अत्यंत गंभीर व्यसन आहे. इतकं गंभीर की जर तुम्ही सिगारेट ओढत असाल, तर हे व्यसन सोडण्यासाठी ताबडतोब तुम्हाला निश्चय करायला हवा. जसं वजन कमी करण्याच्या बाबतीत आपण केलं, तसंच हे व्यसन सोडण्यासाठीही आपण

सोप्या पायऱ्या वापरणार आहोत. मनाकडून येणाऱ्या पूर्णतः नवीन प्रकारच्या सूचनांचं पालन करण्यासाठी आपल्या शरीराला पुरेसा वेळ देणार आहोत.

आपल्या बहिस्र्थिती (outer level) मध्ये आपल्याला हे व्यसन का सोडायचं आहे, याचं पुनरावलोकन करण्याची आवश्यकताच नाही, इतकी त्याची कारणं भयंकर आहेत आणि ती सर्वांना ठाऊकदेखील आहेत. त्यामुळे याबाबत खरी गरज कशाची असेल तर ती हे व्यसन सोडल्यावर होणाऱ्या फायद्यांची यादी करण्याची! नंतर हे सारे फायदे इतके स्पष्ट आणि ठळकपणे मनात रुजवा की त्यामुळे धूम्रपान सोडण्याची इच्छा प्रबळ होईल.

तुम्हाला अधिक चैतन्य किंवा जोम जाणवेल, तुमच्या शरीराच्या जाणिवा अधिक तीक्ष्ण बनतील, आयुष्याचा आस्वाद अधिक चांगल्या पद्धतीने तुम्ही घेऊ शकाल. मी स्वतः मुळीच धूम्रपान करत नाही, त्यामुळे ते सोडण्याचे फायदे माझ्यापेक्षा तुम्हीच अधिक चांगल्याप्रकारे सांगू शकाल.

आता तुमच्या लेव्हलमध्ये जा आणि दिवस सुरू झाल्यानंतर सिगारेट पहिल्यांदा कोणत्या वेळी आणि केव्हा ओढता - त्याची प्रतिमा मनःपटलावर पाहा. त्या तासाभरात सिगारेट पिणे सोडून इतर तुम्ही जे जे करता ते सारं करताना तुमची स्वतःची प्रतिमा अगदी शांतपणे नजरेसमोर आणा. अगदी सुरुवातीपासून त्या तासाच्या शेवटच्या क्षणापर्यंत विचार करा. जसं, जर तुम्ही रोज सकाळी पहिली सिगारेट 7.30 ते 8.30 या वेळेत ओढत असाल तर, स्वतःला सांगा, 'मी सकाळी 7.30 ते 8.30 या वेळेत सिगारेट सोडून देईन. मी former smoker होईन. हे अगदी सोपं आहे आणि मला त्याची सवय आहे.'

तुम्ही तुमच्या बहिस्र्थितीत अगदी सहजपणे हा सराव करेपर्यंत तो पुनःपुन्हा करीत राहा. थोडक्यात दिवसाचा पहिला तास तुम्ही यशस्वीपणे धूम्रपान सोडाल. आता याच पद्धतीने दुसरा तास...मग तिसरा तास असं करत धूम्रपान सोडा. हे सगळं अगदी हळूहळू करा. कारण तुम्ही यात गडबड किंवा घाई केलीत तर ती तुमच्या शरीरासाठी शिक्षा ठरेल. आणि ही गोष्ट अजिबात योग्य नाही कारण ही सवय तुमच्या शरीराआधी तुमच्या मनाने लावून घेतलेली आहे. त्यामुळे कल्पनेच्या सामर्थ्याच्या आधारे प्रथम तुमच्या मनाला हे काम करू द्या. पूर्ण दिवस धूम्रपान सोडण्याची प्रक्रिया अधिक वेगवान करण्यासाठीच्या या काही सूचना :

तुम्ही तुमचा brand सतत बदलत राहा.

दिवसभरात ज्या वेळात तुम्ही धूम्रपान सोडू शकलेले नाही म्हणजेच तुम्ही former smoker बनलेले नाहीत, त्या वेळात सिगारेट हातात घेताना स्वतःला विचारा,

'याची आत्ता मला खरोखरच गरज आहे का?' तुम्ही स्वतःला जितका वारंवार हा प्रश्न विचाराल, तितकं तुम्हाला त्याचं नकारार्थी उत्तर मिळेल. त्यामुळे जोपर्यंत शक्य आहे तोपर्यंत संयम ठेवा.

दिवसातील ज्या वेळात तुम्ही धूम्रपान सोडण्यात यशस्वी झाला असाल, त्या दरम्यान कधी शरीराने धूम्रपान करण्याची तीव्र गरज व्यक्त केली, तर एक मोठ्ठा श्वास घ्या. हाताची तीन बोटं जुळवा. ध्यानामध्ये तुम्ही ज्या शब्दांत स्वतःला बजावलं होतं, तेच शब्द पुन्हा आठवा, 'या वेळात मी धूम्रपान करणार नाही.'

धूम्रपान नियंत्रित करण्यासाठी या मूलभूत पद्धतीमध्ये तुम्ही काही इतर तंत्रांची भर घालू शकता. रोज सिगरेटचं दीड पाकीट ओढण्याची तब्बल ८ वर्षं सवय असणाऱ्या ओमाहा येथील एका माणसाने अल्फा लेव्हलमध्ये कल्पना केली. त्याने आजवर ओढलेल्या सर्व सिगारेट्स डोळ्यांसमोर आणल्या. नंतर तो ढीग त्याने शेकोटीत जाळून टाकण्याची कल्पना केली.

नंतर त्याने भविष्यात तो ओढू शकेल अशा सर्वच्या सर्व सिगारेट्सचा भला मोठा ढीग डोळ्यांसमोर आणला आणि आनंदाने तोही जाळून टाकला. त्याने यापूर्वी अनेकदा धूम्रपान सोडण्याचा प्रयत्न केला होता. पण ध्यानाच्या या एकाच प्रयत्नात तो यशस्वी झाला. याप्रकारे तुम्हाला तल्लफ होत नाही, अतिखाण्याची इच्छा होत नाही आणि याचे कोणतेही अवांतर परिणामही (side effect) नाहीत.

मात्र एक गोष्ट सांगायला मला दुःख होतंय ते म्हणजे वजन कमी करण्याच्या बाबतीत आम्हाला जेवढं यश मिळालं, तेवढं धूम्रपान सोडण्याच्या बाबतीत मिळालं नाही. तरीही इतरांना ही सवय सोडण्यासाठी उद्युक्त करताना माइंड कंट्रोलचं सहकार्य घ्यायला सांगणारे - धूम्रपान सोडलेले किंवा त्याचं प्रमाण कमी केलेले अनेक ग्रॅज्युएट्स- मला माहीत आहेत.

प्रकरण १० :

आरोग्य सुधारण्यासाठी मनाचं साहाय्य

माइंड कंट्रोलच्या ग्रॅज्युएट्सना मार्गदर्शन करण्यासाठी माझ्या देशात आणि इतर अनेक देशांत माझा प्रवास सुरू असतो. जवळपास निम्म वर्ष मी या प्रवासातच व्यतीत करतो. वर्षभरात मी काही शेकडो नाही, तर अक्षरश: हजारो अशा व्यक्तींना भेटतो जे मला त्यांच्या स्वास्थ्यामध्ये झालेल्या सुधारणा किंवा ते आजारांमधून कसे बाहेर आले हे आवर्जून सांगतात. माझ्यासाठी म्हणाल तर या गोष्टी आता अगदी सामान्य झाल्या आहेत. दुसऱ्या अर्थाने पाहिलं तर मला या गोष्टीचं कौतुक वाटतं कारण, आपल्या शरीरावर एवढं नियंत्रण असणाऱ्या मनावर सगळ्याच लोकांनी नियंत्रण प्राप्त केलं नाहीये. त्यामुळे अनेकांना मानसिक शक्तीच्या आधारे व्याधी सुधारणे ही गोष्ट जरा विचित्र आणि फक्त काही खास लोकांच्या क्षमतेत असण्याएवढी अवघड वाटते. वास्तविक भरपूर साईड इफेक्ट असणाऱ्या औषधाच्या प्रिस्क्रिप्शन्सपेक्षा अधिक विचित्र आणि दुर्बोध काय असणार? मनाच्या सामर्थ्याच्या आधाराने व्याधी बऱ्या करण्याच्या माझ्या आजवरच्या अनुभवात मी एकदाही त्याचे 'साईड इफेक्ट' ऐकले नाहीत.

शरीर आणि मन यातील संबंधांचा उलगडा करण्याचा अधिकाधिक प्रयत्न विविध वैद्यकीय संशोधनं करत आहेत. वेगवेगळी आणि एकमेकांशी तसा काही संबंध नसलेल्या संशोधनातून आश्चर्यकारकरीत्या एक साधर्म्य आढळून येत आहे आणि ते म्हणजे – अत्यंत गहन अशा पद्धतीने मानवी मन सामर्थ्यपूर्ण भूमिका निभावत असतं.

माइंड कंट्रोल जर तंतोतंतरीत्या परिपूर्ण असतं (ते अद्याप तसं परिपूर्ण नाही, याची मला पूर्णपणे कल्पना आहे कारण अजूनही आम्ही ते शिकत आहोत.) तर

आपल्या सगळ्यांनाच आदर्श शरीरं लाभली असती, याची मला अगदी पूर्ण खात्री आहे. तरीही मला वाटतं एक गोष्ट अगदी त्रिवार सत्य आहे – शरीराच्या व्याधींचा सामना करण्यासाठी आपण जर मनाच्या शक्ती अधिकाधिक बळकट बनवल्या तर व्याधींना अधिक खंबीरपणे तोंड देता येतं, ही वस्तुस्थिती आहे. एमिल काऊए यांच्या अगदी साध्या-सरळ पद्धतीसुद्धा प्रभावशाली ठरल्या आहेत. माइंड कंट्रोलच्या पद्धतींमुळे काऊए यांच्या पद्धती अधिक प्रभावीपणे काम करतात.

थोडक्यात काय तर, जर स्वत:च स्वत:ला व्याधिमुक्त करण्याचं कौशल्य तुम्हाला अधिक चांगल्या प्रकारे जमलं तर स्वाभाविकपणे वैद्यकीय मदत कमी घ्यावी लागेल. तरीही एक गोष्ट लक्षात घ्यावी, माइंड कंट्रोलच्या सध्याच्या विकसनशील टप्प्यावर आणि माइंड कंट्रोलचं जे काही तंत्र आम्ही आतापर्यंत विकसित केलंय, त्या तंत्रासंदर्भातलं तुमचं कौशल्य पाहता, देशातले तमाम डॉक्टर्स निवृत्त होतील, अशी आशा सध्यातरी बाळगता येणार नाही. म्हणूनच, तुम्ही काय करावं, तर त्यांना तुमच्या व्याधीसंदर्भात भेटावं, त्यांचा पूर्वी घेत होतात, तसा सल्लादेखील घ्यावा, अन् तो पाळावासुद्धा! पण तुम्ही काय करू शकता, तर तुम्ही त्यांना व्याधिमुक्त होण्याच्या तुमच्या झपाट्याच्या वेगाने थक्क करू शकता. मग त्यांना देखील तुम्ही कुठे जाताय, काय करताय, याबाबत अचंबा वाटेल.

माइंड कंट्रोलचे अनेक ग्रॅज्युएट्स-अतिशय तातडीच्या किंवा आपत्कालीन परिस्थितीमध्ये रक्तस्राव किंवा वेदना कमी करण्यासाठी माइंड कंट्रोलचा वापर करत असल्याचं सांगतात. उदाहरणार्थ देतो, श्रीमती डोनाल्ड विल्डोवस्की टेक्सास येथे आपल्या पतीसमवेत कोणत्यातरी मेळाव्यासाठी दौऱ्यावर आल्या होत्या. नॉर्विच कनेक्टिकटमधील 'बुलेटीन'नुसार पोहण्यासाठी त्यांनी स्विमिंग पूलमध्ये डाइव्ह मारली आणि त्यांच्या कानात दडे बसले व कान प्रचंड दुखू लागला. त्यातून रक्त येऊ लागलं.

ती सांगते, 'आम्ही शहरापासून कित्येक मैल लांब होतो. तसंच माझा पतीदेखील त्या मेळाव्यामध्ये होते. त्याने मेळावा सोडून यावं, असं मला अजिबात वाटत नव्हतं. मग मी नेहमीचा हुकमी एक्का वापरला. मी अल्फा स्थितीत गेले. माझ्या दुखणाऱ्या कानावर हात ठेवला. जेवढा भाग दुखत होता, त्या भागावर माझं सारं लक्ष केंद्रित केलं.. आणि त्या रक्तस्रावाला आणि वेदनेला उद्देशून म्हटलं, 'गेली.. गेली... गेली!' त्या क्षणी कानातून होणारा रक्तस्राव थांबला आणि माझी वेदनादेखील पळाली. शेवटी मी जेव्हा डॉक्टरना भेटले, तेव्हा त्यांना हे सारं ऐकून जादूच घडल्यासारखं वाटलं. ते नि:शब्दच झाले.'

स्वत:लाच व्याधिमुक्त करण्यासाठी (Self-healing) सहा अगदी सोप्या पायऱ्या आहेत.

पहिली पायरी - बिटा स्थितीत आरंभ करा. तुम्ही स्वत: अतिशय प्रेमळ (आणि म्हणूनच क्षमाशील) व्यक्ती बनत चालला आहात, असा अनुभव करा. प्रेमळ बनणं एवढंच ध्येय आहे असा विचार करा. हे अनुभवण्यासाठी कदाचित अगदी व्यवस्थित अशा मनाच्या साफसफाईची (mental house cleaning) आवश्यकता भासू शकेल. (पाहा प्रकरण 8)

दुसरी पायरी - आता तुमच्या लेव्हलमध्ये जा. सेल्फ हीलिंगसाठीची (स्वस्थ होण्यासाठी) फक्त आपल्या लेव्हलमध्ये जाणं सुद्धा खूप मोठी पायरी आहे. हे मी खूप पूर्वीच नमूद केलं आहे. लेव्हलमध्ये गेल्यावर मनाचे सारे नकारात्मक खेळ – अपराधीपणाची भावना – संताप – या साऱ्या गोष्टी निष्क्रिय होतात आणि नैसर्गिक रीत्या शरीर ज्या गोष्टी करण्यासाठी बनलं आहे, त्या सुरू होतात. म्हणजेच, शरीर स्वत:ला ठीकठाक करून घेतं... स्वतःला स्वस्थ, दुरुस्त करण्याचं कार्य सुरू करतं.

तुमच्या मनात अपराधीपणाची किंवा संतापाची भावना अगदी जोरदार असू शकते. पण ही भावना बाह्य म्हणजेच बिटा लेव्हलमध्येच अनुभवायला येते आणि एकदा माइंड कंट्रोलचा सराव तुम्ही सुरू केलात की या भावना लोप पावत जातात.

तिसरी पायरी - मानसिक स्तरावर स्वत:शी पहिल्या पायरीविषयी बोला. तुम्हाला तुमचं मन छान स्वच्छ करायचं आहे, ही इच्छा व्यक्त करा. सकारात्मक शब्द वापरायचे आहेत, सकारात्मक विचार करायचा आहे. एक प्रेमळ आगि क्षमाशील व्यक्ती बनण्याची इच्छा मनोमन व्यक्त करत राहा.

चौथी पायरी - आता जी व्याधी तुम्हाला छळते आहे, ती मनातल्या मनात अनुभवा. मन:पटलाचा उपयोग करा आणि तो आजार अनुभवा. अर्थात हा अनुभव अगदी थोडक्यात असला पाहिजे. स्वत:ला बरं करण्याची तुमची ऊर्जा ज्या ठिकाणी त्यांची खरी आवश्यकता आहे त्याच ठिकाणी केंद्रित व्हावी, हाच त्यामागचा उद्देश आहे.

पाचवी पायरी - आता मनाच्या पडद्यावरील तुमच्या आजाराची प्रतिमा पटकन पुसून टाका आणि आता तुम्ही त्या व्याधीतून बरे झाला आहात असा अनुभव घ्या. पूर्णत: व्याधिमुक्त होऊन तंदुरुस्त झाल्यानंतर स्वातंत्र्य आणि आनंद या गोष्टी अनुभवा. आता काही क्षण हीच प्रतिमा डोळ्यांसमोर राहू द्या. काही क्षण त्या

अनुभवातच राहा. त्याचा आनंद घ्या आणि या अनुभवास आपण लायक आहोत, हे लक्षात घ्या - आता या आरोग्यसंपन्न, सुदृढ अशा स्थितीमध्ये निसर्गाच्या तुमच्याबाबत ज्या अपेक्षा आहेत, जे हेतू आहेत, त्यांच्याशी तुम्ही एकरूप झाला आहात, असा अनुभव करा.

सहावी पायरी - आता पुन्हा एकदा मनाची साफसफाई अर्थात मेंटल हाउस क्लिनिंग करा आणि 'दररोज, प्रत्येक मार्गाने मी जास्तीत जास्त चांगला... चांगला... अन् चांगलाच बनत आहे,' असं स्वत:शी म्हणत या सत्राचा शेवट करा.

आता या गोष्टीला किती वेळ लागतो आणि जास्तीत जास्त किती वेळ ही गोष्ट करता येऊ शकते? तर या सहा पायऱ्यांच्या संपूर्ण सत्राला अवघी 15 मिनिटं पुरेशी होतात असं माझा अनुभव सांगतो. तसंच जितके वेळा तुम्हाला हा सराव करावासा वाटेल, तितके वेळा तो करायला काहीच हरकत नाही. दरदिवशी किमान एकदा तर करायलाच हवा. त्यासाठी 'फार झालं आता पुरे!' असं काही नसतं.

एक क्षणभर मला थोडंसं विषयांतर करू द्या. ध्यानधारणा ही खूप चांगली गोष्ट आहे. पण म्हणूनच तिच्या आहारी जाऊन ती फार वेळ करू नये, याची दक्षता घ्यायला हवी. अन्यथा असं म्हटलं जातं की, तुम्ही जगापासून अलिप्त होण्याची, जगापासून तुटत जाण्याची आणि स्वतःमध्येच मग्न राहण्याची शक्यता असते. यात कितपत तथ्य आहे हे मला माहीत नाही, पण हे ध्यानधारणेच्या इतर शाखा किंवा पद्धतींविषयी सांगितलं जातंय, माइंड कन्ट्रोलविषयी नाही. आमचा तर सगळा भर जगाच्या व्यवहारात अधिकाधिक स्वत:ला सामील करून घेण्यावर असतो. जगापासून त्रयस्थ होण्यावर नाही. म्हणूनच व्यावहारिक प्रश्नांना टाळून किंवा त्यांच्याकडे दुर्लक्ष करून नव्हे, तर त्या प्रश्नांना, अडचणींना थेट सामोरे जाऊन ते प्रश्न सोडविण्यावर किंवा त्यांची उत्तरं शोधण्यावर आमचा भर असतो.

आता सेल्फ-हीलिंग या बाबींचा पुन्हा विचार करू. पहिल्या पायरीला कुठेही अंत नाही, हे लक्षात घ्या. बीटा, अल्फा, थिटा या तीनही लेव्हलमध्ये तिचा सराव करा. ते अनुभवा. दिवसभरात ही गोष्ट सुटून जातेय, असं तुम्हाला वाटलं तर ताबडतोब अंमलबजावणीसाठी तीन बोटांचं तंत्र वापरा.

आमची माइंड कंट्रोलची अनेक केंद्र त्यांच्या ग्रॅज्युएट्ससाठी न्युजलेटर्स म्हणजेच छोट्या माहितीपत्रिका प्रकाशित करतात. त्यामध्ये माइंड कंट्रोलमुळे आपल्याला काय काय फायदा झाला, याची माहिती हे ग्रॅज्युएट्स सांगतात. डोकेदुखी, दमा, अतीव थकवा, उच्च रक्तदाब यासारख्या व्याधी माइंड कंट्रोलच्या साहाय्याने आपण

कशा नियंत्रणात आणल्या, याची अगणित उदाहरणं त्यात असतात.

त्यापैकी एक मी येथे उद्‌धृत करत आहे. हे उदाहरण मी का निवडलंय, याचंही एक खास कारण आहे. ते म्हणजे, ही हकिकत ज्यांनी लिहिली आहे ते एक डॉक्टर आहेत.

'मी अकरा वर्षांचा असल्यापासून मला अर्धशिशीचा (मायग्रेन्चा) त्रास सुरू झाला. सुरुवातीला त्याचा त्रास अगदी क्वचित होत असे आणि तो लवकर आटोक्यातही येत असे. पण नंतर मात्र तो वरचेवर होऊ लागला आणि तीन-चार दिवस डोकं दुखत राही. मग मला 'क्लस्टर' डोकेदुखी सुरू झाली. म्हणजे काय तर अर्धशिशीच्या दोन अ‍ॅटॅक्समध्ये फक्त दोनेक दिवसांचा कालावधी जात असे. जणू मध्यांतरासारखा! अर्धशिशी अतिशय क्लेशदायी असते. तुमच्या चेहऱ्याची आणि डोक्याची एक बाजू दुखत राहाते आणि खोबणीतून डोळे बाहेर खेचले जात आहेत असं वाटावं, इतकं दुखतं. अतीव वेदना होत राहते. पोटात ढवळत रहतं. काही वेळा Vasoconstricting औषधं घेऊन हा अ‍ॅटॅक नियंत्रणात आणता येतो, हे खास औषध आहे. डोकेदुखी सहनीय असतानाच हे घ्यावं लागतं. एकदा का डोकेदुखी वाढली, तर मग मात्र ती कमी करण्यासाठी काही म्हणजे काही उपाय करता येत नाही. फक्त ती कमी होण्याची वाट बघत बसणे हाच पर्याय अस्तो. माझ्या डोकेदुखीने उग्र रूप धारण केलं होतं. माझी अवस्था अशी होती की आता मला ते औषध जवळपास चार तासांनी घ्यावं लागत होतं आणि तरीही थोडा फारच फरक जाणवत होता.

'म्हणून शेवटी मी एका डोकेदुखी तज्ज्ञाकडे गेलो. त्यांनी माझी सर्व सखोल तपासणी केली. माझ्यात काही शारीरिक किंवा मेंदूशी संबंधित प्रश्न नाहीत ना, हे त्याने तपासलं. अन् हे सारं करून शेवटी त्यानेही मी जे औषध पूर्वी घेत होतो' तेच घेण्याचा सल्ला दिला... माझी डोकेदुखी तशीच सुरू राहिली.

'माझी एक रुग्ण माइंड कंट्रोलची ग्रॅज्युएट होती. मी तिच्या बरोबर माइंड कंट्रोलच्या वर्गांना जावं, असं ती मला जवळपास वर्षभर सुचवत होती. तिनं सांगितलं तर मी तिला स्पष्ट शब्दांत नकार द्यायचो. 'माझा त्या मूर्खपणावर अजिबात विश्वास नाही,' असं मी तिला सुनावत असे. एके दिवशी मी तिला भेटलो, तेव्हा माझा अवतार खूपच वाईट दिसत असावा. कारण डोकेदुखीचा तो चौथा दिवस होता. दुखण्याने मी पुरता बेजार झालो होतो. ती मला म्हणाली, 'माइंड कंट्रोलला तू यावंस, असं आतातरी वाटतंय का तुला? पुढच्याच आठवड्यात एक नवीन कोर्स

सुरू होतोय. माझ्याबरोबर तू पण ये ना!'

'शेवटी मी त्या कोर्ससाठी नाव नोंदवलं. न चुकता, अगदी शहाण्या मुलासारखं दररोज रात्री मी कोर्ससाठी उपस्थित राहत होतो आणि आश्चर्य म्हणजे त्या आठवड्यात माझं अजिबात डोकं दुखलं नाही. पण कोर्स संपल्यानंतर एक आठवड्याने मला सकाळी जी जाग आली ती भयंकर डोकेदुखीने! आता कोर्समध्ये मी जे काही माझं प्रोग्रामिंग शिकलो होतो, ते माझ्याबाबत खरोखरच किती लागू पडतंय, हे प्रत्यक्ष तपासून पाहण्याची संधीच माझ्यासमोर उभी होती. मी माइंड कंट्रोलचं एक चक्र (सराव) पूर्ण केलं आणि अक्षरश: जादू घडावी, तशी माझी डोकेदुखी पूर्णत: थांबली. जेमतेम पाचेक सेकंद झाली असतील. पुन्हा एकदा डोकेदुखी उफाळून आली आणि यावेळेला आधीपेक्षा ती जास्त तीव्र होती. पण आता मी माझे प्रयत्न सोडून दिले नाहीत. मी पुन्हा एकदा सरावाचं एक चक्र पूर्ण केलं. डोकेदुखी काही क्षणांपुरती पुन्हा गायब झाली.. आणि काही वेळानं पुन्हा उद्‌भवली. अशा प्रकारे जवळपास दहा सरावचक्रं पूर्ण केली. पण यावेळी मात्र मी औषधं न घेता ती सरावचक्रंच नेटाने पूर्ण करत राहिलो. आपण हेच करायचं आहे, असं मी स्वत:च्या मनाशी बजावत राहिलो आणि अखेरीस माझी डोकेदुखी थांबली.

'त्यानंतर काही काळ मला डोकेदुखीचा त्रास जाणवला नाही. पुन्हा जेव्हा तो जाणवला, त्यावेळी अवघ्या तीन सरावचक्रांत माझं डोकं दुखायचं थांबलं. या गोष्टींनंतरही अधे-मधे माझं डोकं दुखत असे. जवळपास तीन महिने हे असंच सुरू होतं. पण तरीही मला वेदना थांबवण्यासाठी साधी ॲस्पिरीनही घेण्याची गरज भासली नाही. मी माइंड कंट्रोल 'घेत' असल्याने ॲस्पिरीन घेण्याची आवश्यकता उरली नव्हती. माइंड कंट्रोल खरंच काम करतं.'

तर हा एक किस्सा! आता आपण दुसरं उदाहरण पाहू. हे उदाहरण आहे एका नन्चं! मिशीगनमधील डेट्राइटच्या सिस्टर बार्बरा बर्न्स यांचं हे उदाहरण बघा. सिस्टर बार्बरानी त्यांचा स्वत:चा उद्दीपीकरणाचा एक सुरेख नमुनाच आपल्यापुढे ठेवला आहे. म्हणूनच मी आवर्जून त्यांचं उदाहरण येथे सांगतोय.

जवळपास 27 वर्षं सिस्टर बार्बरानी चष्मा वापरला. लांबचं दिसायला त्यांना त्रास होत असे हे त्यांचं चष्मा वापरण्याचं कारण होतं. जसजसं लांबचं दिसायला त्यांना जास्तीत जास्त त्रास होऊ लागला, तसतशी त्यांच्या चष्म्याच्या भिंगाची जाडी वाढत चालली. त्यामुळे अंतराची अचूकता कमी होऊ लागली. तिच्या दृष्टीत सुधारणा होण्यापूर्वी बायफोकल चष्मा वापरणे, तिच्यासाठी अनिवार्य होऊन बसले. अखेरीस

1974 साली, जुलै महिन्यात तिनं माइंड कंट्रोलचा आधार घेण्याचं ठरवून टाकलं. सखोल ध्यानात असताना तिने स्वत:शी संवाद साधत स्वत:ला बजावले. 'मी जेव्हा जेव्हा डोळ्यांची उघडझाप करेन, त्या त्या प्रत्येक वेळी एखाद्या कॅमेऱ्याच्या लेन्सइतकी अचूक अशी माझी दृष्टी असेल.' प्रत्येक ध्यानधारणेच्या वेळी ती ही गोष्ट पुन:पुन्हा करीत राहिली आणि आश्चर्याची गोष्ट म्हणजे, अवघ्या दोन आठवड्यांमध्ये तिचा चष्मा सुटला. अर्थात, अजून केवळ वाचण्यापुरता ती चष्मा वापरते. तिने एक ऑप्टोमेट्रिस्ट डॉ. रिचर्ड व्लोडिगा (आणि माइंड कंट्रोलचे ग्रॅज्युएट) यांचा सल्ला घेतला. त्यांनी तिला सांगितलं, की तिच्या कॉर्निया म्हणजे डोळ्यातील पडद्यामध्ये काही दोष आहे. सिस्टर बार्बरांनी ध्यानाच्यावेळी हा कॉर्निया बरा व्हावा यासाठीचे प्रयत्न अंतर्भूत केले. काही आठवड्यांनी तिला पुन्हा डॉक्टरांकडे तपासणीसाठी जायचे होते.

इथे पुढे मी डॉ. व्लॉडिगा यांनी आम्हाला पाठवलेल्या पत्रातील काही निवडक अंश देत आहे. सिस्टर बार्बरा यांनी त्यांना हे पत्र आम्हाला लिहिण्याबाबत सांगितले होते.

सिस्टर बार्बरा बर्न्स यांची पहिल्यांदा तपासणी मी 20 ऑगस्ट 1974 रोजी केली होती...

त्यानंतर 26 ऑगस्ट 1975 रोजी मी सिस्टर बर्न्स यांची पुन: तपासणी केली. एक वर्षभर त्यांनी चष्मा वापरला नव्हता.

या दरम्यान माझ्या या रुग्णाचा - लांबचं कमी दिसण्याचा दृष्टिदोष (manifest myopia) खूप प्रमाणात कमी झाला होता. इतका की, तिला आता चष्मा वापरण्याची गरजच उरली नव्हती.

मायग्रेनचा त्रास असणारे हे डॉक्टर किंवा सिस्टर बार्बरा बर्न्स हे दोघेही 'भयंकर किंवा जीवघेण्या आजारांनी' त्रस्त नव्हते. ज्या आजारांच्या नावानेच आपण घाबरून जातो, अशा आजारांबाबत माइंड कंट्रोलचा काही उपयोग होतो का, की अशा परिस्थितीत आपण फक्त औषधं घ्यायची आणि आजार बरा होण्याची वाट बघत बसायचं? आता आपण सध्याचा सर्वांत भयानक आजार असणाऱ्या कॅन्सरचा विचार करू.

प्रसिद्ध कॅन्सरतज्ज्ञ डॉ. ओ. कार्ल सायमन्टन यांच्या कार्याबद्दल तुम्ही वाचलं असेलच. मेरीलिन फर्ग्युसन हिने आपल्या प्रसिद्ध पुस्तकात - 'द ब्रेन रिव्होल्यूशन'मध्ये आणि ग्रेस हाल्सेल यांनी 1976 सालच्या 'प्रिव्हेन्शन मॅगेझिन'च्या

जानेवारी महिन्याच्या अंकात त्याबाबत लिहिलं आहे. या अंकात ग्रेस हाल्सेल यांनी 'माइंड ओव्हर कॅन्सर' या शीर्षकांतर्गत लेखात डॉ. सायमन्टन यांच्याविषयी लेख लिहिला आहे. डॉ. सायमन्टन हे माइंड कंट्रोलमध्ये प्रशिक्षित होते आणि आपल्या रुग्णांवर उपचार करताना त्यांनी त्यापैकी काही तंत्रांचा यशस्वीपणे वापर केला.

जेव्हा सॅनफ्रान्सिस्कोजवळच्या ट्रॅव्हिस एअरफोर्स बेसमध्ये रेडिएशन उपचारांचे ते प्रमुख होते, तेव्हा त्यांनी एका दुर्मीळ पण प्रसिद्ध घटनेचा अभ्यास केला. ज्या लोकांना औषधांची माहिती नसते, असे लोक कॅन्सरमधून बरे होतात. यांना 'उत्स्फूर्त व्याधिमुक्तता' असं म्हटलं जातं. कॅन्सर रुग्णांच्या एकूण तुलनेत यांची संख्या खूप कमी असते. आता हे रुग्ण का बरे होत असावेत, हे जाणून घेता आलं असतं, तर कदाचित बरं होण्यामागचं कारण किंवा व्याधिमुक्त होणं हे कसं घडत असावं, हे आपण शोधून काढलं असतं, असं डॉ. सायमन्टन म्हणत.

या सर्व रुग्णांमध्ये काही गोष्टी एकसारख्या आहेत हे त्यांच्या लक्षात आलं. बहुतांश वेळा हे सारे रुग्ण अतिशय सकारात्मक विचारांचे, आशावादी आणि निग्रही लोक होते.

माइंड कंट्रोलच्या 1974 साली झालेल्या बोस्टन येथील मेळाव्यात ते म्हणाले होते, ''कॅन्सर निर्मितीच्या कारणांवर संशोधन करणाऱ्यां संशोधकांच्या मते यासंदर्भातील सर्वसाधारण निरीक्षणात दिसून आलेला सर्वांत महत्त्वाचा भावनिक पैलू म्हणजे रोगाच्या निदानापूर्वी साधारण सहा ते अठरा महिन्यांमध्ये त्या लोकांनी काहीतरी महत्त्वाचं असं गमावलेलं असतं.

अनेक प्रदीर्घ अशा संशोधनातून माइंड कंट्रोलच्या स्वतंत्र संशोधकांनी ही बाब निदर्शनास आणून दिली आहे... आणखी एक महत्त्वाची गोष्टही आमच्या लक्षात आली आहे, ती म्हणजे काहीतरी महत्त्वाचं गमावणं एवढेच नाही तर ते गमावण्याची घटना, प्रत्येक जण व्यक्तिशः कसं घेतो, हा यातील खूप महत्त्वाचा पैलू आहे.

''लक्षात घ्या. त्या व्यक्तीच्या मनात असहायता आणि निराशावादी भावना निर्माण व्हावी, एवढी त्या गमावलेपणाची (Loss) तीव्रता हवी. ही भावना त्या रुग्णाच्या मनात रेंगाळायला हवी. अशा तऱ्हेने त्यांची मूलभूत प्रतिकारशक्ती घसरते आणि कॅन्सर सारखा रोग निर्माण होण्यास मदत मिळते.''

ट्रॅव्हिस एअरफोर्स बेस येथील आणखी एका अभ्यासाबाबत 'जर्नल ऑफ ट्रान्सपर्सनल सायकॉलॉजी' (खंड 7, नं.1, 1975) मध्ये डॉ. सायमन्टन यांनी 152

कॅन्सर रुग्णांच्या दृष्टिकोनाचे पाच विभागांत वर्गीकरण केलं आहे. प्रचंड नकारात्मक पासून प्रचंड सकारात्मक अशा विभागात त्यांनी वर्गीकरण केलंय. नंतर उपचारांना त्यांचा प्रतिसाद कसा आहे, याचं वर्गीकरण त्यांनी उत्तम ते वाईट अशा विभागात केलंय. या रुग्णांपैकी 20 रुग्णांच्याबाबत त्यांच्या उपचारांचं फलित अत्यंत उत्तम होतं. वास्तविक त्यांच्यापैकी 14 जणांची परिस्थिती फारच गंभीर होती आणि ते पुढील पाच वर्षंदेखील जगतील की नाही, याची 50% हून कमी शक्यता होती. पण या साऱ्यावर मात केली, ती त्यांच्या अत्यंत सकारात्मक दृष्टिकोनानं! याचवेळी इतर 22 रुग्णांच्याबाबत उपचारांचं फलित अगदीच वाईट होतं. आणि त्यापैकी कुणाचाच दृष्टिकोन सकारात्मक नव्हता.

मात्र बरे होऊन घरी गेलेल्या अधिक सकारात्मक विचारांच्या रुग्णांमध्ये घरी गेल्यावर त्यांच्या दृष्टिकोनात पूर्णत: बदल झाल्याचं निदर्शनास आलं आणि त्यांचा आजारही त्यांच्या सकारात्मक विचारांमुळे बरा होत गेला, हेही आम्हो बघितलं. त्यामुळे त्यांच्या आजाराच्या तीव्रतेपेक्षा त्यांच्या विचारसरणीनेच अधिक समर्थ भूमिका पार पाडल्याचं दिसून आलं.

'जर्नल'च्या संपादकाने मेनिंजर फाउंडेशनच्या डॉ. एल्मर ग्रीन यांचं म्हणणं सांगितलं आहे. ते म्हणतात, ''कॅन्सरमधून बरं होण्यासाठी पारंपरिक रेडिओलॉजीच्या वापराबरोबरच रुग्णांना त्यांच्या कल्पनाशक्तीचा उपयोग करायला सांगून, हा रोग नियंत्रणात आणण्यामध्ये कार्ल आणि स्टिफनी सायमंटन यांना उल्लेखनीय यश मिळत आहे.''

बोस्टन येथील आपल्या भाषणात डॉ. सायमंटन यांनी अमेरिकन कॅन्सर सोसायटीचे अध्यक्ष युजीन पेंडरग्रास यांच्याकडून 1959 मध्ये या संदर्भात जे सांगितलं गेलं होतं ते उद्धृत केलं, ''साधारणपणे कोणत्याही व्याधीसंदर्भात भावनिक नैराश्य किंवा तणाव या गोष्टींचा खूप मोठा प्रभाव पडतो, याचे पुरावे मिळत आहेत. त्यामुळे मला खरोखरच एका गोष्टीची खूप आशा वाटते की, भविष्यात आजाराच्या संदर्भातील प्रगती किंवा तो आजार बरा होणं यामागे ज्या काही ऊर्जा लागतात, त्या सर्व ऊर्जा एखाद्याच्या मनातून निर्माण होत असतात का? ही शक्यता पडताळून पाहण्यासाठी अभ्यास होईल.''

डॉ. सायमंटन हे आता फोर्ट वर्थमध्ये कॅन्सर कौन्सिलिंग आणि रिसर्च सेंटरचे वैद्यकीय संचालक आहेत. या सेंटरमध्ये ते स्वत: आणि त्यांच्या सहकारी स्टिफनी मॅथ्युज-सायमंटन या त्यांच्याकडे आलेल्या रुग्णांना उपचारादरम्यान बरं होण्यात मदत

होण्यासाठी मानसिक स्तरावर त्यांनी काय केलं पाहिजे, याचं प्रशिक्षण देत असतात.

''तुम्ही बघा, कोणत्याही प्रकारच्या उपचारांमध्ये रुग्णाचा मानसिक दृष्टिकोन हा त्याच्या शरीराकडून रोगाला दिला जाणारा प्रतिसाद ठरवत असतो, या कल्पनेपासून मी सुरुवात केली होती. हाच दृष्टिकोन त्याच्या आजाराचं एकूण स्वरूपही ठरवत असतो. जसजसं मी या संदर्भात अधिकाधिक अभ्यास करत गेलो, तसतशी मला माइंड कंट्रोल–जैविक प्रतिसाद आणि ध्यानधारणा – या संकल्पनांचा वापर एक साधन म्हणून कसा करायचा, आणि रुग्णांनी स्वतः यांच्या आधारावर स्वतःचे स्वास्थ्य सुधारण्याच्या प्रक्रियेत स्वतः कसं सामील व्हायला हवं, हे कळत गेलं. आज मी खात्रीने सांगू शकतो की हे रुग्णांना भावनिक दृष्ट्या सक्षम बनवण्यासाठी वापरण्याजोगं अतिशय प्रभावी साधन आहे.

''आपल्या रुग्णांना प्रशिक्षित करण्यासाठी डॉ. सायमंटन ज्या काही पायऱ्या वापरतात त्यातील सर्वांत पहिली पायरी म्हणजे मनातून भीती काढून टाकणे. एकदा हे प्रशिक्षण सुरू झालं की मग आमच्या लक्षात येतं की कॅन्सर ही तर आपल्या सर्वांमध्येच चाललेली एक सामान्य प्रक्रिया आहे. आपल्या सगळ्यांच्याच शरीरामध्ये कॅन्सरच्या पेशी असतातच आणि त्यातून कायमच विषारी द्रव्यं विकसित होत असतात. फरक असा असतो की आपलं शरीर या पेशी ओळखतं आणि एखादं शरीरबाह्य प्रथिन ज्याप्रमाणे आपल्या शरीराकडून नाहीसं केलं जातं किंवा बाहेर फेकलं जातं, त्याप्रमाणे याही कॅन्सरच्या पेशी शरीर नाहीसं करत असतं. तरीही कॅन्सरच्या पेशी निव्वळ नाहीशा करून त्यातून सुटका करून घेणं इतकंच हे प्रकरण मर्यादित नसतं. याचं कारण म्हणजे या पेशी आपल्या शरीरात कायम तयार होत राहतात. म्हणून स्वतः या प्रक्रियेसाठी शरीराला तयार करणं आणि वारंवार या पेशींवर विजय मिळवत राहणं ही गोष्ट महत्त्वाची असते.''

डॉ. सायमंटन यांच्या भाषणानंतर श्रीमती सायमंटन यांनीही आपलं मनोगत व्यक्त केलं. त्या म्हणाल्या,

''अनेक लोकांची अशी समजूत असते किंवा त्यांचा कॅन्सरच्या पेशंटकडे बघण्याचा दृष्टिकोन असा असतो की या पेशी अत्यंत किळसवाण्या, वाईट, घातक आणि अत्यंत सामर्थ्यवान असतात. लोकांना असंही वाटतं की एकदा शरीरामध्ये त्या आल्या तर त्यानंतर शरीर काहीही करू शकत नाही. पण वस्तुस्थिती उलट आहे. कॅन्सरची पेशी ही अत्यंत नॉर्मल अशीच पेशी आहे. फक्त असं समजा, ती अतिशय वेडगळ अशी पेशी आहे. या पेशी इतक्या झपाट्याने निर्माण होत जातात की अनेकदा स्वतःचाच रक्तप्रवाह त्या थांबवून टाकतात आणि उपाशी राहतात. या

पेशी अत्यंत दुर्बल असतात. तुम्ही या पेशी कापून टाका किंवा त्यांना रेडिएशन द्या किंवा किमोथेरपी द्या. या पेशी दुर्बल झाल्या की त्या परत सुदृढ होऊ शकत नाही. त्या मरून जातात.

''आता या पेशीची तुलना आपण निरोगी पेशीशी करू. समजा तुमचं बोट कापलं आणि तुम्ही काहीही केलं नाही किंवा साधं बँडेड लावलं तरी तुमच्या लक्षात येईल, आपोआप ती जखम बरी होते. नॉर्मल टिश्यूजना काही इजा झाली तर त्यातून ते स्वतःहून बरे होतात. ते स्वतःचा रक्तप्रवाह थांबवत नाहीत. आता बघा, आपल्या मनात या सगळ्या गोष्टींबद्दल काय काय प्रतिमा तयार झालेल्या असतात... आता पाहा या आजाराची आपल्या मनात पूर्वी काय कल्पना होती. केवळ आपल्या मनातल्या भीतीमुळे एखाद्या आजाराला उगाचच आपण किती शक्तिशाली बनवून टाकतो. हे आता तुमच्या लक्षात आलं असेल.''

रिलॅक्सेशन आणि व्हिज्युअलायझेशन ही दोन तंत्र रेडिएशन उपचार पद्धतीत वापरण्याच्या संदर्भात श्रीमती सायमंटन म्हणाल्या,

''आपल्याकडे उपलब्ध असलेल्या सर्वांत मौल्यवान साधनांपैकी एकमेव प्रभावी साधन म्हणजे मानसिक प्रतिमा तंत्र (मेंटल इमेजरी टेक्निक) आहे, असं मला वाटतं.

आम्ही रुग्णांना तीन मूलभूत गोष्टी करण्याचं आवाहन करतो. आम्ही त्यांना त्यांच्या व्याधीची प्रतिमा मनोमन पाहावयास सांगतो, त्यांच्यावर चालू असलेल्या उपचारांची प्रतिमा मनासमोर आणायला सांगतो आणि शरीराच्या प्रतिकारशक्ती यंत्रणेची प्रतिमादेखील डोळ्यांसमोर आणायला सांगतो.

आमच्या गटसत्रांमध्ये तुम्हाला काय हवं आहे, याचं चित्र आम्ही डोळ्यांसमोर आणायला सांगतो. त्याबाबत चर्चा करतो. तुमचा विश्वास बसायच्या आधीच हे चित्र डोळ्यांसमोर उभं राहतं. अशा पद्धतीने हे चित्र उभं राहणं किंवा उभं करणं ही गोष्ट खूप महत्त्वाची आहे, असं वाटतं.

आपण ज्या काही महत्त्वाच्या गोष्टींबद्दल बोलतो, त्यापैकी एक गोष्ट म्हणजे ध्यानधारणा. तुम्ही किती वेळा ध्यानधारणा करता? आणि ध्यानधारणेमध्ये तुम्ही काय करता? हे महत्त्वाचं आहे.

प्रकरण ११

प्रेमिकांसाठी जिवाभावाचा सराव

माइंड कंट्रोलच्या एका गटासमोरील आपल्या भाषणात श्रीमती सायमंटन यांनी आयुष्यातील अनेक तणावांच्या संदर्भात संवाद साधला आणि हे ताणतणाव जर व्यवस्थितपणे हाताळले गेले नाहीत तर आपल्याला व्याधीपर्यंत कसे घेऊन जातात, हेही सांगितलं.

''आमच्या रुग्णांमध्ये उत्तम वैवाहिक नातं असणं ही गोष्ट खूप दुर्मीळ आहे.'' एखाद्या कॅन्सरच्या रुग्णाचं वैवाहिक नातं उत्तम असेल तर आम्ही या गोष्टीचा खूप उपयोग करून घेतो. कारण हे छान लग्न आणि जिवाभावाचा जोडीदार या गोष्टी जिवंत राहण्यासाठी त्यांची मुख्य प्रेरणा असते.''

लग्न चांगलं किंवा यशस्वी कशामुळे होतं? या प्रश्नाची सगळीच उत्तरं माझ्याजवळ नाहीत. माझं आणि पाऊलाचं लग्नानंतरचं वैवाहिक आयुष्य हे अतिशय सुंदर आहे. आमचं नातं हे अत्यंत समृद्ध आहे आणि गेली ३६ वर्षे ते तेवढंच आनंदीही राहिलं आहे. मात्र ते कशामुळे, हे मी सांगू शकत नाही. कारण मलाच ते पूर्णपणे कळलेलं नाही. कधी कधी मला वाटतं, कदाचित ते मला पूर्णपणे कळलेलं नाही म्हणूनच ते चांगलं आहे. मी हे सगळं तुम्हाला एवढ्याचसाठी सांगते आहे कारण, दुर्दैवी किंवा दुःखी लग्न आणि त्याचा अनुभव या गोष्टी काय असतात, याचा मला प्रत्यक्ष अनुभव नाही, हे तुमच्या लक्षात यावं. त्यामुळे कटकट्या लग्नातून सुटका कशी करावी किंवा एखाद्याची सुटका करावी की नाही, या गोष्टींबाबत सल्ला देणारी मी कोणी तज्ज्ञ नाही.

तरीदेखील आपलं लग्न हे उत्तम आणि समृद्ध व्हावं अशी जर पती आणि पत्नी

या दोघांचीही इच्छा असेल तर त्यासाठीचे काही प्रभावी पर्याय मला माहीत आहेत.

तुम्हाला वाटत असेल, मी आता पति-पत्नींमधील लैंगिक संबंधावर चर्चा करेन कारण बहुतेकांच्या मते चांगल्या लग्नामध्ये सगळ्यात महत्त्वाची भूमिका ही पति-पत्नींमधील लैंगिक संबंध म्हणजेच सेक्स ठरवत असतात. मात्र ही बाब उत्तम लग्नाचं फलित आहे, असं मी मानतो आणि याविषयी मी नंतर चर्चा करेनच.

माझ्या दृष्टीने कोणत्याही लग्नाचा भक्कम पाया म्हणजे एकमेकांबद्दलची आपुलकी आणि जवळीक. आता ही जवळीक म्हणजे एकमेकांच्या खाजगी गोष्टींवरचं आक्रमण नव्हे. मी जवळीक या शब्दाचा अर्थ हा एकमेकांबद्दलची सखोल समज... एकमेकांना जाणून घेणं आणि एकमेकांचा स्वीकार असा सांगत आहे.

आता यानंतर मी जे काही सुचविणार आहे ते थोडंसं विचित्र वाटेल. त्याबद्दल थोडं आधी मला स्पष्टीकरण द्यायला हवं. त्याची पार्श्वभूमी सांगतो. माइंड कंट्रोलच्या कोर्सच्या अगदी शेवटी शेवटी आपण 'अतीव आनंदाचा अनुभव' याविषयी बोललो आहोत. याशिवाय दुसरंही काही घडतं. ही जी गोष्ट आहे ही अत्यंत सूक्ष्म अशी जाणीव करून देणारी पण खोलवर अनुभवायला येणारी गोष्ट आहे. माइंड कंट्रोलचे ग्रॅज्युएट कोर्स संपायच्या काही काळ पूर्वी एकमेकांच्या अधिक जवळ आल्याची भावना अनुभवतात. एकमेकांबद्दल त्यांना प्रेमळ आपुलकीची भावना जाणवते. या कोर्समध्ये येताना हे सारे एकमेकांसाठी पूर्णपणे अपरिचित असतात. इतके त्रयस्थ की आयुष्यात त्यांचे रस्ते चुकूनसुद्धा एकमेकांना मिळण्याची शक्यता नसते आणि कोर्स संपल्यावर सुद्धा ते आपआपल्या व्यक्तिगत नियतीकडे वाटचाल करणार असतात. मात्र ते भविष्यात जर कधी परत भेटू शकले तर एकमेकांशी जोडले गेल्याची ही भावना त्यांच्या मनात सहजच पुन्हा निर्माण होऊ शकते.

हे घडण्याचं एक कारण म्हणजे आयुष्यात एखाद्याच वेळी घडणाऱ्या आणि अत्यंत तीव्र अशा अनुभवातून ते एकत्र जात असतात. भयंकर युद्धामध्ये एकत्र असणाऱ्या सैनिकांच्या मनांमध्येही एकमेकांबद्दल अशाच प्रकारची जोडले गेल्याची भावना असल्याचं दिसून येतं. एखाद्या दुपारी लिफ्टमध्ये अचानक अडकलेल्या अपरिचित लोकांच्या समूहामध्ये सुद्धा अशीच गोष्ट घडल्याचं काही वेळा जाणवतं.

माझ्या स्पष्टीकरणामधला हा फक्त एक भाग आहे. तोही खूप छोटासा, मोठा नाही. हे स्पष्टीकरण मी एवढ्याचसाठी देतो, कारण ते पटकन लक्षात येतं.

आता दुसरं स्पष्टीकरण काय, हे मी स्पष्ट करण्याचा प्रयत्न करतो. सखोल

आणि दीर्घकालीन ध्यानधारणेमध्ये मनांचं एकमेकांशी नातं प्रस्थापित होतं. या स्थितीत मनं खूपच संवेदनशील आणि ग्रहणशील असतात आणि ते एकमेकांना अशा प्रकारे स्पर्श करू शकतात जो स्पर्श फक्त आयुष्यभर एकत्र राहिलेल्या लोकांच्या नात्यांमध्येच शक्य असतो.

पटकन होणारी जवळीक ही अनेकदा वरवरची, असत्य असते आणि त्यामुळे आपल्याला थोडं बेचैनही वाटतं. अशी झटकन झालेली जवळीक फार कमी काळ टिकते. मात्र हा अनुभव तसा नसतो, हा अनुभव दीर्घकालीन आणि आपल्या मनामध्ये खोलपर्यंत गेलेला असतो.

याचं कारण मला असं वाटतं, की ही एक अत्यंत नाजूक आणि सूक्ष्म पातळीवर अनुभवायची भावना आहे. ही भावना अतीव उत्साहाने अनुभवायची नाही. एखाद्या माइंड कंट्रोल ग्रॅज्युएटकडून तुम्हाला या संदर्भात काही ऐकायला मिळालं नाही तरी आश्चर्यचकित होऊ नका. तुम्ही स्वत: या गोष्टीचा त्याच्याजवळ उल्लेख करा आणि बघा कदाचित तो ग्रॅज्युएट तुम्हाला सांगेल, ''अरे, हो! खरंच. आम्ही हे अनुभवलं आहे. ती भावना फारच सुंदर होती.'' अर्थात माइंड कंट्रोलच्या प्रशिक्षणामधील या भागाला उपउत्पादन (by-product) म्हणता येईल. ही गोष्ट साध्य करण्यासाठी या अभ्यासक्रमाची रूपरेषा ठरवलेली नाही.

मात्र (ही कितीही विचित्र गोष्ट तुम्हाला वाटली तरीदेखील) माइंड कंट्रोलच्या संदर्भात तुम्ही जे काही शिकला आहात त्याचा उपयोग करून तुम्ही दोघे पति-पत्नी एक सुखद अशी जवळीक आवर्जून निर्माण करू शकता. अशी जवळीक जी अनेक वर्षे एकत्र राहिल्यावरच निर्माण होऊ शकते. जर हे तुम्ही अमलात आणलं तर याचे परिणाम मात्र आमच्या वर्गांमध्ये विद्यार्थी जे अनुभवतात, त्यापेक्षा कितीतरी अधिक पटीने प्रबळ आणि सखोल असतात. आता यासाठी काय काय करायचं हे पाहूयात!

१) तुमच्या दोघांच्या मनामध्ये एक ठिकाण निवडा, असं ठिकाण जिथे तुम्हाला दोघांनाही अत्यंत आनंदी आणि निवांत वाटेल. ती जागा कोणतीही असू शकेल. ज्या ठिकाणी तुम्ही दोघांनी एकत्र सुट्टी घालवली आहे किंवा असं एखादं ठिकाण ज्याच्या अत्यंत प्रसन्न आठवणी तुमच्या मनात आहेत अशी कोणतीही जागा. कदाचित तुम्ही दोघांनीही जी जागा आजवर बघितलेली नाही पण दोघं मिळून ती जागा तुमच्या मनात निर्माण करू शकता. मात्र तुमच्या दोघांपैकी एकच जण त्याठिकाणी जाऊन आलेला असेल, अशी जागा अजिबात निवडू नका. कारण त्यामुळे तुमच्या अनुभवाचा आकृतिबंध आणि सारखेपणा विस्कळीत होऊ

शकतो. तसंच तुमच्या दोघांमधील देवाणघेवाणाची जाणीव कमी होऊ शकते.

२) आता एका जागी अत्यंत आरामदायी अवस्थेत एकमेकांच्या शेजारी एकमेकांच्या समोर तोंड करून बसा. रिलॅक्स व्हा आणि तुमचे डोळे मिटून घ्या.

३) तुमच्या दोघांपैकी एकजण दुसऱ्याला पुढीलप्रमाणे सूचना देईल. ''आता मी दहा पासून एकपर्यंत आकडे अत्यंत सावकाश मोजणार आहे. प्रत्येक आकड्याबरोबर तू अधिक सखोल अशा अनुभवात प्रसन्न आणि ध्यानधारणेच्या स्थितीमध्ये जात असल्याचे तुला जाणवेल. दहा-नऊ-आता तू अधिकाधिक खोल जात आहेस. आठ-सात-सहा-अजून खोल, पाच-चार-त्याहीपेक्षा खोल अनुभवात तू जात आहेस. तीन-दोन-एक-आता तू पूर्णतः रिलॅक्स आहेस. मनाच्या अत्यंत खोलवर आणि प्रसन्न अशा स्थितीमध्ये तू पोहोचली (पोहोचला) आहेस. आता तुझ्या मदतीने मी त्या स्थितीत येणार आहे.''

४) या नंतर तुमची जोडीदार म्हणेल, ''आता मी अत्यंत सावकाश दहा ते एक आकडे उलट्या क्रमाने मोजणार आहे. प्रत्येक आकड्याबरोबर मन च्या अत्यंत सखोल अशा अवस्थेत तू जाणार आहेस. दहा-नऊ-आता तू अधिकाधिक खोल जात आहेस. आठ-सात-सहा-अजून खोल, पाच-चार-त्याहीपेक्षा खोल अनुभवात तू जात आहेस. तीन-दोन-एक-आता तू पूर्णतः रिलॅक्स आहेस. मनाच्या अत्यंत खोलवर आणि प्रसन्न अशा स्थितीमध्ये आपण दोघेही पोहोचलो आहोत. आता इथून अधिक सखोल अनुभव आपण दोघेही जोडीने घेऊ या.''

५) यानंतर पहिली व्यक्ती म्हणेल, ''ठीक आहे. अधिक खोलवर आपण एकत्र जाऊया. निवांत अशा आपल्या जागी आपण एकत्र जाऊ आणि तेथील अनुभव घेऊ. आपण जितकं अधिक हे अनुभवू, तितकं खोल आपल्याला जाता येईल. आता आकाशाकडे बघ.''

६) ''होय.... आकाश निरभ्र आहे फक्त काही तुरळक ढग दिसत आहेत.'' तुम्ही दोघे मिळून जो अनुभव घेत आहात, जे दृश्य पाहत आहात, त्याविषयी अगदी सावकाश आणि उत्स्फूर्तपणे वर्णन करून एकमेकांना सांगणार आहात - सभोवतालचं तापमान, रंग, आवाज आणि असे इतर अनेक प्रसन्न तपशील!

७) जेव्हा तुम्ही दोघेही सखोल अशा स्थितीत असता, तेव्हा कोणतीही गडबड करू नका. तुम्ही घेत असलेला अनुभव विशेषतः तुमच्या दोघांचीही निवांत अशी जागा पूर्णतः अनुभवा. आता तुमच्या दोघांपैकी एक जण दुसऱ्याला सांगेल,

''आयुष्यात मला सर्वाधिक गोष्ट कोणती हवी असेल तर ती म्हणजे तुला आनंदी करणं! आणि त्यामुळेच मला स्वत:लाही खूप आनंद मिळणार आहे.''

८) आता तुमचा जोडीदार म्हणेल, ''मलाही तुला सर्वाधिक आनंद द्यायचा आहे आणि त्यामुळेच मी स्वत: सुद्धा खूप आनंदी होणार आहे.''

९) आता काही वेळ असाच जाऊ द्या. जितका वेळ तुम्हाला हवा तितका वेळ घ्या. दोघांचा शांततेचा संवाद होऊ द्या. त्यानंतर त्यातून बाहेर या. काही लोकांच्या बाबतीत हा शांत मीलनाचा कालावधी एकमेकांच्या डोळ्यामध्ये बघून अधिक तीव्रतेने अनुभवता येऊ शकतो. ध्यानधारणा करणाऱ्या व्यक्तीने अल्फा किंवा थिटामध्ये राहून आपले डोळे उघडे ठेवूनदेखील हा अनुभव घेणे सहज शक्य आहे. मात्र तुम्हाला हे सहज शक्य वाटत नसेल तर तसंच करण्याची बळजबरी स्वत:ला किंवा दुसऱ्याला करू नका.

हा अनुभव इथे केवळ वाचून त्याविषयी कल्पना करून त्याचे सामर्थ्य लक्षात येणार नाही. प्रत्यक्षात तो अत्यंत प्रबळ आणि सामर्थ्यवान असतो हे लक्षात घ्या. अगदी पहिल्यांदा जेव्हा तुम्ही हा अनुभव घेण्याचा प्रयत्न कराल, त्याचवेळी तुमची खात्री पटेल. यामध्ये तुम्ही थोडेफार बदल स्वत:ही करू शकता. पण तुमच्या दोघांच्याही आयुष्यात हा एक अजरामर असा अनुभव ठरू शकतो.

आता काही सावधानतेच्या सूचना : या अनुभवाचा गैरवापर झाला तर त्यातील सौंदर्य नष्ट होईल. दोघांपैकी एकालादेखील यामागचं प्रयोजन पूर्णत: मान्य नसेल, प्रयोजन कळलेलंच नसेल तर त्या शांत आणि जवळीक साधणाऱ्या मीलनाचा परिणाम हा अपेक्षेपेक्षा खूप कमी येऊ शकतो. त्यामुळे ज्या पतिपत्नींना अधिक सखोल, समृद्ध आणि एकमेकांविषयी दीर्घकालीन बांधिलकी हवी आहे, अशाच पतिपत्नींनी या पद्धतीचा उपयोग करावा असं मी सुचवेन.

आपल्या प्रत्येकाच्या भोवती एक ऑरा असतो. काहींना आपल्या शरीराभोवतीचं एक अतिशय अंधुक असं ऊर्जाक्षेत्र म्हणून तो दिसू शकतो. वास्तविक पाहता माइंड कंट्रोलच्या प्रशिक्षणाचा दुसरा अवांतर फायदा म्हणजे आमचे ग्रॅज्युएट्स आपल्याला स्वत:चा आणि इतरांचा ऑरा दिसतो असं येऊन सांगतात. प्रत्येकाचा ऑरा प्रत्येकाच्या बोटांच्या ठशांप्रमाणे अगदी वेगवेगळा असतो.

जेव्हा लोक शरीराने एकमेकांच्या जवळ असतात, त्यावेळी त्या दोघांचीही ऊर्जाक्षेत्र एकमेकांशी मिळतात. त्यांचा आकार, त्यांची तीव्रता, त्यांचा रंग आणि

त्यांच्यातून निर्माण होणाऱ्या लहरी बदलतात. ही गोष्ट गर्दीच्या जागांमध्ये घडून येते. गजबजलेली थिएटर्स आणि बस यामध्ये हा अनुभव येतोच पण बिछान्यातही दोन व्यक्ती शेजारी असतील तरीदेखील हा अनुभव येऊ शकतो. एकमेकांशी संपर्क जितका अधिक, तेवढा एकमेकांच्या ऑरामध्ये होणारा बदल अधिक दीर्घकालीन असतो.

पतिपत्नीच्या उदाहरणामध्ये अशा पद्धतीने बदल होणं ही चांगली गोष्ट असते कारण एकमेकांचे ऑरा हे एकमेकांना पूरक ठरणारे असतात. जर पतिपत्नी शारीरिकदृष्ट्या अधिक काळ दूरवर राहत असतील तर ती संपूर्ण प्रक्रिया उलटी होऊ शकते आणि अर्थातच ही गोष्ट लग्नाच्या दृष्टीने चांगली नाही, हे वेगळं सांगायला नको. शारीरिक जवळीक ही आवश्यक आहे. म्हणूनच मी डबल बेड्स असावेत असं नेहमी सुचवतो.

आता आपण लैंगिक संबंधांकडे अर्थात सेक्सकडे वळू. सेक्स हा एकच अनुभव नसतो. त्याच्यामध्ये अनेक शक्यतांचा खूप मोठा आवाका दडलेला असतो. एक गोष्ट लक्षात ठेवा, मी तंत्र आणि पद्धत याबद्दल बोलत नाही. मी अनुभवाबद्दल बोलत आहे. मनाच्या सखोल अशा अवस्थेत आणि विविध तीव्रतेच्या पार्श्वभूमीवर या अनुभवाचा दर्जा महत्त्वाचा असतो असं मला म्हणायचं आहे. दीर्घकाळ टिकणारा आनंद आणि क्षणिक सुख यामध्ये अनेक शक्यता दडलेल्या आहेत.

अनेक जोडपी लैंगिक संबंध कसे प्रस्थापित करावेत, या संदर्भातील पुस्तिका वाचतात. त्यामध्ये अचूक तंत्र काय, वगैरे गोष्टींचा ऊहापोह केलेला असतो आणि हे असं वाचून आपल्यातील लैंगिक संबंध उत्तम आहेत, अशी त्यांची समजूत असते. प्रत्येक टप्पा निश्चित करणे किंवा प्रत्येक टप्प्यावरून पुढच्या टप्प्यावर अत्यंत तर्कनिष्ठतेने जाणे या गोष्टींमुळे हा अनुभव बीटाच्या सजग आणि वरवरच्या स्थितीमधील राहतो. अनुभवाबरोबर तुम्ही प्रवाही होत जाणं किंवा तो अनुभव जसा येईल तसा अनुभवत जाणं आणि त्यावेळी ध्यानधारणेच्या स्थितीत तुमचं मन तणावरहित असणं, हे अधिक महत्त्वाचं आहे असं मला वाटलं.

मानसिक दृष्ट्या अधिक संवेदनशील होण्यामुळे एकूणच वैवाहिक जीवन प्रचंड प्रमाणात समृद्ध होतं आणि सुधारतं. अगदी प्रशिक्षण घेतलं नाहीत तरीदेखील दीर्घकालीन आणि आनंदी लग्न दोन्ही जोडीदारांमध्ये एक मानसिक स्तरावरचा उत्तम दुवा बनतं. मग वाट कसली पाहत आहात?

प्रकरण १२

तुम्ही ESP चा वापर करू शकता!

ESP खरोखर असतं का? आज याबद्दल माहिती ठेवणारे जवळपास सर्व लोक हे कबूल करतात की हो, ESP प्रत्यक्षात आहे. आपल्या पाच इंद्रियांच्या क्षमतेच्या पलीकडे आपल्यात अशी काहीतरी गोष्ट आहे, ज्याच्या माध्यमातून आपल्याला माहिती उपलब्ध होऊ शकते. ही गोष्ट आता जवळपास पूर्णपणे सिद्ध झाली आहे. ही माहिती कुठलीही असू शकते. भूतकाळ, वर्तमानकाळ किंवा भविष्यकाळातील! एखाद्या जवळच्या ठिकाणाची किंवा दुरच्या ठिकाणाची! ESP मध्ये कार्यरत असणाऱ्या शक्तींसाठी अंतर, काळ किंवा फॅरडे केजेस अडथळा निर्माण करू शकत नाहीत.

ESP म्हणजे काय? तर इंग्रजीमध्ये त्याला 'Extrasensory perception' असं म्हटलं जातं. मराठीत या अर्थाच्या जवळ जाणारी संकल्पना शोधायची म्हटली तर 'अतींद्रिय आकलन' असं म्हणता येईल. मला स्वत:ला हे दिलं गेलेलं नाव फारसं आवडत नाही. एक्स्ट्रासेन्सरी याचा अर्थ काहीतरी बाहेरचं. आपल्या सर्व इंद्रियांच्यापेक्षा वेगळं असा अर्थ सूचित करतं. म्हणजे याचा अर्थ आपल्या पाच स्पर्शेंद्रियांच्या पलीकडे एखाद्या स्पर्शेंद्रियाचं अस्तित्व नाकारणं असा होतो. प्रत्यक्षात मात्र खरोखरच पाच स्पर्शेंद्रियांच्या पलीकडे एक स्पर्शेंद्रिय अस्तित्वात आहे. कारण या पाचांची मदत न घेता आपल्याला एखाद्या माहितीची जाणीव करून घेता येते. म्हणूनच ESP च्या बाबतीत एक्स्ट्रासेन्सरी असं काही नाही. आता 'आकलन' या शब्दाकडे वळू. ड्युक युनिव्हर्सिटीमध्ये जे. बी. ऱ्हाईन यांनी काही प्रयोग केले होते. त्या प्रयोगांच्या दृष्टिकोनातून बघता आकलन हा शब्द योग्य आहे. या प्रयोगांतर्गत काही माहीतगार व्यक्तींनी अचूकरीत्या कार्ड ओळखून या विषयासंदर्भातील सर्व

शंका खोडून काढल्या. मात्र माइंड कंट्रोलमध्ये आम्ही केवळ आकलन करून घेत नाही किंवा समजून घेत नाही, तर आम्हाला जी माहिती हवी आहे त्यावर आमचं पूर्ण लक्ष, पूर्ण जाणीव केंद्रित करतो. त्या अर्थाने आम्ही जे काही करतो त्याबाबत आकलन हा अत्यंत अपुरा शब्द आहे असं मला वाटतं. म्हणूनच माइंड कंट्रोलमध्ये आम्ही ESP याला 'Effective Sensory Projection' असं म्हणतो. पाहा, प्रत्येक शब्दातील पहिलं अक्षर सारखंच आहे. आणि ते योग्यसुद्धा आहे कारण, आम्हाला ESP मध्ये जे काही मोडतं आणि त्याच्याही पलीकडे जे आहे, त्या बद्दलच बोलायचं आहे.

ESP अनुभवण्यासाठी माइंड कंट्रोलचे विद्यार्थी अंदाज बांधून कार्ड ओळखण्याचा प्रयत्न करत नाहीत. ही पद्धत तर एखादा व्यक्ती सायकिक आहे की नाही, हे ओळखण्यासाठी वापरली जाते. मात्र सगळे लोक सायकिक असतातच हे आम्हाला अगोदरच ठाऊक आहे. म्हणून आम्ही पुढचं मोठं उद्दिष्ट समोर ठेवतो. सायकिक शक्तीच्या मदतीने दैनंदिन आयुष्यातील अनेक गोष्टी करण्यासाठी आम्ही त्यांना प्रशिक्षित करतो. हे प्रशिक्षण इतकं रसपूर्ण असतं की या प्रशिक्षणानंतर आमच्या प्रशिक्षणार्थींना आध्यात्मिक दृष्ट्या एक उच्च अशी अनुभूती मिळते. आणि हा अनुभव इतका तीव्र असतो की त्यांची आयुष्यं पूर्वीप्रमाणे न राहता पूर्णपणे बदलून जातात. आमच्या वर्गांमध्ये सुमारे ४० तासांच्या सूचना आणि सराव यानंतर ही गोष्ट शिकवली जाते.

आम्ही अगदी नियमित आणि विश्वासार्हतेने लोकांना त्यांची सायकिक शक्ती कार्यरत करून ती वापरायला शिकवतो. आजवर सुमारे ५ लाखांहून अधिक प्रशिक्षणार्थींना आम्ही हे कौशल्य शिकवलं आहे.

या पुस्तकामध्ये आत्तापर्यंत दिलेल्या सर्व तंत्रांमध्ये तुम्ही कौशल्य प्राप्त केलंत की, ESP चा सराव करण्यासाठी तुम्ही सज्ज होता. मनाच्या अत्यंत गाढ अशा स्थितीमध्ये प्रवेश करूनही तुम्ही पूर्णतः सजग राहू शकता आणि व्हिज्युअलाईज करताना गोष्टींची किंवा प्रसंगांची पूर्ण जाणीव तुमची पंचेंद्रियं ज्या पद्धतीने तुम्हाला करून देतात, अगदी तसेच्या तसे तुम्ही ते कल्पनेमध्ये अनुभवू शकता. सायकिक दुनियेत प्रवेश करण्याचे हे दोन मुख्य दरवाजे आहेत.

माइंड कंट्रोलच्या वर्गामध्ये विद्यार्थी साधारणतः दुसऱ्या दिवशीच्या अखेरीस सायकिक रीत्या कार्यरत होण्यास सज्ज होतात आणि तिसऱ्या दिवशी ते प्रत्यक्ष याचा सराव सुरू करतात. याचा सराव म्हणजेच त्यांच्या जाणिवा त्यांच्या शरीराच्या बाहेर

आणून दुसऱ्या कशावर तरी केंद्रित करण्यासाठी ते सिद्ध होतात.

काल्पनिक स्तरावर एक प्रतिमा तयार करून साध्या सरावाने ते या गोष्टीचा आरंभ करतात. सखोल ध्यानधारणेमध्ये ते स्वत:च्याच घरासमोर उभे आहेत अशी कल्पना करतात. घराच्या मुख्य दरवाजातून आत प्रवेश करण्यापूर्वी भोवतालच्या सर्व गोष्टी ते काळजीपूर्वक पाहून घेतात. त्यानंतर दरवाजातून आत प्रवेश करून ते त्यांच्या बैठकीच्या खोलीत दक्षिण दिशेच्या भिंतीसमोर तोंड करून उभे राहतात. रात्री जेव्हा दिव्याने ती खोली उजळून निघते, तेव्हा ती कशी दिसते हे ते पाहतात. तसंच दिवसा या खोलीच्या खिडक्यांमधून सूर्यप्रकाश आत येतो, तेव्हा ही खोली कशी दिसते, याचीही कल्पना करतात. आता दोन्ही वेळेला त्यांना ती खोली कशी दिसली, ते नीट लक्षात ठेवून त्यातील प्रत्येक तपशील स्मरणात ठेवतात. त्यानंतर दक्षिणेकडच्या भिंतीला स्पर्श करून त्यामध्ये ते कल्पनेने प्रवेश करतात. मी हे जे काही सांगत आहे ते कदाचित तुम्हाला खूप विचित्र वाटू शकेल. पण व्हिज्युअलायझेशन कसं करावं याचं सविस्तर प्रशिक्षण ज्या व्यक्तीने घेतलं आहे त्या व्यक्तींसाठी ही गोष्ट अत्यंत सामान्य आणि नैसर्गिक आहे.

भिंतीच्या आत प्रवेश केल्यानंतर ते आतील सर्व अनुभव घेतात, थोडक्यात भिंतीच्या आतील वातावरण तपासून पाहतात. याचं कारण या ठिकाणी ते पूर्वी कधीही आलेले नसतात. त्यामुळे भिंतीच्या आत प्रकाश कसा आहे, गंध, तापमान या गोष्टी ते तपासून पाहतात. भिंतीला आतील बाजूने ते ठोकून पाहतात आणि तेथील धातू किंवा इतर वापरलेल्या साधनांच्या घनतेची पडताळणी करतात. आता भिंतीतून बाहेर येऊन पुन्हा एकदा तिच्याकडे तोंड करून उभे राहतात. ते भिंतीचा रंगही बदलून पाहतात. काळा, लाल, हिरवा, निळा, जांभळा, व्हॉयलेट असे रंग बदलून पुन्हा मूळ ज्या रंगाची भिंत होती त्या रंगापर्यंत ते येतात. नंतर ते खुर्ची पकडतात – जी या आयामात भारहीन असते – आणि तिचा भिंतीवर अभ्यास करताना पुन्हा तिचा रंग बदलतात. हेच सगळं ते कलिंगड, लिंबू, संत्र, तीन केळी, तीन गाजरं आणि सलाड यांच्याबाबतीतही करून पाहतात.

एकदा हे सत्र संपलं, की याबाबतीतली महत्त्वाची पायरी त्यांनी पार पाडलेली असते. ती पायरी म्हणजे आपल्या तर्कनिष्ठ मनाला थोडंसं मागे ठेवून आपल्या कल्पनाशील मनाला पुढे आणून त्याला सर्व नियंत्रण घेण्याची मुभा त्यांनी दिलेली असते. या पद्धतीच्या सरावांचे मी आत्ता वर्णन करत आहे, त्यामध्ये त्यांचं तर्कनिष्ठ मन त्यांना सांगत असतं 'अजिबात नाही. तू भिंतीच्या आत आहेस असं मला मुळीच सांगू नकोस किंवा एखाद्या अपरिचित अशा ठिकाणी आहेस असं सुद्धा सांगू नकोस.

तुला माहिती आहे असं घडणं शक्यच नाही, कारण तू इथेच बसलेला आहेस.'

मात्र आत्तापर्यंतच्या व्हिज्युअलायझेशनच्या सरावामुळे कल्पनाशील मन अधिक प्रबळ झालेलं असतं. त्यामुळे तर्कनिष्ठ मनाच्या सांगण्याकडे ते दुर्लक्ष करू शकतं. एकदा का आपली कल्पनाशक्ती वाढायला लागली आणि प्रबळ होऊ लागली, की त्याबरोबर आपली सायकिक क्षमतासुद्धा वाढू लागते. कारण ही क्षमता बाळगणारं आपलं कल्पनाशील मनच असतं.

यानंतर दुसऱ्या सत्रामध्ये आम्ही विद्यार्थ्यांना काही ठोकळे आणि दंडगोल देतो. आता या ठोकळ्यांमध्ये किंवा दंडगोलांमध्ये त्यांना जाणीव प्रक्षेपित करायची (स्वतःला प्रोजेक्ट करायचे) असते. वेगवेगळ्या धातूंच्या या गोष्टी असतात. स्टेनलेस स्टिल, तांबे, पितळ, शिसं इत्यादी आधीच्या सरावामध्ये ज्या पद्धतीने भिंतीत शिरून विद्यार्थ्यांनी ज्या ज्या गोष्टी केलेल्या असतात, त्या सर्व गोष्टी ते आत्ताही हे ठोकळे आणि दंडगोलांच्या बाबतीत करतात. ते या वस्तूंमधील प्रकाश, गंध, रंग, तापमान आणि त्यांची घनता आजमावून पाहतात. अर्थात हे सारं त्यांना पुरेशा वेगाने करावं लागतं. जेणेकरून त्यांची तर्कनिष्ठता दूर राहील.

आता त्यांना साध्या गोष्टींकडून अधिक गुंतागुंतीच्या गोष्टींकडे जायचं असतं. त्या दृष्टीने ते त्यांची वाटचाल सुरू करतात. आतापर्यंत निर्जीव गोष्टींमध्ये त्यांनी प्रयोग केलेले असतात. आता सजीव गोष्टींमध्ये त्यांना हाच प्रयोग करायचा असतो. प्रथम एका फळाच्या झाडाबाबत ते हाच प्रयोग करतात. या फळाच्या झाडाच्या आत शिरून ते साऱ्या गोष्टी आजमावतात. चारही ऋतूंमध्ये हे झाड कसं असेल, त्याची रंगसंगती कशी असेल, हे सारं ते मनाच्या पडद्यावर पाहतात आणि मग त्याच्या पानांमध्ये आणि फळांमध्ये कल्पनेने शिरून साऱ्या गोष्टींचा अंदाज घेतात.

या प्रयोगानंतर एक मोठं पाऊल त्यांना उचलायचं असतं. आता ते स्वतःला एखाद्या पाळीव प्राण्यामध्ये प्रक्षेपित (प्रोजेक्ट) करतात. या टप्प्यापर्यंत आलेले विद्यार्थी इतके यशस्वी झालेले असतात की आता त्यांच्यापैकी खूप कमी लोकांच्या मनामध्ये 'मी हे खरोखरच करू शकेन का?' हा प्रश्न उभा राहतो. अत्यंत विश्वासाने त्या पाळीव प्राण्याचं ते बाहेरून निरीक्षण करतात. अर्थात तेही त्यांच्या मनाच्या पडद्यावरच. त्या प्राण्याचे रंग बदलून पाहतात आणि नंतर तेवढ्याच विश्वासाने ते मानसिक स्तरावर त्याच्या शरीरामध्ये शिरतात. त्याची कवटी, त्याचा मेंदू आजमावून पाहतात. काही वेळ त्याच्या डोक्यामध्ये ही सर्व टेहळणी केल्यानंतर पुन्हा बाहेर येऊन पुन्हा एकदा त्याचं बाहेरून निरीक्षण करतात. आता यावेळी त्यांचं सर्व लक्ष

प्राण्याच्या छातीवर केंद्रित करतात. आता कल्पनेच्या आधारे ते त्याच्या छातीमध्ये शिरून त्याच्या छातीचा पिंजरा, त्याच्या पाठीचा कणा, हृदय, फुफ्फुसं, यकृत यांचं निरीक्षण करतात. यानंतर ते परत बाहेर येतात. हे सर्व झाल्यानंतर आता त्यांच्याजवळ अनेक संदर्भबिंदू तयार असतात आणि त्याआधारे त्यांच्या आयुष्यातला सर्वाधिक थक्क करणारा अनुभव घ्यायला ते तयार होतात. प्रशिक्षणाच्या चौथ्या दिवशी त्यांना आता जिवंत माणसांबरोबर काम करायचं असतं. परंतु त्यापूर्वी काही गोष्टी करणं गरजेचं असतं.

ध्यानधारणेच्या अत्यंत सखोल अशा स्थितीमध्ये, काहींच्या बाबतीत थिटामध्ये माइंड कंट्रोलचे विद्यार्थी आपल्या अतिशय कुशल आणि प्रशिक्षित झालेल्या कल्पनाशक्तीच्या जोरावर प्रयोगशाळा उभी करतात. ही प्रयोगशाळा कुठल्याही आकाराची (साईज, शेप), कुठल्याही रंगाची असू शकते. त्या विद्यार्थ्याला जशी प्रयोगशाळा हवी, तशा प्रयोगशाळेची ते कल्पना करतात. या प्रयोगशाळेमध्ये त्यांच्या स्वत:च्या डिझाईनची खुर्ची आणि टेबल असते. एक घड्याळ असतं. भूतकाळ, वर्तमानकाळ आणि भविष्यकाळ यातील सर्व तारखा नमूद असलेलं एक कॅलेंडर असतं. शिवाय फाईल्स ठेवण्यासाठी एक कपाटदेखील असतं. यामध्ये आत्तापर्यंत काही असामान्य असं आलं नाही. आता पुढे पाहूया.

पुढची पायरी समजून घेण्यासाठी एक मुद्दा पुन्हा एकदा लक्षात घेणं गरजेचं आहे. आपल्या मनाचं स्पर्शेंद्रिय हे भाषा आणि तर्क यापासून खूप लांब आहे आणि त्याचवेळी ते चित्र, प्रतिमा आणि प्रतीकं या गोष्टींच्या फार जवळ आहे. हा मुद्दा पुन्हा उपस्थित करण्यामागचे कारण म्हणजे पुढच्या पायरीत आपल्या मनातील प्रयोगशाळा आपल्याला अशा साधनांनी, उपकरणांनी सज्ज करायची आहे की त्या साधनांमुळे दुसऱ्या दिवशी आपण ज्या माणसांना तपासणार आहोत, त्यांच्यामध्ये सापडलेली वैगुण्य या साधनांनी दूर करता यायला हवीत. यापैकी अनेक साधनं तुम्ही आजवर कोणत्याही प्रयोगशाळांमध्ये बघितलेली नसतील कारण ती साधनात्मक प्रतीकं किंवा प्रतीकात्मक साधनं आहेत.

रक्त शुद्ध करण्यासाठीच्या सूक्ष्म छिद्र असणाऱ्या गाळणीची कल्पना करा. एखाद्या नाजूक ब्रशची कल्पना करा, जो आर्थायटिसमध्ये पांढरी पावडर (कॅल्शियम) झटकून टाकतो. व्याधीतून लवकर आराम मिळावा यासाठी वेगवेगळी मलमं, अपराधीपणाची भावना धुवून टाकणारं विशेष स्नान, प्रचंड तणावाखाली असणारं मन शांत करण्यासाठी एखादी विशिष्ट म्युझिक सिस्टीम अशा सर्व गोष्टींची कल्पना करा. प्रत्येक विद्यार्थी

आपापल्यासाठी आवश्यक त्या साधनांची, उपकरणांची त्याला हवी तशी कल्पना करतो. कोणत्याही दोन विद्यार्थ्यांची साधनं सारखी नसतात. ह्या गोष्टी तिथे बनतात जिथे सर्व काही शक्य असतं, म्हणजेच मनाच्या खोल अवस्थांमध्ये. आणि विद्यार्थ्यांच्या हे लक्षात यायला लागतं की ध्यानावस्थेत त्या साधनांचा, उपकरणांचा उपयोग करून ते जे काही काम करतात, त्याचा परिणाम त्यांना भौतिक जगामध्ये पाहावयास मिळतो.

विद्यार्थी या साधनांच्या मदतीने काम करू लागताच कदाचित त्याला एखाद्या सुज्ञ अशा समुपदेशकाची मदत लागू शकते. विशेषतः काही पेचात टाकणाऱ्या क्षणांच्या वेळी अंतर्मनाचा 'सूक्ष्म पण अकंप आवाज' त्यांना मदत करू शकतो. माइंड कंट्रोलच्या विद्यार्थ्यांसाठी हा आवाज सूक्ष्म नसतो तर चांगला खणखणीत असतो आणि एक सोडून ते दोन आवाज असतात.

आपल्या प्रयोगशाळेत माइंड कंट्रोलचा विद्यार्थी दोन समुपदेशकांना आमंत्रित करतो. त्यामध्ये एक पुरुष आणि एक स्त्री असते. हे ध्यानधारणात्मक सत्र सुरू करण्यापूर्वी त्यांनी काय करायचं आहे, हे सांगण्यात येतं. इतर विद्यार्थ्यांसारखाच तो जर असेल तर आपल्याला समुपदेशक म्हणून कोण हवं आहे, याची त्याला ठाम कल्पना असते. त्याच्या कल्पनेप्रमाणे त्याला समुपदेशक शक्यतो लाभत नाहीत, परंतु त्याच्या पदरी निराशा अगदी क्वचितच येते.

एका विद्यार्थ्याला अल्बर्ट आइन्स्टाइनला भेटायची इच्छा होती. प्रत्यक्षात त्याच्या समोर एक बुटका, विदुषकासारखं तोंड रंगवलेला माणूस आला. त्याच्या नाकावर गुलाबी रंगाचा पिंगपाँगचा बॉल होता आणि त्याने विदुषकासारखीच टोपी घातली होती. मात्र हा लहानखुऱ्या चणीचा माणूस अत्यंत विश्वासार्ह असा व्यावहारिक सल्ला देणारा समुपदेशक ठरला.

आणखी एक विद्यार्थी सॅम मेरिल याने २ मे १९७५च्या 'न्यू टाईम्स'मध्ये माइंड कंट्रोलसंदर्भात एक लेख लिहिला होता. त्यात त्याने त्याचा अनुभव नमूद केला होता. त्यानेही वास्तवातल्या दोन लोकांना समुपदेशक म्हणून आमंत्रित केलं. मात्र या समुपदेशकांची वर्तणूक त्यांच्या वास्तवातल्या लोकांच्या वर्तणुकीपेक्षा खूप वेगळी होती हे त्याच्या लक्षात आलं.

मेरील लिहितो, 'त्याच्या 'नॉटिलस' नावाच्या पाणबुडीच्या आकाराच्या प्रयोगशाळेमध्ये सिल्कचा शर्ट आणि आखूड पँट घातलेला एक माणूस त्याच्या समोर आला. हा माणूस तब्येतीने अगदी किरकोळ होता. त्याला टक्कल पडू लागलं होतं. त्याच्या चेहऱ्यावर अतिशय सौहार्दपूर्ण भाव होते आणि त्याचे डोळे तेजस्वी

दिसत होते. मेरिल पुढे सांगतो, 'माझा हा समुपदेशक दुसरा तिसरा कोणी नसून चक्क विल्यम शेक्सपिअर होता. मी त्याला अभिवादन केलं पण त्याने माझ्याकडे लक्षच दिलं नाही. त्याचवेळी एक देहातीत आवाज मला ऐकू आला. तो आवाज सांगत होता, आता आपल्याला किनाऱ्यावर जायचं आहे आणि त्यानंतर खरोखरंच विल आणि मी जहाजाच्या डेकवरच्या दरवाजातून एका सुनसान किनाऱ्यावर उतरलो.

'या किनाऱ्यावर मला माझी दुसरी समुपदेशक भेटली. ती होती सोफीया लॉरेन! नुकतीच पोहून ती पाण्यातून बाहेर आली होती. कॉटनचा टी-शर्ट तिच्या अंगाला चिकटला होता. सुरुवातीला तिनेदेखील माझ्याकडे दुर्लक्षच केलं पण शेक्सपिअरला बघून तिला कमालीचा आनंद झाला. दोघांनी एकमेकांना हस्तांदोलन केलं. क्षणभर छान गप्पा मारल्या आणि त्यानंतर ते वाळूमध्ये खाली पडले. जोरजोरात आरडाओरड करत किंचाळत भांडत त्यांची एकमेकांशी मारामारी सुरू झाली.'

दुसऱ्या दिवशी जेव्हा वर्किंग केसेस सुरू झाल्या त्यावेळी लेवलमध्ये श्री. मेरिल यांच्या ऑरिएन्टॉलॉजिस्टने त्याला फ्लोरिडामधल्या एका ६२ वर्षांच्या स्त्रीचं नाव सांगितलं. तेव्हा त्याच्या दोन्हीही समुपदेशकांना त्या महिलेपेक्षा एकमेकांमध्येच जास्त रस होता. त्यांनी अगदी हसत खेळत तिला तपासलं आणि इतर काही महत्त्वाच्या गोष्टींसाठी ते तिथून निघून गेले.

हे दोन्हीही समुपदेशक त्यांना सल्ला न देताच निघून गेले का? नाही - त्या स्त्रीचं पोटचं अदृश्य झालं होतं. 'तिच्या पोटाच्या जागी मला एक लखलखीत गुलाबी रंगाचं आतडं दिसलं. त्या आतड्याचं रूप फारसं काही प्रसन्न नव्हतं,' असं मेरिल सांगतो. आपल्या ऑरिएन्टॉलॉजिस्टला ही गोष्ट सांगितल्यानंतर त्याने मेरिलला सांगितलं, 'ती स्त्री एका रुग्णालयामध्ये उपचार घेत होती आणि तिच्या आतड्याला प्रचंड सूज आली होती. तिला डायव्हर्टिक्युलायटिस झालेला होता.'

माइंड कंट्रोलच्या ग्रॅज्युएट्ससाठी त्यांचे समुपदेशक खरे आणि अतिशय वास्तविक असतात. ते काय असतात? त्याचं आम्हाला खात्रीने उत्तर देता येणार नाही. कदाचित आपल्या कल्पनेतीलच एखादी ताणलेली ती प्रतिमा असू शकते. किंवा आपल्या खोल अंतर्मनाच्या आवाजाचं दृश्यरूपातलं प्रकटीकरण ते असू शकतात. किंवा कदाचित यापेक्षा काही जास्तसुद्धा ते असू शकतात. आम्हाला एवढंच ठाऊक आहे की आपली आपल्या समुपदेशकांशी भेट झाली आणि आपण त्यांच्याबरोबर काम करायला शिकलो की दोघांमधलं नातं हे अत्यंत आदराचं आणि मौल्यवान असं बनतं.

ख्रिस्तपूर्व चार शतके ग्रीक तत्त्ववेत्ता सॉक्रेटिस याचाही समुपदेशक होता. मात्र त्याच्या समुपदेशकाचं काम किंवा सल्ला हा माइंड कंट्रोलच्या समुपदेशकांसारखा नव्हता. त्याला धोक्याचे इशारे देण्यापुरताच तो मर्यादित होता. प्लेटोच्या मते सॉक्रेटिस म्हणाला, ''माझ्या लहानपणापासूनच माझ्यावर देवसदृश गोष्टीची सावली आहे. तो आवाज मला वेळोवेळी एखादी गोष्ट करण्यापासून परावृत्त करत असतो. मात्र मी काय करावं, याची दिशा तो आवाज दाखवत नाही.''

दुसरा लेखक झेनोफोन यानेही सॉक्रेटिसचे शब्द उद्धृत केले आहेत. ''आजपर्यंत तरी हा आवाज कधीही चुकीचा ठरलेला नाही.''

आता लवकरच तुम्ही पाहाल की मानसिक स्तरावर त्याच्या प्रयोगशाळेत काम करणारा, त्याच्या समुपदेशकांबरोबर अत्यंत विश्वासाने सल्लामसलत करणारा माइंड कंट्रोलचा ग्रॅज्युएट हा प्रचंड शक्तीचा धनी असतो. त्या शक्तीचा उपयोग तो स्वतःचं आणि इतरांचं भलं करण्यासाठी करू शकतो. माइंड कंट्रोलच्या प्रशिक्षणाच्या या टप्प्यावर ही गोष्ट त्याला समजलेली असते. मात्र अद्याप त्याला त्याचा अनुभव आलेला नसतो.

दुसऱ्या दिवशी वाढलेल्या अपेक्षांची जाणीव सभोवतालच्या हवेतदेखील होत असते. पूर्वी कोर्स केलेले, पण त्याला पुन्हा नव्याने उजळणी देण्यासाठी आलेले आमचे ग्रॅज्युएट्सदेखील ही गोष्ट अनुभवतात. आत्तापर्यंत आमच्या विद्यार्थ्यांनी ज्या काही गोष्टी अनुभवलेल्या असतात, त्या फक्त त्यांच्यापुरत्या, त्यांच्या मनाच्या एकांतात त्यांनी अनुभवलेल्या असतात. आता मात्र सर्वांसमोर ही कामगिरी करून दाखविण्याची वेळ आलेली असते.

तत्पूर्वी दोन मानसिक स्तरावरच्या चाचण्या करणं अनिवार्य असतं. या दोन्हीही चाचण्या मित्राच्या शरीराच्याच असतात. पूर्वी ज्याप्रकारे एखाद्या पाळीव प्राण्याची तपासणी केलेली असते, अगदी तशाच याही असतात. पण आता त्या अधिक सविस्तर तपशिलाने करावयाच्या असतात. एकदा हे पूर्ण झालं, की विद्यार्थी जोडीने काम करायला सज्ज होतात.

प्रत्येक जोडीतल्या एकाला 'सायकोरिएन्टॉलॉजिस्ट' असं म्हटलं जातं तर दुसरा 'सायकिक ऑपरेटर' असतो. 'सायकोरिएन्टॉलॉजिस्ट' हा शब्द मीच तयार केलेल्या 'सायकोरिएन्टॉलॉजी' या शब्दावरून आला आहे. माइंड कंट्रोलमध्ये आम्ही जे काही करतो, त्याचं वर्णन करण्यासाठी हा शब्द वापरतो. त्याचा सोपा अर्थ 'मन अभिमुख करणे' हा होय. (Orienting the mind)!

सायकोरिएन्टॉलॉजिस्ट त्याला परिचित असलेल्या व्यक्तीचं नाव, त्याचं वय, साधारण ठावठिकाणा आणि त्याला असणाऱ्या प्रमुख व्याधींपैकी काही व्याधींची माहिती एका कार्डवर लिहितो. मग सायकिक ऑपरेटर, कधी कधी सायकोरिएन्टॉलॉजिस्टची मदत घेऊन त्याच्या लेव्हलमध्ये जातो. बहुधा, आता आपण काय करणार आहे, याबद्दल डळमळीत आत्मविश्वास ठेवण्याची ही त्याची शेवटची वेळ असते.

एकदा का आपल्या लेव्हलमध्ये जाऊन, त्याच्या प्रयोगशाळेत, त्याच्या समुपदेशकांच्या उपस्थितीत आपण सज्ज असल्याचा निर्देश त्याने केला, की मग सायकोरिएन्टॉलॉजिस्ट त्याला त्याने कार्डवर लिहिलेल्या व्यक्तीचं नाव, वय, लिंग आणि ठिकाण सांगतो. अन् ज्या व्यक्तीला आपण आजवर भेटलेलो नाही, तिच्याविषयी काही ऐकलेलं नाही, अशा व्यक्तीची समस्या काय आहे, हे सायकिक ऑपरेटरला शोधून काढायचं असतं. त्या व्यक्तीच्या शरीराची तो आतून आणि बाहेरून तपासणी करतो. ही तपासणी कशी करायची, याचं प्रशिक्षण त्याला पूर्वी दिलेलं असतंच. गरज पडल्यास तो आपल्या समुपदेशकांची मदत घेतो किंवा क्वचित प्रसंगी खुद्द त्या व्यक्तीशीदेखील संवाद साधतो.

एकदा हा सराव सुरू झाला की सायकिक ऑपरेटरला ज्या ज्या गोष्टी आढळून येतील, त्या सर्व त्याने लगेच सांगाव्यात अशी विनंती सायकोरिएन्टॉलॉजिस्ट त्याला करतो. अगदी आपण निव्वळ अंदाज बांधतोय, असं वाटलं तरी त्याने त्याविषयी बोलत राहावं, अशी अपेक्षा असते. हे सरावसत्र साधारणतः असं घडतं - (पुढे दिलेला नमुना हा सत्य प्रकरणावर आधारित आहे.) :

सायकोरिएन्टॉलॉजिस्ट : ''ज्या व्यक्तीचं नाव मी येथे दिलं आहे ती व्यक्ती जॉन समर्स आहे. ४८ वर्षांचा जॉन इंडियानातील एल्कहार्ट येथे राहतो. एक-दोन-तीन- इंडियानातील एल्कहार्ट येथील जॉन समर्स आता तुझ्या पटलावर आला आहे. जाणून घे, समजून घे, व्हिज्युअलाइझ कर, कल्पना कर, निर्माण कर... तो तिथे आहे हे लक्षात घे. तो तिथे आहे, हे अध्याहृत धर. आता त्याचं डोकं कुठे असेल, त्याचे पाय कुठे असतील, हे लक्षात घेऊन त्याच्या शरीराचं तुझ्या ज्ञानाने बारकाईने निरीक्षण कर. वरून खाली.. वरून खाली.. असं एक क्षणभर निरीक्षण कर.

''त्याच्या शरीराचं अशा प्रकारे बारकाईने निरीक्षण करताना तुझ्या कल्पनेने शरीरातील तीन सर्वांत आकर्षक वाटतील अशा भागांची निवड कर. तपासणी करण्याचा वेग-एका क्षणात सारं शरीर असा ठेव आणि तुझ्या लक्षात येतील तसतसे ते आकर्षक भाग कोणते, ते मला सांगत राहा. तुला असं वाटू शकेल की ही सारी कल्पना आहे

पण तरी तुझ्या मनात येणारी प्रत्येक गोष्ट मला सांगत राहा.''

सायकिक ऑपरेटर : ''तो त्याचा उजवा खांदा जरासा खाली झुकवून वावरतो... थोडासा पुढेही असतो.. बाकी साऱ्या गोष्टी मला ठीकठाक वाटत आहेत... फक्त डाव्या पायाच्या घोट्यात काही अडचण जाणवतीय.. आता त्याच्या छातीच्या आत तपासून पाहू.. सारं उबदार आहे... पण उजवीकडे अधिक गारवा जाणवतोय. गार आणि अंधारं सुद्धा! त्याचं उजवं फुफ्फुस दिसत नाही...आता हा घोटा बघू.. बाकी सारं तर ठीक वाटतंय, पण एक अस्पष्ट पांढुरकी रेघ मात्र दिसतीय... दमट-ओलसर हवेत त्याचा घोटा दुखतो.. कधीतरी हे हाड मोडलं असावं... मी एवढाच अंदाज बांधू शकत आहे... पण, थांबा... माझी समुपदेशिका मला काहीतरी दाखवत आहे. तिने जॉनला वळवून पाठमोरं केलंय आणि त्याच्या कानांमागे ती मला दाखवत आहे. तिथे भयानक खोलवर असा व्रण दिसतो आहे. त्याची मॅस्टॉइड शस्त्रक्रिया झाली आहे. बस्स! इतकंच!''

सायकोरिएन्टॉलॉजिस्ट : ''खूप छान! त्याला उजवं फुफ्फुस नाही आणि त्याच्या कानामागे खोलवर असा व्रण आहे. त्याच्या घोट्याबद्दल मात्र मला कल्पना नाही. आता त्याचं उजवं फुफ्फुस आणि कानामागचा व्रण याविषयी तू मला जे सांगितलं होतंस, त्याचा पुन्हा एकदा विचार कर. ते पुन्हा एकदा अनुभव आणि आता पुन्हा जेव्हा तू या प्रकरणावर (केसवर) काम करशील, तेव्हा या दोन्ही गोष्टी संदर्भबिंदू म्हणून वापर.''

क्षणभरानंतर सायकिक ऑपरेटर बीटामध्ये हसतमुखाने येतो. त्याचे शब्द असतात, ''वॉव! हे सारं किती आश्चर्यजनक आहे.''

होय! 'अतिशय आश्चर्यजनक आणि अविश्वसनीय' वाटावं, अशीच ही गोष्ट असते. या सुजाण जगात आपण जे काही अनुभवतो, त्या सर्व गोष्टींना मोडून टाकणारा हा अनुभव असतो. मात्र जी गोष्ट मी आत्ता सांगितली, त्यात खूप विशेष आणि वेगळं असं काही नाही, कारण सुरुवातीला जरी काही लोक आपल्या पहिल्या केसमध्ये एखादी गोष्ट चुकतात, काही आपल्या २-३ केसमध्ये सुद्धा सगळंच चुकतात. मात्र त्या दिवसाच्या अखेरीपर्यंत जवळपास सर्वांनीच इतकं यश मिळविलेलं असतं की हा 'निव्वळ योगायोग' नसून या सर्वांमध्ये निश्चितच काहीतरी सत्य आहे याची सर्वांना खात्री पटलेली असते.

अनेकदा कल्पना म्हणजे वेडगळपणा निर्माण करणारी बेजबाबदार गोष्ट- असा आपला समज असतो आणि बहुधा ती तशी असतेसुद्धा. मात्र जगातल्या सर्व

कलाकृती या विशेष प्रकारे प्रशिक्षित कल्पनेचीच फलितं आहेत. सायकिक उपलब्धी सुद्धा एका विशिष्ट पद्धतीने प्रशिक्षित केलेल्या कल्पनाशक्तीचेच फलित आहे. जेव्हा माइंड कंट्रोलचा ग्रॅज्युएट सायकिक म्हणजे अतींद्रियशास्त्राच्या आधारे प्रथमच काम करतो, त्यावेळी तो जे पाहत असतो, ती तो 'निव्वळ कल्पना करतोय' असंच समजून पाहत असतो. म्हणूनच त्याचा सायकोरिएन्टॉलॉजिस्ट त्याला सतत सांगत असतो, 'तुला तू केवळ अंदाज बांधतो आहेस, असं वाटत असलं, तरी सतत बोलत राहा'. कारण त्याने बोलणं बंदच केलं, तर त्याचं तर्कनिष्ठ मन कदाचित त्याला जाणवत असणाऱ्या गोष्टींची कारणमीमांसा करण्याच्या मोहात त्याला पाडू शकतं. असं करून ते त्याचं सायकिक सामर्थ्य डळमळीत करून टाकू शकतं. आपल्या रोजच्या आयुष्यात हेच तर घडत असतं.

पहिला प्रयत्न यशस्वी होताच आपण जे करत आहोत, ती 'निव्वळ कल्पना' नाही हे माइंड कंट्रोलच्या विद्यार्थ्याला कळून चुकतं. त्याच्या मनात जी गोष्ट पहिल्यांदा येते, तिच्यावर तो विश्वास ठेवू लागतो. हे त्याला मिळालेलं सायकिक वरदान ठरतं.

यात नैसर्गिक नियमच कार्यरत असतात. आपली मनं केवळ डोक्याच्या मर्यादेत राहत नसतात. त्या ओलांडून ती पुढे जातात. परिणामकारकरीत्या हे घडून येण्यासाठी तळमळीची इच्छा, श्रद्धेचं खत-पाणी आणि अपेक्षिततेची चमक यांचा पाठिंबा मनाला मिळायला हवा.

अगदी पहिल्याच केसमध्ये सर्वसामान्य विद्यार्थ्यांच्या बाबतीत अपेक्षितता खूप मोठी नसते. त्याला थोडीफार माहिती असेल आणि तो खुल्या दिलाचा असेल तर ESP नावाची काही गोष्ट असते हे त्याला ठाऊक असतं. पण ही ESP ही त्याची स्वत:ची क्षमता नसून ती इतर कुणाची तरी क्षमता असते, असं त्याच्या आयुष्यभराच्या अनुभवांनी 'सिद्ध' केलेलं असतं. एकदा त्याचा हा समज नाहीसा झाला तर त्याला पहिलंवहिलं यश मिळातं. मग त्याची अपेक्षितता वाढते आणि तो सज्ज होतो. काही तासांतच आणखी 9-10 केसेस यशस्वीपणे केल्यानंतर तो माइंड कंट्रोलचा ग्रॅज्युएट बनतो.

'मिडनाईट' या पत्रिकेचे बिल स्टार यांनी 19 नोव्हेंबर 1973 रोजी 'माइंड कंट्रोल क्लासेस तुमची मानसिक शक्ती वाढवू शकतात.' या लेखात 'वेळोवेळी विद्यार्थी आजाराचं अचूक निदान करतात, हे मी बघितलं आहे...' असं म्हटलं आहे. या लेखात त्यांनी त्यांच्या एका केसविषयी लिहिलं आहे. ही केस खूप

अवघड असणार, असा त्यांचा अंदाज होता कारण आजारपण नेमकं काय आहे, हे त्यांना आणि वर्गातील इतर कुणालाही माहिती नव्हतं.

त्या दिवशी सकाळी लवकर श्री. थॉमस हे माइंड कंट्रोलचे ग्रॅज्युएट हॉस्पिटलमध्ये आपल्या मुलाला भेटायला आले होते. त्याच खोलीत आणखी एक रुग्ण होता. त्याच्या नावाव्यतिरिक्त श्री. थॉमस यांना काहीच ठाऊक नव्हतं.

त्याबाबत सायकिक ऑपरेटरने काय शोधलं, ते बघा - उजव्या पायाला पक्षाघाताचा जरा फटका बसला आहे. हात व खांदे ताठर झाले आहेत आणि कोणत्याशा आजारामुळे पाठीतील काही मणक्यांत अडचण आहे. त्याच्या जोडीला त्या व्यक्तीचा घसा सुजला होता. त्याच्या आतड्यांनाही सूज येऊन दाह होत होता. तो साधारण साडेपाच फूट उंचीचा गृहस्थ होता. त्याचं वजन 105 पाउंडस् होतं.

हॉस्पिटलमध्ये गेल्यानंतर श्री. थॉमस यांना कळलं, की त्या इसमाला लहानपणी पोलिओ झाला होता. तो व्हिलचेअरवरून खाली पडला होता आणि त्यात त्याच्या कमरेची उजवीकडील वरची बाजू मोडली होती. माइंड कंट्रोलच्या विद्यार्थ्याने त्याविषयी जे जे काही निदान केलं होतं, ते योग्य होतं. अपवाद फक्त सुजलेला घसा आणि आतड्यांचा! ही लक्षणं श्री. थॉमस यांच्या मुलाच्या संदर्भातील होती.

एखादी गोष्ट चुकली आहे असं वाटलं, तर तिला आपण नेम चुकणं असं म्हणू शकतो. पण सरावाने हा नेम सुधारतोदेखील. अधिक सरावाने सायकिक ऑपरेटर वस्तू तसंच व्यक्तींशीदेखील जास्तीत जास्त जोडला जाऊ शकतो.

डिक माझ्झा हा न्यूयॉर्कमधील अभिनेता गायक! डिक स्वतःच्या उत्पन्नाला आणखी जोड देण्यासाठी लेखक आणि प्रकाशकांसाठी टंकलेखनाची काम करतो. एक दिवस त्याच्या हातून एक हस्तलिखित गहाळ झालं. ते शोधण्यात मदत करण्यासाठी त्याने घाईमध्ये माइंड कंट्रोलच्या एका ग्रॅज्युएटला बोलावलं. एका नाटकाची प्रॅक्टिस करण्यासाठी एका चर्चच्या लहान ऑडिटोरियममध्ये जेव्हा डिक गेला होता, तेव्हा ते हस्तलिखित त्याच्याजवळ असल्याचं, त्याला अखेरचं आठवत होतं. त्याचवेळी ग्रॅज्युएशनच्या सरावासाठी आलेला मॉर्टिशियन्स (अंत्यविधी करणाऱ्या व्यक्ती)चा एक गट तेथून बाहेर पडत होता. ते हस्तलिखित एका पांढऱ्या पाकिटात होतं आणि त्या पाकिटावर डिकचं नाव, पत्ता आणि 'Rush' असा शब्द लिहिला होता.

त्या माइंड कंट्रोल ग्रॅज्युएटच्या समुपदेशकांपैकी एकजण एक वयस्कर आणि मुकी महिला होती. त्यामुळे ती केवळ 'हो' किंवा 'नाही' अशी मान हलवून किंवा

थोडीफार खुणांच्या भाषेत प्रश्नांना उत्तरं देऊ शकत होती. जो पुरुष समुपदेशक होता, तो तिच्या खुणांचा अर्थ स्पष्ट करून सांगे किंवा क्वचित त्याबरोबर स्वतःचाही सल्ला सांगत असे.

डिकने वर्णन केल्याप्रमाणे त्या ग्रॅज्युएटने ते हस्तलिखित डोळ्यांसमोर आणलं. एका मोठ्या भरपूर पसारा असणाऱ्या टेबलवर कागदांच्या ढिगात त्याला ते दिसलं.

''हस्तलिखित त्या ठिकाणी सुरक्षित आहे का?'' त्याने त्याच्या त्या महिला समुपदेशिकेला विचारलं. त्यावर तिने मान हलवून होकार दर्शविला.

''एखाद्या नवीन मॉर्टिशिअनकडे ते आहे का?''

''नाही.''

''चर्चमधील डेस्कवर ते आहे का?''

''नाही.''

''ते लवकरच परत मिळेल का?''

''हो.''

''ते कुणाजवळ आहे?''

या प्रश्नावर तिने चक्क ग्रॅज्युएटकडेच बोट दाखवत निर्देश केला. ''काय? माझ्याकडे? माझ्याकडे आहे?'' त्याने विचारलं.

''नाही.''

शेवटी तो पुरुष समुपदेशक त्याच्या मदतीला धावून आला. त्याने स्पष्ट केलं, ''साधारण तुमच्याच वयाचा तरुण आहे. त्याच्याकडे हे हस्तलिखित आहे. त्याने एका तरुण स्त्रीला त्याचे कागद पुन्हा ऑफिसमध्ये नेऊन ठेवायला सांगितले होते. त्याला त्याच्या विद्यार्थ्यांबरोबर त्यांचं ग्रॅज्युएशन साजरं करायला जायचं होतं. हस्तलिखित त्याच्या टेबलवरच होतं. काही काळजी करू नका. ज्यावेळी तो ते बघेल त्यावेळी तो ते डिककडे परत पाठवून देईल.''

त्यानंतर अवघ्या दोनच दिवसात मॉर्टिशियन्स स्कूलच्या प्रमुखांनी फोनवरून डिकशी संपर्क साधला. त्या दिवशी ग्रॅज्युएशन समारंभानंतर त्याने त्याच्या कागदांचा ढिगारा उचलला आणि त्याच्या सेक्रेटरीला तो ढीग त्याच्या टेबलवर ठेवायला सांगितला. कारण त्याला नवीन ग्रॅज्युएट्सबरोबर त्या दिवशी पार्टी साजरी करायला

जायचं होतं.

बऱ्याच लोकांना वाटतं, आमच्या केसवर्कमध्ये आम्ही फार काहीही करत नाही. केवळ विचारांचं स्थानांतरण, म्हणजेच दुसऱ्यांचे विचार वाचणे. (फार काही नाही! काही लोक खरंच दुनियादारीमध्ये किती रुजलेले असतात नाही!)

जी केस मी उदाहरणादाखल सांगितली होती - एक फुफ्फुसच नसलेल्या इसमाची गोष्ट - ती केस अगदी खरी आहे. तुम्हाला त्याच्याबाबतची आणखी एक गोष्ट आठवत असेल... त्याच्या घोट्याचं मोडलेलं हाड! ही बाब चुकली होती. त्या ऑरिएन्टॉलॉजिस्टने अगोदरच त्या इसमाला पत्र लिहून सविस्तर माहिती घेतली होती. त्यानुसार त्याचं मॅस्टॉइडचं ऑपरेशन झालंय, त्याला फुफ्फुस नाहीये, या गोष्टी त्याला निश्चितपणे ठाऊक होत्या. मात्र त्याच्या घोट्याचं हाड खरंच मोडलं आहे की नाही, याबाबत त्यालासुद्धा माहिती नव्हती. त्यामुळे 'त्याबाबत मला काहीही माहिती नाही,' एवढंच तो म्हणू शकला.

मात्र त्यानंतर ज्या व्यक्तीची ही केस होती, त्या व्यक्तीने स्वत:च याबाबत खुलासा केला. तो म्हणाला, की काही वर्षांपूर्वी खरोखरच त्याच्या घोट्याचं हाड मोडलं होतं आणि दमट-ओलसर हवेत त्याला अजूनही त्याचा त्रास होत होता. 'विचार दुसऱ्यापर्यंत पोहोचवणे या संकल्पनेचा जो रूढार्थ आपल्याला माहीत असतो, त्या अर्थी नाही. कारण साधी गोष्ट बघा, घोट्याचा विचार त्या ऑरिएन्टॉलॉजिस्टच्या मनात येऊच शकत नव्हता. त्याला घोट्याच्या मोडलेल्या हाडाबद्दल काहीही माहितं नव्हतं. तसंच खुद्द त्या व्यक्तीच्या मनातदेखील असा काही विचार नव्हता.

कदाचित तुम्ही या गोष्टीवर आक्षेप घ्याल. त्या व्यक्तीच्या मनात याबद्दल विचार आला असू शकेल, असं तुम्ही म्हणाल. ठीक आहे, हे मान्य! असं घडणं अगदी शक्य आहे. आता दुसऱ्या केसचं उदाहरण बघूया. केसवर्क करीत असलेल्या एका विद्यार्थ्याने एका महिलेबाबत एक गोष्ट सांगितली. त्या महिलेच्या कोपरावर हात मोडल्यामुळे झालेला व्रण आहे असं त्याने सांगितलं. ऑरिएन्टॉलॉजिस्टना याबाबत काहीच माहिती नव्हती. म्हणून त्यांनी त्या महिलेलाच याबाबत विचारलं. तिनेसुद्धा यावर नकारात्मक उत्तर दिलं. आपला हात कधीच मोडला नसल्याचं तिने सांगितलं. काही दिवसांनंतर त्या महिलेने ही गोष्ट तिच्या आईला सांगितली. त्यावेळी तिच्या आईकडून तिला कळलं, की तीन वर्षांची असताना खरोखरच तिचं हाड मोडलं होतं. याला आपण 'विचारांचं स्थानांतरण किंवा विचार वाचणे' कसं म्हणणार?

जेव्हा लोकांच्या जीवनमरणाचा प्रश्न असतो, तेव्हा त्यांच्या आत्म्याची ऊर्जा अगदी प्रखर असते. त्यामुळे ESP च्या कित्येक उत्स्फूर्त केसेस अपघात किंवा आकस्मिक मृत्यू याबाबतच्या असतात.

म्हणूनच आमच्या अखेरच्या सरावातील केसवर्क हे अतिशय गंभीर अवस्थेतील रुग्णांबाबतच्या असतात. अत्यंत काळजीपूर्वक आपलं केसवर्क करणारा माइंड कंट्रोलचा ग्रॅज्युएट अगदी क्षीण, सूक्ष्म असे 'सायकिक सिग्नल्स' अचूक पकडायला शिकतो. हा सराव करत करत एके दिवशी तो त्याच्या मनात असणाऱ्या कोणत्याही व्यक्तीशी स्वत:ला जोडून घेण्यास समर्थ होतो. मग ती दुसरी व्यक्ती कुणीही असू शकेल. एखादी अडचणीत सापडलेली व्यक्ती असेल किंवा नसेल. जसजसा अधिक सराव होईल, तसतसे आपण अधिकाधिक संवेदनशील होत जातो.

माझ्या आरंभीच्या प्रयोगांमध्ये एक गोष्ट माझ्या लक्षात आली होती. मोठ्या लोकांपेक्षा लहान मुलं सायकिक क्षमता अधिक चांगल्या प्रकारे प्रकट करतात. कारण काय शक्य आहे आणि काय अशक्य आहे, या बीटाच्या दृष्टिकोनाचा त्यांच्यावर किरकोळ प्रभाव असतो. आणि अद्याप त्यांची वास्तविकतेची जाणीव पुरेशी विकसित झालेली नसते, जी विकसित झाल्यानंतर ते त्याच गोष्टी बोलायला शिकतात, ज्या त्यांना तर्कसुसंगत वाटतात.

माइंड कंट्रोलच्या कोर्सची पायाभूत रचना केल्यानंतर आत्तापर्यंत सांगितलेल्या केसवर्कच्या सत्राची रचना करण्यासाठी मी एक प्रयोग केला होता. आरंभीच्या काळातलं माझं तंत्र आजच्या तंत्रापेक्षा खूपच वेगळं होतं, हे तुमच्या लक्षात येईल.

जिमी आणि टिमी या दोन लहान मुलांना अगदी मूलभूत असं प्रशिक्षण देण्यात आलं होतं. त्या दोघांना मी वेगळं केलं आणि दोन वेगवेगळ्या खोल्यांमध्ये बसवलं. दोघांच्याही बरोबर त्यांचे प्रयोग संचालक (Experimenter) होते... म्हणजेच आजचे सायकोरिएन्टॉलॉजिस्ट! जिमीला त्याच्या लेव्हलमध्ये जाऊन काहीतरी तयार करण्यास सांगण्यात आलं. त्याच्या कल्पनेच्या जोरावर काहीही तयार करावं, अशी सूचना त्याला देण्यात आली. दरम्यान, दुसऱ्या खोलीत असलेल्या टिमीला त्याच्या लेव्हलला जाण्यास सांगण्यात आलं आणि जिमी काय करतोय, ते शोधण्यास सांगितलं. जिमी त्याच्या प्रयोगसंचालकाला म्हणाला, ''मी एक छोटासा ट्रक बनवत आहे. तो हिरव्या रंगाचा आहे आणि त्याची चाकं लाल आहेत.''

दुसऱ्या खोलीत टिमीच्या प्रयोग संचालकाने त्याला विचारलं, ''जिमी आता काय करतोय?'' त्यावर टिमीनं सांगितलं, ''तो तर आत्ता खेळण्यातला छोटा ट्रक

तयार करतोय.''

''अस्सं? कसा आहे तो ट्रक? त्याचं वर्णन कर.''

''ट्रकचा रंग हिरवा आहे आणि त्याची चाकं लाल आहेत.''

आम्ही आमच्या वर्गांमध्ये प्रौढ व्यक्तींसाठी जे केसवर्क घेतो, त्या तुलनेत हे अत्यंत सूक्ष्म आणि कठीण म्हणण्याच्या स्तरावरचं केसवर्क होतं. 'वयाने लहान होत मुलांसारखं बनण्यासाठी' खूप सराव करावा लागतो, हेच खरं!

प्रकरण १३

स्वत:चा सरावगट तयार करा

माइंड कंट्रोलच्या वर्गामध्ये आम्ही विद्यार्थांची मानसिक क्षमता विकसित करण्यामध्ये जी प्रगती करतो, तेवढी प्रगती तुम्हीसुद्धा हे पुस्तक वाचून करावी, अशी माझी इच्छा आहे. अर्थात यासाठी तुम्हाला अत्यंत स्थिरपणे, सातत्याने, दीर्घकालीन पण आनंद देणारे प्रयत्न करावे लागतील. आतापर्यंत मी ज्या पद्धतीचे सराव करायला तुम्हाला सांगितलं होतं, ते सारे तुम्ही एकटेही करू शकत होता. एखाद-दुसऱ्या महिन्यात जेव्हा तुम्ही यामध्ये कुशल व्हाल, तेव्हा तुम्ही आत्ता मी वर्णन केलेल्या केसेस सारखं काम करायला सज्ज व्हाल. मात्र त्यासाठी त्या टप्प्यावर तुम्हाला इतरांच्या मदतीची आवश्यकता भासू शकते. तीदेखील अत्यंत काळजीपूर्वक नियंत्रित केलेल्या वातावरणात!

आता काय करायचं आहे हे सांगतो :

या पुस्तकामध्ये वर्णन केलेला पहिला सराव अमलात आणण्यापूर्वी एक गोष्ट करणं अत्यावश्यक आहे. ती म्हणजे किमान सहा योग्य, एकमेकांबरोबर सहज आणि अनुरूप असणाऱ्या व्यक्तींचा एक गट तयार करा. या व्यक्तीदेखील सुरुवातीपासूनच हे सराव शिकत जातील. तुम्ही जसजशी प्रगती करत राहाल, त्या संदर्भात एकमेकांच्या सतत संपर्कात राहा आणि जेव्हा प्रत्येकजण यामध्ये तयार होईल – जेव्हा प्रत्येकाने या सरावामध्ये प्राविण्य मिळवलेलं असेल, त्यावेळी केसवर्क सुरू करण्यासाठी भेटा. पहिल्या सत्रासाठी किमान संपूर्ण एक दिवस गरजेचा आहे. त्यामुळे एक दिवस देण्याच्या तयारीने या. प्रत्येकजण आपापल्याबरोबर किमान चार फाईल कार्ड आणेल. प्रत्येक फाईल कार्डच्या एका बाजूला गंभीररीत्या आजारी असणाऱ्या

एका व्यक्तीचं नाव, वय आणि ठिकाण लिहिलेलं असेल आणि दुसऱ्या बाजूला त्या व्यक्तीच्या व्याधीचं स्वरूप लिहिलेलं असेल. हे लिहीत असताना शक्य तेवढे अधिक तपशील देण्याचा प्रयत्न करा. कारण जेव्हा पडताळणीची वेळ येईल, त्यावेळी त्याचा उपयोग होऊ शकेल.

आता स्वत:ला एका धातूमध्ये कल्पिण्याचा प्रयत्न करा. आमच्या प्रशिक्षण वर्गामध्ये आम्ही जे क्युब्ज (घन) किंवा सिलेंडर्स विद्यार्थ्यांना देतो, ते तुमच्याकडे नसतील. तुम्ही चांदी आणि तांबं यासाठी पैशाचं नाणं (डाईम्स् आणि पेनी) वापरू शकता. लोखंडासाठी एखादं छोटसं लोहचुंबक वापरता येईल आणि सोन्यासाठी एखादी अंगठी वापरता येईल. आता या सर्व वस्तूंचं काळजीपूर्वक निरीक्षण करा. त्यानंतर तुमच्या लेव्हलला जा आणि एकावेळी एक वस्तू कल्पनेद्वारे नजरेसमोर आणा. ती तुमच्यापासून बरेच फूट अंतरावर आणि तुमच्या नजरेच्या रेषेच्या वर असायला हवी. आता ती वस्तू हळूहळू मोठी होत आहे, विशाल रूप धारण करत आहे, अशी कल्पना करा. मोठी होत होत आता ती वस्तू जवळपास त्या खोलीच्या आकाराची झाली आहे. आता त्या वस्तूमध्ये प्रवेश करा आणि वेगवेगळ्या चाचण्या घ्या.

आता हाच सराव फळ आणि भाज्या आणि त्यानंतर एखाद्या पाळीव प्राण्याबरोबर करून पाहा. हा सराव तेव्हाच यशस्वी झाला असं म्हणता येईल जेव्हा तुम्हा सर्वांना वेगवेगळ्या वस्तूंवर केलेल्या चाचणीमध्ये सूक्ष्म फरक जाणवेल. एका वस्तूपेक्षा दुसरी वस्तू कशी वेगळी आहे, यातला फरक स्पष्टपणे जाणवतो. आता या सरावामध्ये प्रत्येक चाचणीचा निष्कर्ष हा स्पष्ट आणि तपशीलवार हवा, हे गरजेचं नाही. एकंदरीत एका वस्तूच्या बाबतीतला अनुभव हा दुसऱ्या वस्तूच्या अनुभवापेक्षा पूर्णत: वेगळा असायला हवा. या चाचणीमध्ये प्रत्येकाची निरीक्षणं एकमेकांपेक्षा पूर्णत: विभिन्न असू शकतात. तसं झाल्यास काही हरकत नाही. यातली महत्त्वाची गोष्ट म्हणजे की तुमचं जे निरीक्षण आहे तो तुमच्यासाठी संदर्भबिंदू बनतो.

आतापर्यंत तरी छापील पानामधून समुपदेशकाला जागृत करण्याची पद्धत मी विकसित करू शकलो नाही. तुम्हाला स्वत:ला जर हे करायला जमलं तर ठीकच आहे. पण त्यांच्याशिवायही तुम्ही उत्तम प्रकारे प्रगती करू शकता. कदाचित त्यामुळे तुमची प्रगती थोडी संथ गतीने होईल इतकंच.

केसवर्कसाठी माइंड कंट्रोलच्या वर्गांमध्ये आपण जसं करतो, अगदी तशाच जोड्या बनवा. बाराव्या प्रकरणात त्या ओरिएंटॉलॉजिस्टनी जे सांगितलं ते लक्षात ठेवा. त्याने त्याची केस मांडताना जे शब्द वापरले होते अगदी तेच शब्द आम्ही

आमच्या वर्गांमध्ये वापरतो आणि तुमच्या गटानेही तेच वापरावेत असं मी सुचवेन. मी पुन्हा एकदा आवर्जून सांगतो की या सर्व गोष्टी अत्यंत काळजीपूर्वक नियंत्रित केलेल्या परिस्थितींमध्ये तुम्ही कराव्यात. आता मला काय म्हणायचं आहे, ते पुढे सांगत आहे.

१) जेथे तुम्हाला मध्येच कोणी त्रास देणार नाही किंवा हस्तक्षेप करणार नाही अशी एखादी शांत जागा निवडा.

२) तुमच्या गटातील प्रत्येक सदस्याने या पुस्तकामधील नमूद केलेले सर्व सराव, योग्य त्या क्रमाने केलेले आहेत आणि त्यात ते यशस्वी झाले आहेत याची खात्री करून घ्या.

३) यामध्ये अहंकारांचे खेळ होणार नाहीत या गोष्टीवर सर्वांची सहमती असली पाहिजे. गटामधील एखादी व्यक्ती कदाचित इतरांपेक्षा पहिल्याच प्रयत्नात कमालीची यशस्वी होऊ शकते. मात्र, याचा अर्थ असा अजिबात नाही, की त्या व्यक्तीला पहिल्यांदा यश मिळालं आहे म्हणून ती सर्वोत्तम आहे किंवा इतरांपेक्षा वरचढ आहे. इतरांपेक्षा ती पहिल्यांदा यशस्वी ठरली, एवढाच त्याचा अर्थ आहे. पाचव्या किंवा सहाव्या बैठकीपर्यंत अनेकांना मानसिक स्तरावर कार्यरत होता येत नाही. मात्र जी व्यक्ती सुरुवातीला अत्यंत सावकाश प्रगती करत असते, तीच व्यक्ती सरतेशेवटी उत्तम सायकिक ठरते हा आमचा अनुभव आहे.

४) तुमच्यापैकी कोणी एखाद्या माइंड कंट्रोलच्या ग्रॅज्युएट व्यक्तीला ओळखत असेल तर या सरावादरम्यान त्यानेही तिथे उपस्थित असावं अशी त्याला विनंती करा. तो जर माइंड कंट्रोलचा नियमित सराव करत असेल तर त्याची तुम्हाला प्रचंड मदत होऊ शकेल. जर त्याने फार काळ सराव केला नसेल तर या पुस्तकाचा पटकन सराव किंवा माइंड कंट्रोल क्लासमधील पुन्हा प्रशिक्षण (पुन्हा कोर्स करायचा असेल तर त्याच्यासाठी तो मोफत असतो) या गोष्टींमुळे तो पुन्हा एकदा या प्रवाहात येऊ शकेल.

५) एकदा तुम्ही सायकिक आहात हे ठरवलं, की तुमच्या सर्व शंका बाजूला ठेवा आणि या प्रवाहामध्ये थेट उडी मारा. तुमचे अंदाज, तुमच्या कल्पना यांचा कौल नक्की घ्या. मात्र या सर्वांपेक्षादेखील तुमची जी निरीक्षणं आहेत, त्याची कारणमीमांसा करण्याचा प्रयत्न करू नका. कधीही 'अरे! असं होणं कसं शक्य आहे?' अशा शंकेने ग्रासून जाऊ नका. त्याच्या पुढचं निरीक्षण काय येतंय, त्याची

प्रतीक्षा करा. सर्वसाधारणपणे तुमच्या मनामध्ये येणारा पहिला विचार हा मनात येणाऱ्या दुसऱ्या विचारापेक्षा अधिक योग्य असतो.

सतत बोलत राहा. त्या शरीराचं डोक्यापासून पायापर्यंत निरीक्षण करा आणि तुम्ही काय पाहत आहात, याचं वर्णन करा.

६) जेव्हा तुम्ही ओरिएंटॉलॉजिस्ट असता तेव्हा कधीही कुठल्याही गोष्टीचा संकेत (हिंट) देऊ नका. तुम्हाला तुमच्या सायकिकने यशस्वी व्हावं हे वाटणं बरोबर आहे. पण म्हणून त्याला संकेत किंवा स्पष्ट सूचना देणं हे बरोबर नाही. उदाहरणार्थ, 'आता छातीकडे परत बघ आणि तिथे काही चुकीचं नाहीये ना याची खात्री करून घे बरं!' अशा पद्धतीने कोणत्याही सूचना ज्याला आपण हिंट म्हणतो, त्या देऊ नका.

आणखी एक महत्त्वाची गोष्ट म्हणजे तुमच्या सायकिकला तू चुकीचा आहेस किंवा तू चुकतो आहेस हे सांगू नका. आरंभीच्या काही टप्प्यांवर जेव्हा खूप काही चुका होतात किंवा गोष्टी राहून जातात त्यावेळी आपण ज्या केसवर काम करत आहोत ती सोडून इतर कोणती तरी केस स्वीकारण्याकडे सायकिकचा कल असतो आणि ही गोष्ट अनेकदा घडते. वास्तविक पाहता चूक अतिशय छोटी असते आणि थोड्याशा सरावाने ती दुरुस्तही करता येते. मात्र त्या चुकीबद्दल सायकोरिएंटॉलॉजिस्टने समोरच्या व्यक्तीचं मनोधैर्य खच्ची करण्याचे शब्द वापरले तर ती व्यक्ती करत असलेल्या प्रगतीलाच खीळ बसतो. म्हणून 'मला याबाबत काही माहिती नाही.' एवढंच सांगा.

७) भरपूर संयम ठेवा. नेहमी एक गोष्ट लक्षात ठेवा, जर ५ लाखांहून अधिक व्यक्ती यामध्ये यशस्वी होऊ शकतात तर तुम्हीदेखील निश्चितपणे यशस्वी व्हाल. कदाचित तुम्हाला एकट्याला थोडा जास्त वेळ प्रयत्न करावा लागेल आणि एखाद्या अनौपचारिक गटाबरोबर काम करावं लागेल. पण इथे घाई कोणाला आहे!

८) एकदा का प्रत्येक सदस्य या केसवर्कमध्ये सराईत झाला, यशस्वी झाला की त्यानंतर तुमचा हा गट नेहमी एकत्र ठेवा, एकमेकांना सतत भेटत राहा, केसेसवरती एकत्र काम करत राहा. तुमची वाटचाल नेहमीच अधिकाधिक चांगल्या दिशेनेच होत राहील आणि यातूनच एक दिवस तुम्ही एकटेसुद्धा केसवर्क पूर्ण करण्यासाठी सक्षम बनाल. याचबरोबर फक्त गंभीर आजारांसारख्या ढोबळ गोष्टींसाठीच नाही तर रोजच्या जीवनात मिळणाऱ्या अगदी सूक्ष्म संदेशांसाठीसुद्धा तुम्ही संवेदनशील व्हाल.

९) एखादी उपस्थित व्यक्ती केस म्हणून घेऊ नका. एखाद्या काही अंतरावर असणाऱ्या व्यक्तीवर काम करणे आणि आपल्या जवळ उपस्थित असलेल्या व्यक्तीवर काम करणे या दोन्ही गोष्टींकडे कायदा वेगळ्या दृष्टीने बघतो. जर एखादी व्यक्ती आपल्या जवळ बसली असेल तर अशा परिस्थितीत केल्या जाणाऱ्या कामाला रोगनिदान म्हणतात. रोगनिदान हे परवानाधारक डॉक्टरकडूनच किंवा हेल्थ केअरटेकरकडूनच झालेलं असावं. काही अंतरावर असणाऱ्या व्यक्तीवर काम करणं, याला वैद्यकीय रोगनिदान म्हणता येणार नाही. म्हणून अशा प्रकारे सायकिक शक्तीचा वापर करून रोगनिदान करणं हे कायदेशीररीत्या काही चुकीचं नाही.

१०) तुम्ही ज्या केसवर काम करत आहात, त्यामध्ये तुम्हाला जर काही विचित्र गोष्टी आढळून आल्या तर त्या व्यक्तीला ते सांगण्याची गडबड अजिबात करू नका. हे काम डॉक्टरचं आहे. तुमच्या सायकिक क्षमता वाढवणं हाच तुमचा उद्‌देश हवा, जेणेकरून तुम्ही त्याला आणि त्याच्याबरोबरच अनेकांना भविष्यात कायदेशीररीत्या मदत करू शकाल. जे काही तुमच्या तपासणीमध्ये निष्पन्न झालं आहे, ते मानसिक स्तरावर दुरुस्त करा. कारण तुम्हाला ती गोष्ट मानसिक स्तरावर जाणवलेली आहे, त्यामुळे ती मानसिक स्तरावरच दुरुस्त करा.

या प्रकरणाच्या सुरुवातीलाच मी सर्वप्रथम यशस्वी होणाऱ्या व्यक्तीच्या बाबत खूप विचार करणं चुकीचं असल्याचं सांगितलं आणि याबाबत धोक्याचा इशारा दिला आहे. मी स्वत: ही गोष्ट अत्यंत प्रकर्षाने एका प्रसंगातून शिकलो. 1967 ची गोष्ट आहे. माझ्या आरंभीच्या काही प्रशिक्षण वर्गांपैकी एकात मी शिकवत होतो. त्यावेळी विद्यार्थ्यांपैकी एकजण फ्लाईट इन्स्ट्रक्टर होता. त्याचं नाव जीम नीडहॅम. अगदी शेवटच्या दिवसापर्यंत सारं काही ठीक चाललं होतं. पण शेवटच्या दिवशी तो ज्या केसवर काम करत होता, त्या सर्व चुकत होत्या. त्या प्रशिक्षण वर्गात 32 प्रशिक्षणार्थी होते आणि त्याच्या इतकी वाईट कामगिरी कोणाचीच नव्हती.

जीम सगळेजण यशस्वी होत आहेत हे पाहत होता. एकामागून एक सगळ्यांनाच खूप यश मिळत होतं. त्याच्या मनात आलं, इतर सर्व जर करू शकतात, तर त्यालाही हे करणं शक्य आहे. म्हणून त्याने घरी जाऊन आपल्या पत्नीबरोबर याचा सराव करायचा असं स्वत:च ठरवून टाकलं. त्याच्या पत्नीनेही त्याच्याबरोबर कोर्स पूर्ण केला होता. तिने वर्तमानपत्रामधून काही अपघातग्रस्त लोकांच्या बातम्या कापल्या. रोज रात्री ती त्याला त्या अपघातग्रस्तांची नावं, वय, लिंग आणि ठिकाण या गोष्टी सांगत असे. या केसेसवर काम करायचा प्रयत्न त्यांनी सुरू केला. तो त्यांच्या जखमांबद्दल वर्णन

करत असे. या सगळ्याच्या जोडीला यलोपेजेसमधून ती त्याला काही नावं सांगत असे आणि तो त्या लोकांच्या व्यवसायाविषयी अंदाज करण्याचा प्रयत्न करत असे. हे सारं सहा महिने चालू होतं पण अजूनही त्याला यश काही मिळत नव्हतं. त्यानंतर अचानक एक दिवस त्याचा नेम लागला आणि त्याला त्याचा मार्ग सापडला. त्या पहिल्या यशस्वी प्रयोगानंतर एकामागून एक केसेसमध्ये तो यशस्वी होत गेला. सध्या जीम माझ्याबरोबर काम करतो. लारेडो येथील माइंड कंट्रोलच्या शिक्षकांच्या प्रशिक्षणाची जबाबदारी त्याच्याकडे आहे. आमच्या सर्व सायकिक्स्‌मध्ये जीम हा अत्यंत विश्वासार्ह असा सायकिक आहे. वास्तविक आता तर जीम लेव्हलमध्ये न जाता निव्वळ मानसिक स्तरावरती काम करू शकतो. त्याच्या दैनंदिन आयुष्यातला आता हा एक भागच बनला आहे.

एक दिवस संध्याकाळी बीटामध्ये किंवा बाह्यजाणिवेमध्ये जीम त्याच्या वर्गाला समुपदेशकांना उद्दीपित करायचा सराव करण्याबाबत सहकार्य करत होता. त्यावेळी त्याने एक दांडगट असा कृष्णवर्णीय इसम पाहिला. सोन्याच्या जरीने त्याचे कपडे विणले होते. हातात भलं मोठं रत्नजडीत ब्रेसलेट होतं. हा इसम समोरच्या विद्यार्थ्यांपैकी एका विद्यार्थिनीच्या दिशेने येत होता. तिने त्याच्याकडे दुर्लक्ष करत त्याला नाकारलं. तो दुसऱ्या विद्यार्थ्याकडे वळाला आणि त्याच्या ऑरामध्ये लुप्त झाला.

जेव्हा हा सराव संपला, त्यावेळी पहिल्या विद्यार्थ्याने येऊन सांगितलं की तिला एकच समुपदेशक होता. वास्तविक पाहता दोन समुपदेशक समोर आले होते मात्र त्यांच्यातला जो पुरुष होता तो ऑथेल्लो होता. अतिशय भयावह असं त्याचं रूप होतं. हे ऐकल्यानंतर दुसऱ्या विद्यार्थ्याने सांगितलं, ऑथेल्लो मला मिळाला. तो लवकर नाही आला, अगदी माझ्या सरावाच्या शेवटी तो आला होता.

जीम नीडहॅमला जितके दिवस संयम धरावा लागला, तितके दिवस तुम्हाला वाट बघावी लागणार नाही. कारण असं घडणं अत्यंत दुर्मीळ आहे. जर यश तुम्हाला खूप सावकाश मिळालं तर त्याचा अर्थ तुमच्या जवळ सायकिक वरदान नाही, असा होत नाही. याचा अर्थ इतकाच होतो की यश मिळायला तुम्हाला थोडा वेळ लागणार आहे.

प्रकरण १४

माइंड कंट्रोलच्या साहाय्याने इतरांना मदत कशी कराल?

ज्यांना तुम्ही कधी बघितलंच नाही, अशा लोकांमधील व्याधी ओळखणं हेच फार अचंबित करणारं आहे. पण आम्ही तेवढ्यावरच थांबत नाही. शरीरातील व्याधींवर आपण आपली जाणीव, ध्यान ज्याप्रकारे केंद्रित करतो, त्याचप्रमाणे आपण ती व्याधी बरी व्हावी म्हणून हीलिंगही (स्वास्थ्य प्रदान करण्याची शक्ती) केंद्रित करू शकतो.

मानसिक दृष्ट्या अशा पद्धतीने जाणिवा केंद्रित करण्यासाठी निश्चितपणे मोठ्या प्रमाणावर ऊर्जा लागते. तुमच्या मनाच्या हेतूंवर या ऊर्जेची दिशा आणि लक्ष निर्धारित होत असतं. मनाचे हेतू जर केवळ माहिती गोळा करण्याऐवजी व्याधिमुक्त होण्याकडे बदलले गेले तर ह्या ऊर्जांची कामंही बदलत जातात.

आपल्याला हवे ते यश किंवा फळ मिळण्यासाठी आपण आपल्या मनाचे हेतू आणि ही ऊर्जा यांची सांगड कशी घालू शकतो? मनाचे हेतू मूलतः आपल्या इच्छाच असतात. आपल्या सवयींना नियंत्रित करण्याच्या संदर्भातील प्रकरणामध्ये मी जसं सांगितलं होतं, की फक्त मानसिक इच्छा ही गोष्ट फारशी उपयोगाची नसते. जसं, कल्पनाशक्तीच्या जोरावर आपण एखादी व्याधी शोधून काढतो, तसंच ती दूर झाल्यानंतर शरीर कसे असेल, हे आपण कल्पनाशक्तीने मनोमन पाहतो. यालाच सायकिक हीलिंग म्हणजे सायकिक स्तरावर व्याधिमुक्त करणे असं म्हणतात. ही गोष्ट इतकी साधी आहे.

तुम्हाला हव्या असलेल्या अनेक प्रकारच्या व्याधिमुक्तीच्या प्रयत्नांसाठी केसेसवर काम करण्याचं तंत्र प्रभावीपणे येणं आवश्यक नसतं. तुम्ही एक प्रभावी सायकिक हीलर केवळ एका तंत्राने बनू शकता. मनाच्या पडद्यावर आपला

प्रश्न पाहून तो सोडवणं हेच ते तंत्र. ध्यानधारणेच्या आणि कल्पना करण्याच्या (व्हिज्युअलायझेशन) अगदी आरंभीच्या स्तरावर तुम्ही असलात, तरीही तुम्हाला हीलिंगच्या कामामध्ये उत्तम परिणाम मिळू शकतात.

आयुष्यातल्या अनेक शक्यता ह्या अस्थिर अशा संतुलनामध्ये उभ्या असतात. जरासा धक्का बसला तर हे संतुलन तुम्ही तुमच्या बाजूला झुकवून घेऊ शकता. काही वेळा अर्थातच हे संतुलन अगोदरच एका बाजूला झुकलेलं असतं आणि त्यासाठी अधिक कुशल असा सायकिकची गरज पडू शकते, जो ते संतुलन पूर्ववत करू शकतो. अर्थातच असा सायकिक होणं तुम्हाला सहज शक्य आहे. जर तुम्ही माइंड कंट्रोलमध्ये खूप प्राविण्य मिळवल्यावरच हीलिंग सुरू करण्याचा विचार करत असाल, तर एक गोष्ट लक्षात ठेवा, तुम्ही गरजूंना मदत करण्याच्या अमूल्य अशा संधी वाया घालवत आहात.

लोकांना बरं करण्याचं काम माइंड कंट्रोल विकसित करण्याच्या कितीतरी आधीपासून मी सुरू केलं. हीलिंगसाठीची सुसंघटित अशी यंत्रणा तयार करण्याच्याही कितीतरी काळ आधी मी हे काम करत होतो. एकामागून एक अनेक पद्धती मी वापरून पाहत होतो. अर्थातच या पद्धतींचे रिझल्ट देखील वेगवेगळे यायचे. मी वाट बघत थांबलो नाही हा त्यातला महत्त्वाचा मुद्दा आहे आणि तरीही बऱ्यापैकी लोकांना मी व्याधीतून आराम देऊ शकलो. या लोकांची संख्या मोठ्या प्रमाणावर होती. किंबहुना त्याचमुळे त्या काळात अमेरिका आणि मेक्सिको यांच्या सीमेवरील भागातील एक ख्यातनाम हीलर म्हणून माझी ख्याती झाली होती. मला काहीतरी विशेष वरदान मिळालेलं असावं किंवा माझ्यामध्ये काही अद्वितीय शक्ती असाव्यात, असा अनेकांचा समज झालेला होता. पण मी तर फक्त माझं ध्येय गाठेपर्यंत भरपूर वाचत राहिलो आणि प्रयोग करत राहिलो.

अगदी आरंभीच्या काळात मी ज्या लोकांना त्यांच्या व्याधीतून आराम मिळवून दिला : त्यांच्यापैकी एक उदाहरण जर घेतलं तर माझ्या पद्धती किती वेगळ्या होत्या, हे लक्षात येईल. १९५९ साली लारेडोजवळच्या एका धर्मगुरूबद्दल मी ऐकलं. या धर्मगुरूंना जवळपास १५ वर्षे गुडघेदुखीचा त्रास होता. त्यांचे गुडघे कायम सुजलेले असायचे. अर्थातच बहुतांश काळ त्यांना बिछान्यावर पडूनच घालवावा लागे. त्या धर्मगुरूंना आपली वेदना आणि एकाजागी खिळून राहणं या गोष्टींचा इतका त्रास वाटत नसे, मात्र जेव्हा मासच्या (चर्चमध्ये केली जाणारी एक पूजा) वेळी सर्वांना गुडघ्यावर बसायला सांगितलं जाई आणि त्यांना बसता येत नसे, त्यांना फार वाईट वाटत असे. त्यांच्या आर्च बिशपने त्यांची व्याधी लक्षात घेऊन त्यांना गुडघ्यावर न

बसण्याची मुभा दिली होती. मात्र तरीदेखील त्यांना आपण एका पवित्र अशा प्रथेमध्ये तडजोड करत आहोत, अशी खंत त्यांना कायम वाटत असे.

मी त्यांना भेटायला गेलो. तेव्हा त्यांना म्हणालो, ''मी तुम्हाला थोडी मदत करू शकेन असं मला वाटतंय. मी काही डॉक्टर नाही. मात्र गेली बारा वर्षे मी परामानसशास्त्र या विषयामध्ये काम करतो आहे. निव्वळ आपल्या श्रद्धेच्या बळावर व्याधीतून आराम मिळू शकणाऱ्यांबददल तुम्ही नक्कीच ऐकलं असेल, तसेच काही परिणाम आमच्या अभ्यासातही पाहायला मिळाले आहेत.''

जेव्हा मी 'श्रद्धेच्या जोरावर व्याधीतून आराम मिळतो अशा बाबतीतले परिणाम' हे शब्द उच्चारले, त्यावेळी स्वतःच्या ऐवजी धर्मगुरूंना माझीच काळजी वाटतीये की काय, असं मला जाणवलं. परामानसशास्त्र?

ते म्हणाले, ''मी तर अशा पद्धतीच्या कुठल्याही शास्त्राबद्दल ऐकलेलं नाही. आमचं पवित्र चर्च ज्या गोष्टींना अनुमती देत नाही अशा कोणत्याही गोष्टी तू करत नाहीस अशी आशा मला आहे.''

मग मी त्यांना माझ्या परीने परामानसशास्त्राच्या काही तत्त्वांबद्दल स्पष्टीकरण देण्याचा प्रयत्न केला. मात्र मी जे काही सांगितलं होतं, त्यामुळे त्या व्यक्तीच्या तत्त्वप्रणालीवर फारसा काही परिणाम झाला नसावा. ते याविषयी विचार करतील आणि मला बोलावतील असं त्यांनी मला आश्वासन दिलं. त्यांच्या चेहऱ्यावरील सहानुभूती आणि त्यांच्या आवाजातील अविश्वास यामुळे ते मला परत बोलवतील अशी मला कणभरही आशा वाटली नाही. उलट सर्व धोक्यांपासून माझं संरक्षण व्हावं अशी माझ्यासाठीच ते मनोमन प्रार्थना करतील, हे मला माहीत होतं आणि ही प्रार्थना ते इतक्या कळकळीने करतील की त्यामुळे त्यांची स्वतःचीच वेदना ते विसरून जातील.

मात्र घडलं उलट. बरोबर एक महिन्यानंतर मला त्यांनी बोलवून घेतलं. पुन्हा एकदा मी त्यांच्या बिछान्याशेजारी बसलो होतो.

ते म्हणाले, ''जोस, तुला माहित आहे, की देव आपल्याला विचित्र रस्त्यांवर घेऊन जातो. गेल्या वेळेला तू मला भेटून गेलास आणि त्यानंतर काही दिवसांनी मला एक सर्क्युलर मिळालं. आमच्या धर्मगुरूंपैकीच एका बांधवाने लिहिलेल्या पुस्तकाचं ते परीक्षण होतं. त्या पुस्तकातलं एक संपूर्ण प्रकरण त्याने परामानसशास्त्रावरती लिहिलेलं होतं. त्यादिवशी तू ज्या शास्त्राविषयी मला सांगत होतास, तेच ते शास्त्र

होतं. ते वाचल्यानंतर आता मला याबाबतीत थोडंफार कळलं आहे, म्हणून तुझ्या ज्ञानाचा प्रयोग तू माझ्यावर करावास याची मी तुला परवानगी देतो.''

मी त्यांच्याबरोबर जवळपास तासभर बसलो. माझं वाचन आणि मी आत्तापर्यंत केलेल्या काही कामांविषयी त्यांना मी सांगितलं. जितका अधिक काळ मी त्यांच्याबरोबर बोलत होतो, तितके जास्ती ते मला आवडत होते. अखेरीस ते थकून गेले, हे माझ्या लक्षात आलं. माझी तिथून जाण्याची वेळ आली होती. मी निघताना ते म्हणाले, ''ठीक आहे तर मग. आपण उपचार केव्हा सुरू करूयात?''

''फादर, उपचार तर सुरू झालाय.''

''पण मला तर समजलंच नाही.''

''फादर, ही गोष्ट मानसिक स्तरावर चालते. आपण जेव्हा बोलत होतो त्याचवेळी मी माझं सुरुवातीचं काम केलं आहे.''

माझं उरलेलं काम मी त्याचदिवशी रात्री माझ्या घरी केलं. दुसऱ्या दिवशी सकाळी मला त्यांचा फोन आला. मला कमालीचं आश्चर्य वाटलं. त्यांच्या आवाजातून आनंद ओसंडून वाहत होता. अत्यंत खुश होऊन त्यांनी मला सांगितलं, 'एका रात्रीमध्येच त्यांच्या दुखण्यामध्ये प्रचंड सुधारणा झाली आहे.'

त्यांना भेटून आल्यानंतर तीन दिवसांनी ते चालू लागले होते, वाकू लागले होते. शिवाय आता त्यांना गुडघ्यांमध्ये अजिबात वेदना जाणवत नव्हत्या. ही जादू होती का? नाही. ही अत्यंत शुद्ध अशी नैसर्गिक घटना होती. आता हे कसं घडलं, हे मी सांगतो.

आमच्या दोघांच्या तासाभरापेक्षा जास्त वेळ झालेल्या चर्चेत आम्ही दोघंही अत्यंत निवांत (रिलॅक्स) असलो तरी सजगही होतो. व्याधीतून आराम मिळण्यासाठी ज्या दोन गोष्टी आवश्यक असतात, त्याच ह्या दोन गोष्टी आहेत. आम्ही दोघांनी ज्या विषयांवर चर्चा केली त्या चर्चेमुळे त्यांना परामानसशास्त्राबद्दल विश्वास मिळाला. सायकिक कामामध्ये विश्वास ही गोष्ट अत्यंत महत्त्वाची असते, जशी कोणत्याही धर्मामध्ये श्रद्धा महत्त्वाची असते. दरम्यान मी कल्पनाशक्तीचा वापर केला आणि पाहिलं की त्यांचं आरोग्य अधिक सुधारलं आहे आणि तेवढीच महत्त्वाची गोष्ट म्हणजे ते मला अधिकाधिक आवडू लागले आहेत, याची खात्री केली. सरतेशेवटी प्रेम या गोष्टीमध्ये प्रचंड शक्ती असते आणि ही शक्ती मला आमच्या दोघांच्या बाजूला हवी होती.

त्या दिवशी रात्री या संदर्भात मी जे काही काम केलं, त्याची पूर्वतयारी म्हणून एक गोष्ट मी त्यांच्या भेटीच्या वेळीच केली होती. रात्री कल्पनाशक्तीचा उपयोग करताना, त्यांना कल्पनेने नजरेसमोर आणण्यासाठी मी धर्मगुरूंच्या व्यक्तिमत्त्वाचा अभ्यास केला. त्यांचा चेहरा, हस्तांदोलनाच्या वेळी त्यांचा स्पर्श, त्यांचे अनेक आविर्भाव, सवयी, त्यांच्या आवाजाचा ध्वनी आणि एकूणच त्यांच्या अस्तित्वाची जाणीव या साऱ्या गोष्टी मी लक्षात घेतल्या. माझ्या दृष्टीने हे 'आरंभीचं काम' होतं.

काही तासांनंतर जेव्हा धर्मगुरू गाढ झोपले होते आणि मी माझ्या घरी होतो, तेव्हा मी पुढचं काम केलं. त्या ठिकाणी असताना मी जे काही काम केलं होतं, त्यापेक्षा घरी आल्यानंतर केलेलं काम पूर्णत: वेगळं होतं. ज्यावेळी आयुष्य पणाला लागलेलं असतं, त्यावेळी तुमच्या मानसिक ऊर्जा अतिशय प्रभावीपणे परावर्तित होतात हे मला माहीत होतं. या आधीच्या प्रकरणात मी त्याविषयी उल्लेख केलेला आहेच. माझ्या लेव्हलमध्ये जाण्याऐवजी मी माझा श्वास रोखून धरला आणि धर्मगुरू खडखडीत बरे झाले आहेत असं चित्र डोळ्यांसमोर उभं केलं. अनेक क्षण असेच गेले. अखेरीस माझं शरीर श्वास घेण्यासाठी तडफडू लागलं. तरीदेखील श्वास न सोडता पूर्णत: व्याधिमुक्त झालेल्या धर्मगुरूंची प्रतिमा मी माझ्या डोळ्यांसमोर अबाधित ठेवली. दरम्यान माझ्या मेंदूने मनाच्या अवस्थेत जणू एक चीत्कार केला (सायकिक स्क्रीम). जोरात ओरडावं अशा प्रकारे तो चीत्कार होता आणि त्या चीत्कारासाठी लागलेल्या ऊर्जेने पूर्णत: बऱ्या झालेल्या धर्मगुरूंची प्रतिमा पक्की केली आणि नंतर ती जिथे जायला हवी होती, तिथपर्यंत बरोबर ती गेली.

अखेरीस मी दुसरा श्वास घेतला आणि माझं काम झाल्याची मला खात्री पटली. खरोखरच माझं काम झालं होतं. आज जी पद्धती मी शिकवतो आणि वापरतो, ती अधिक सोपी आणि परिणामकारक आहे. फक्त तुमच्या मनाच्या पडद्याचा वापर अधिक स्पष्टपणे प्रभावीपणे आणि आत्मविश्वासाने करायला शिका. त्यासाठी आवश्यक असणारी प्रक्रिया काय आहे, हे मी तुम्हाला टप्प्याटप्प्याने सांगतो.

१) ज्या व्यक्तीला त्याच्या व्याधीतून तुम्ही आराम मिळवून देणार आहात, त्या व्यक्तीची स्थिती माहीत करून घेणं हे आवश्यक नसलं तरी त्याची तुम्हाला मदत होऊ शकते. ही गोष्ट तुम्ही सायकिकरीत्या किंवा थेट एखाद्याला विचारून समजून घेऊ शकता. कोणत्या प्रकारे तुम्ही ती जाणून घेतलीत, याने काही फरक पडत नाही.

२) तुमच्या ध्यानाच्या स्थितीत जा आणि त्या व्यक्तीला तुमच्या मनाच्या पडद्यावर

आणा. जी व्याधी त्यांना त्रास देत आहे, त्या व्याधीसकट व्यक्तीला पडद्यावर पाहा. पडद्याच्या डाव्या बाजूला दुसरी प्रतिमा पाहा. त्या व्यक्तीची व्याधी कशा पद्धतीने बरी करता येईल, यासाठी केलेले प्रयत्न त्या प्रतिमेत दिसू द्या. (तुम्ही त्या व्यक्तीला भेटला नसाल आणि केसवर्कसाठी तयार नसाल तर ती व्यक्ती कशी दिसते हे अगोदर जाणून घ्या. त्यामुळे तुमचं व्हिज्युअलायझेशन (कल्पनेतलं दृश्य) अधिक अचूक होईल.

३) आता या प्रतिमेच्या आणखी डावीकडे ही व्यक्ती पूर्णत: बरी झाली आहे, ही प्रतिमा पाहा. त्या व्यक्तीमध्ये ऊर्जा आणि आशावाद या गोष्टी ओतप्रोत भरलेल्या आहेत अशीही कल्पना करा. गाढ ध्यानधारणेमध्ये तुम्ही स्वत:ला जे सांगता, त्यासाठी खूप ग्रहणशील असता. म्हणूनच तो क्षण खूप महत्त्वाचा आहे. कारण या क्षणामध्ये त्या व्यक्तीची आनंदी अशी प्रतिमा तुम्ही कल्पिणार आहात. लक्षात घ्या, ती व्यक्ती आनंदी आहे हे तुम्ही पाहणार आहात. ती आनंदी होईल किंवा आनंदी होत आहे हे नव्हे. याचं कारण म्हणजे या ध्यानधारणेच्या लेव्हलमध्ये, अल्फा किंवा थिटामध्ये तुमचं मन 'कारण बनण्याशी' निगडित असतं. म्हणजेच अल्फा आणि थिटामध्ये मन येणाऱ्या फलितासाठी 'कारण बनण्याचं' काम करत असतं. मात्र बिटामध्ये फलित काय आहे, याचा विचार अधिक केला जातो. म्हणूनच अल्फा किंवा थिटामध्ये एखादी गोष्ट 'भविष्यात' अशी होईल, अशी कल्पना न करता, ती गोष्ट अत्यंत विश्वासाने 'या क्षणाची', 'सत्य स्थिती' आहे अशा प्रकारे आणणे गरजेचं असतं. काळाविषयी इथे विचार करायची गरज नाही, या लेव्हलमध्ये काळ ही खूप वेगळी गोष्ट असते. तुम्हाला जो परिणाम (रिझल्ट) हवा आहे, तो अगोदरच मिळालेला आहे अशा पद्धतीने व्हिज्युअलाईज करा.

विश्वाच्या नियमांपैकी कॉस्मिक बिल ऑफ राईट्स नावाची एक गोष्ट आहे. या नियमानुसार तुम्ही कोणीही असा, कनिष्ठ किंवा उच्चवर्गातील असा, हुशार किंवा मठ्ठ असा, पण आपण सर्वजण आपल्या प्रबळ इच्छा, विश्वास आणि आपल्या अपेक्षा यांच्या जोरावर कायदेशीररीत्या योग्य गोष्टी घडवण्यासाठी सहभागी होऊ शकतो. सुमारे दोन हजार वर्षांपूर्वी हीच गोष्ट अधिक सोप्या आणि चांगल्या पद्धतीने आपल्याला सांगण्यात आलेली आहे. न्यू टेस्टामेंटमधील मार्क असं म्हणतो, ''ज्या गोष्टी घडाव्यात असं वाटत असतं त्या घडतात, जेव्हा तुम्ही मनोभावे प्रार्थना करता आणि विश्वास ठेवता, तेव्हा त्या गोष्टी तुम्हाला मिळतात.''

ज्या वेळी तुम्ही ती व्यक्ती अत्यंत सुदृढ आणि निरोगी आहे, अशी कल्पना

करता त्यावेळी एक क्षण असा येतो, जेव्हा तुम्हाला खात्री पटते की तुम्ही पुरेसे प्रयत्न केलेले आहेत आणि तो क्षण अत्यंत प्रसन्न असतो. हा क्षण आनंददायी किंवा प्रसन्न असतो असं मी म्हणतो कारण तो तुमच्या यशाची जाणीव करून देणारा क्षण असतो. आता अल्फामधून बाहेर या, एक ते पाच आकडे म्हणा. 'पूर्णत: जागे व्हा. सुरुवातीला होतात त्याहीपेक्षा अधिक सजग व्हा.'

या तंत्राचा तुम्ही जितक्या वेळा सराव कराल, तेवढे अधिक अनेक सुंदर योगायोग घडत जातील आणि त्यातून तुमचा विश्वास अधिकाधिक दृढ होत जाईल आणि या दृढविश्वासातून सुंदर योगायोग घडवण्यास तुम्ही तयार व्हाल. आपल्या मनाच्या पडद्याचा प्रभावी वापर करून घेण्यास तुम्ही शिकलात की त्या क्षणापासून यशस्वी परिणामांची ही मालिकाच सुरू होईल.

श्रद्धेच्या जोरावर व्याधीतून आराम मिळविणं आणि सायकिक पद्धतीने व्याधिमुक्त करणं या दोन्हीची तंत्र भिन्न असतीलही. मात्र दोन्हीची तत्त्व आणि परिणाम हे सारखेच आहेत असं मी मानतो, श्रद्धेच्या जोरावर व्याधीतून आराम मिळविण्याची कर्मकांडं एका संस्कृतीतून दुसऱ्या संस्कृतीत बदलू शकतात. मात्र त्यांचा दुहेरी परिणाम सारखाच असतो – मनाला अधिक सखोल अशा स्थितीत घेऊन जाणं आणि विश्वास आणि अपेक्षा यांना भक्कम आधार देणं.

अनेक हीलर्स अशा काही पद्धती वापरतात ज्यामुळे त्यांची दमछाक होते. त्यांच्यातील ऊर्जा संपून जाते आणि एकाच बैठकीमध्ये अनेकदा त्यांचं वजनही कमी होतं. हे अजिबात आवश्यक नाही. वास्तविक माइंड कंट्रोलच्या पद्धती अगदी याउलट परिणाम देतात. जेव्हा आपण यशाची ती भावना अनुभवता, त्यावेळी आपल्याला एक नवीन चेतना मिळते. हा अनुभव सूक्ष्म पातळीवर नसतो. तो प्रकर्षाने जाणवतो आणि आपण त्यातून 'पूर्वी कधीही न अनुभवलेल्या अधिक चांगल्या मनःस्थितीमध्ये' जागे होतो. दुसऱ्यांना व्याधीतून आराम देणं, ही गोष्ट हीलरसाठी अधिक चांगली असते, असं आमच्या लक्षात आलं आहे.

आपण स्वत:च्या व्याधींना हील करू शकत नाही असं अनेक हीलर्सना वाटत असतं. काहींना तर असंही वाटतं की जर त्यांनी ही गोष्ट करण्याचा प्रयत्न केला तर पण ते त्यांची 'शक्ती' गमावून बसतील. ही गोष्ट पूर्णत: असत्य आहे हे आम्ही वारंवार सिद्ध केलं आहे. अनेकांचा असाही समज असतो की ज्या व्यक्तीला ते व्याधीतून आराम देणार आहेत, त्या व्यक्तीच्या सान्निध्यातच त्यांनी असलं पाहिजे, ज्यामुळे ते त्या व्यक्तीवर हात ठेवून त्याला हीलिंग देऊ शकतील. आमच्यापैकी

जे परवानाधारक डॉक्टर्स नाहीत किंवा अधिकृत चर्चचे अधिकारी नाहीत, त्यांच्या दृष्टीने अशा प्रकारे हीलिंग देणं बेकायदेशीर आहे. त्याहूनही महत्त्वाची बाब म्हणजे अशा प्रकारे हीलिंग देण्याची गरजसुद्धा नाही. ज्या व्यक्तीला व्याधीतून आराम द्यायचा आहे, त्या व्यक्तीच्या अनुपस्थितीतही काम करता येतं.

माइंड कंट्रोलच्या प्रशिक्षण वर्गामध्ये या संदर्भात चर्चा करताना आम्ही नेहमी एका प्रसिद्ध प्रसंगाचं उदाहरण देतो. जिजस क्राइस्टने खूप दूरवरच्या अंतरावरील सेंच्युरीऑनच्या नोकराला व्याधिमुक्त केलं होतं. त्या नोकराला क्राइस्टने कधी बघितलंही नव्हतं. फक्त त्याच्या दुखण्याविषयी सेंच्युरीऑनने क्राइस्टला सांगितलं होतं. 'आणि त्याचा नोकर अवघ्या तासाभरामध्ये व्याधिमुक्त झाला होता.'

आता एक छोटंसं निरीक्षण. आपल्या लोकसंस्कृतीकडे बारकाईने बघा. विशबोनच्या साहाय्याने जेव्हा आपण एखादी इच्छा प्रदर्शित करतो किंवा आकाशातून तुटून खाली पडणाऱ्या ताऱ्याजवळ आपण काही मागतो, तसंच आपल्या वाढदिवसाच्या दिवशी आपण फुंकर मारून मेणबत्त्या विझवतो – या सर्व वेळी आपण जी इच्छा प्रगट करतो ती मोठ्यांना सांगत नाही. माझ्या मते ही गुप्तता बाळगणं ही काही बालीश गोष्ट नाही. त्याच्या मागे काहीतरी ज्ञान नक्कीच आहे. आपली इच्छा – किंवा खरं तर व्याधीतून आराम मिळण्यासाठीचं आपलं व्हिज्युअलायझेशन या बाबी जेव्हा आपण गुप्त ठेवतो, तेव्हा त्यामागे एक हेतू असू शकतो, आपल्या या ऊर्जा भरकटू नयेत आणि कदाचित त्या ऊर्जेमध्ये अधिक भर पडत जावी, केवळ याच कारणासाठी मी आणि आमचे इतर अनेक अध्यापक आमच्या विद्यार्थ्यांना त्यांचं हीलिंगच्या संदर्भातलं काम त्यांच्यापुरतंच ठेवण्याचा सल्ला देतो. जेव्हा क्राईस्टने एका व्यक्तीला व्याधिमुक्त केल्यानंतर उद्गार केले, 'बघ! याबद्दल कोणाला कळता कामा नये,' त्या वेळी त्यांना ती गोष्ट खरंच लपवून ठेवायची नव्हती, तर असं बोलण्यामागे काही गहन कारण होतं.

प्रकरण १५

काही शंका

या पुस्तकातील ३ ते १५ ही प्रकरणं माइंड कंट्रोलच्या कोर्सनुसार लिहिलेली आहेत. मानवी आयुष्यात ज्या अडचणी दैनंदिन स्वरूपात जाणवतात, त्या सोडविण्यासाठी अधिक चांगल्या प्रकारे आणि विशेष मार्गांनी आपल्या मनाचा वापर कसा करून घेता येऊ शकतो, हे त्यावरून लक्षात येतं. या पुस्तकात जे तुम्ही वाचत आहात, त्या साऱ्या गोष्टी माझ्या ३० वर्षांच्या अभ्यासाचा आणि प्रयोगांचा परिपाक आहे. मी माझं सारं काम अगदी व्यावहारिक स्तरावर ठेवलेलं आहे, हे तुमच्या लक्षात आलंच असेल. मी अत्यंत हालाखीच्या परिस्थितीत जन्माला आलो आणि आयुष्याने अगदी सुरुवातीपासूनच व्यावहारिक प्रश्नांचे फासेच माझ्या वाट्याला टाकले. कदाचित हे त्यामागचं कारण असू शकेल.

मात्र, या वाटेवरून वाटचाल करत असताना अनेकदा मलाच थक्क करून टाकतील असे शोध लागले, निष्कर्ष निघाले. ते पाहून शंका वाटणं ही अगदी नैसर्गिक बाब होती. कारण माझ्यावर माझ्या वाचनाचा, माझ्या जाणकार सहकाऱ्यांचा आणि सगळ्यात महत्त्वाचं म्हणजे ख्रिश्चन धर्माच्या समृद्ध परंपरेचा खूप मोठा प्रभाव होता. त्यामुळे सारे काही केवळ माझेच विचार होते, असा दावा मी करू शकत नाही.

या सगळ्यात एक गोष्ट मला भन्नाट वाटत होती. मी जे काही निष्कर्ष काढले होते, त्यापैकी एकही गोष्ट माझ्या धार्मिक श्रद्धांना आव्हान देणारी नव्हती. कारण गेली अनेक शतके विज्ञान आणि धर्म यांच्यात फारसं सख्य नव्हतं. पण मला व्यक्तीशः तसं काही अनुभवायला आलं नाही. मात्र मला आश्चर्य याचं वाटतं, की माझ्या शोधांचा जगातील इतर कोणत्याही प्रस्थापित धर्माशी परस्परविरोध दिसून आला नाही. आमच्या उत्साही विद्यार्थ्यांमध्ये नास्तिक लोक आहेत, प्रोटेस्टन्ट

आहेत, कॅथॉलिक, ज्यू, मुस्लिम, बुद्धिस्ट आणि हिंदू सुद्धा आहेत. तसंच भरपूर शाखांमधले शास्त्रज्ञ आणि स्कॉलर्ससुद्धा आहेत.

मग याचा अर्थ काय घ्यायचा? माइंड कंट्रोलमध्ये काहीही मूल्यं रुजवली जातच नाहीत का? जी तंत्रं मी तयार केली, ती वाईट नाहीत तशी चांगलीही नाहीत? मग माझ्या मनात विचार आला, की या प्रकरणात आपण शंकांचंच निरसन करावं. मात्र, आता या टप्प्यावर माझे काही ठाम निष्कर्ष आहेत आणि ते तर्काला ठोस पूरकच ठरतील. ते मी प्रथमतः प्रश्नोत्तरांच्या स्वरूपात सांगत आहे :

१. या ब्रह्मांडाला काही नियम आहेत का? – अर्थातच होय! विज्ञान ते नियम शोधून काढत आहे.

२. आपण हे नियम मोडू शकतो का? किंवा त्या नियमांचं उल्लंघन करू शकतो का? – नाही. आपण एखाद्या इमारतीवरून खाली उडी मारली, तर आपण मरू किंवा आपल्याला इजा होईल. नियम मोडले जाणार नाहीत, आपली हाडं मात्र मोडतील.

३. हे ब्रह्मांड फक्त स्वतःपुरता विचार करू शकतं का? – या ब्रह्मांडाचा निदान एक भाग स्वतःपुरता विचार करतो. हे आपल्याला ठाऊक आहे आणि तो भाग म्हणजे आपणच! मग सगळं ब्रह्मांड असा विचार करू शकेल, असं म्हणणं योग्य ठरणार नाही का?

४. हे ब्रह्मांड आपल्यासाठी त्रयस्थ आहे, असं म्हणता येईल का? – नाही. असं कसं म्हणता येईल? आपण या ब्रह्मांडाचाच एक भाग आहोत आणि ते आपल्याला प्रतिसाद देत असतं.

५. आपण मूलतः चांगले असतो की वाईट असतो? – आपण जेव्हा आपल्या स्वतःच्याच घनिष्ठ सान्निध्यात असतो – म्हणजेच जेव्हा आपण ध्यानधारणेमध्ये असतो– तेव्हा आपण कुणालाही इजा करू शकण्याच्या स्थितीत नसतो – त्यावेळी आपण खूप चांगलेच असतो.

माझ्या प्रयोगातून ह्या पाचव्या प्रश्नाचं उत्तर मला मिळालं नसतं तर मी आणि माझा वास्तवाबद्दलचा दृष्टिकोन फार वेगळा असता.

सत्य किंवा वास्तव या संकल्पनेची मी ऐकलेली सर्वांत उत्तम व्याख्या म्हणजे – 'आपण सगळे मिळून बघत असलेलं स्वप्न!' सत्य किंवा वास्तव म्हणजे नेमकं काय? याची अगदी पुसट अशी कल्पनाच आपल्याला असते. कारण आपण जे समजून घेतो किंवा आपण ज्या प्रकारे गोष्टी पाहतो, ते सारं बहुतांश आपल्या स्वतःच्या सोयीनुसार असतं. दूरवर असणाऱ्या वस्तू प्रत्यक्षात खरंच लहान नसतात आणि ज्या वस्तू भरीव, ठोस दिसतात, त्या खरोखरीच आतून तशा नसतात.

सर्व काही फक्त ऊर्जा आहे. रंग आणि आवाज, कॉस्मिक किरण आणि दूरचित्रवाणीवरील चित्र यांच्यातील फरक हा लहरींवर अवलंबून असतो किंवा तिथे कोणती ऊर्जा आहे आणि किती वेगाने कार्यान्वित होते आहे, यावर ते अवलंबून असतं. भौतिक वस्तू म्हणजे काय? तीदेखील ऊर्जाच असते. $E = MC^2$ हे आपण शिकलेलं आहेच. हे देखील वेगळ्या स्थितीत असताना ऊर्जा जे काही वेगळं कार्य करते त्यामुळेच घडतं. ऊर्जेबाबत एक मोठी गमतीशीर गोष्ट आहे. सर्व विरुद्ध गोष्टींच्या दुनियेत, म्हणजे खाली-वर, कृष्ण-धवल, जलद-सावकाश.. अशा आपल्या जगामध्ये मात्र ऊर्जेच्या विरुद्ध काहीच नाही. याचं कारण म्हणजे असं काहीच नाहीए ज्याच्यासाठी आपण 'ऊर्जा' हा शब्द वापरू शकत नाही... यात तुम्ही, मी आणि आपले विचारदेखील सामील आहेत. दोन्हीचा विचार करताना ऊर्जा घेतली जाते आणि नव्याने तयारही केली जाते किंवा अगदी अचूकपणे सांगायचं झालं तर ऊर्जा रूपांतरीत केली जाते.

आता तुमच्या ध्यानात येईल, की मी वस्तू आणि विचार यात थोडा फरक आहे, असं का म्हणतो?

विचार वस्तूंवर परिणाम करतात का? - अर्थातच! ऊर्जा ते करू शकते.

विचार प्रसंगांवर परिणाम करू शकतात का? - अर्थातच! ऊर्जा करू शकते.

वेळेला आपण ऊर्जा म्हणू शकतो का? याबाबत माझा एक अत्यंत धूसर असा अंदाज आहे. कारण काळ आपल्याला अनेक रूपात भेटत असतो. त्याच्याकडे एका अंगाने पाहिलं तर आपल्याला सारं काही स्पष्ट आहे असं वाटतं, पण तसेच दुसऱ्या दृष्टिकोनातून पाहिलं तर तीच गोष्ट पूर्णत: वेगळी दिसू शकते. आपल्या बुटांची लेस बांधताना किंवा रस्ता ओलांडत असताना आपण एकाच पद्धतीने वेळेचा विचार करतो - भूतकाळातून वर्तमानकाळात आणि तिथून पुढे भविष्यकाळात असा एका सरळ रेषेत वेळेचा विचार करतो. रोजची कामं पार पाडण्यासाठी आपण काळाचा याचप्रमाणे विचार करायला हवा. आपण अत्यंत सोयीस्कररीत्या सूर्य उगवतो, सूर्य मावळतो हा विचार करत असतो. कोपरनिकसने सांगितलेला अंतरिक्षाचा विचार कधी चुकीचा सिद्ध झालाच नाहीए असं समजून आपण चालतो. या जाणिवेतूनच आपल्याला भूतकाळातील गोष्टी आठवत असतात, वर्तमानकाळात आपण अनेक अनुभव घेत असतो आणि भविष्यात काय होणार, हे माहीत नसलं तरी आपण त्याचा विचार करत असतो.

मात्र दुसऱ्या दृष्टिकोनातून आपण याकडे बघितलं तर नवीनच गोष्ट समोर येते. अल्फा आणि थिटामध्ये असताना आपण भूतकाळाप्रमाणेच भविष्यातही पाहू शकतो.

पुढे घडणाऱ्या प्रसंगांची सावली अगोदरपासून पडायला सुरुवात झालेली असते. भावी प्रसंग काय आहेत हे पाहण्यासाठी आपण स्वत:ला प्रशिक्षित करू शकतो. या विशेष क्षमतेला 'भविष्यकथन' असं म्हटलं जातं. मात्र या क्षमतेकडे फारसं आदराने पाहिलं जात नव्हतं. विशेषत: जेव्हा मी ती मेक्सिकन लॉटरी जिंकली तेव्हा तर अजिबातच नव्हतं.

अल्फा किंवा थिटामध्ये तुमचं भविष्य त्याक्षणी आणि तिथल्या तिथे पाहता येतं. त्यासाठी निश्चितपणे विशिष्ट ऊर्जा भविष्यात पाठवली जात असावी, ज्या ऊर्जेशी सांगड घालता येणं आपल्यासाठी महत्त्वाचं असणार. आता वेळेसाठी कोणत्याही प्रकारची ऊर्जा कुठेही पाठविण्यासाठी प्रथमत: ती स्वतःच ऊर्जा असणं गरजेचं नाही का!

विचित्र वाटावी अशी एक गोष्ट माझ्या लक्षात आली. आपण वेळ ही संकल्पना कशी समजून घेतो याबाबतची ही गोष्ट होती. अनेक वर्षांपूर्वी जेव्हा मी हिप्नोसिस म्हणजे संमोहनशास्त्र याबाबत काही प्रयोग करत होतो, तेव्हा माझ्या दोन्हीही मुलांना मी एज रिग्रेशनमध्ये नेलं होतं. थोडक्यात त्यांना वेळेच्या प्रमाणामध्ये खूप मागे घेऊन गेलो होतो. जर भोवतालचं दृश्य वर्तमानातून भूतकाळात जाताना पटकन बदललं, तर ते अचानक उजवीकडे झुकायचे. अगदी एखाद्या बसमधून आपण जात आहोत आणि अचानक बस थांबली तर ज्या पद्धतीने धक्का बसून आपण पुढे झुकतो त्या पद्धतीने संमोहनातही धक्का बसून झुकल्यासारखं होतं.

माझ्या दोन्हीही मुलांना जाणवलं की वेळेच्या दृष्टीने मागे प्रवास करत असताना ते प्रत्यक्षत: उजव्या दिशेने प्रवास करत होते. जेव्हा मी त्यांना परत वर्तमानकाळात आणलं आणि थांबवलं, त्यावेळी बरोबर उलटी गोष्ट घडली. धक्का बसून ते त्यांच्या डावीकडे झुकले. सुरुवातीच्या माझ्या अनेक इतर प्रयोगांनी या गोष्टीची पुष्टी केली.

त्यानंतर मी हिप्नोसिस सोडून दिलं. आणि नियंत्रित ध्यानधारणा या क्षेत्रात प्रयोग करू लागलो. मला काळाच्या ओघात मागे आणि पुढे कसं जायचं, हे शिकून घ्यायचं होतं. मी पूर्वेकडे तोंड करून बसत असे. कारण अनेक पौर्वात्य विचारधारा पूर्वदिशेचं महत्त्व कथन करतात. पूर्वेला सामोरं बसणं हे अतिशय चांगलं मानलं जातं. त्यानंतर एका गोष्टीचं मला कुतूहल वाटायचं, माझ्या संमोहन शास्त्रातील प्रयोगातून संदर्भ घेऊन काळाच्या ओघात मला मुक्तपणे हिंडता येईल का? हिप्नोसिसकडून संदर्भ घेऊन माझं भविष्य मी माझ्या डाव्या हाताला ठेवायचो आणि माझा भूतकाळ उजव्या हाताला.

आपल्या पृथ्वीचा जर आपण विचार केला तर प्रत्येक नवा दिवस सूर्य पूर्वेकडून घेऊन येतो आणि तो पश्चिमेकडे घेऊन जातो. जर मी ध्यानधारणेच्या वेळेला

दक्षिणेकडे तोंड करून बसलो असतो तर पूर्वदिशा माझ्या डाव्या बाजूला आली असती आणि उजव्या हाताला पश्चिम दिशा. थोडक्यात अशा रीतीने या पृथ्वीवरील काळाचा जो नियम किंवा ओघ आहे त्याच्याशी मी स्वत:ची सांगड घातली असती.

पृथ्वीवर ज्या पद्धतीने काळ पुढे जात असतो त्या प्रकारे मी दिशांबद्दल उकल केली की नाही, हे मला माहीत नाही. मात्र मला एक गोष्ट नक्की माहित आहे, की जेव्हा मी दक्षिणेकडे तोंड करून बसू लागलो, तेव्हा मी काळाशी उत्तमरीत्या मेळ घालू शकतोय असं वाटलं आणि त्याच्यात मुक्त संचार करणं मला सहज सोपं झालं.

आता आपण थोड्या गहन प्रश्नाकडे वळू या. मागच्या काही प्रकरणांमध्ये मी उच्च बुद्धिमत्ता या संकल्पनेविषयी अनेकदा बोललो आहे. ही संकल्पना म्हणजे एकाप्रकारे देवाकडे निर्देश करण्याचा माझा प्रयत्न तर नाही ना? आता मी जे काही सांगणार आहे ते मी कोणत्याही प्रकारे सिद्ध करू शकत नाही. मात्र मी पूर्णत: माझ्या श्रद्धेला जागून बोललं पाहिजे. या प्रश्नाचं उत्तर 'नाही' असं आहे. उच्च बुद्धिमत्ता म्हणजे मला देव असं म्हणायचं नाही. या दोन्हीही शब्दांवर मी जोर अशासाठी देत आहे, की या संकल्पनेबाबत मला अत्यंत आदर आहे. मात्र ही गोष्ट म्हणजे परमेश्वर नाही हे अगदी खरं आहे.

हे ब्रह्मांड त्याला जे काही करायचं आहे, ते अत्यंत प्रभावीपणे करत असतं. त्यात कोणतीही गोष्ट वाया जात नाही. जेव्हा मी माझं एक पाऊल माझ्या दुसऱ्या पावलासमोर ठेवतो तेव्हा मी घसरून पडू नये किंवा अडखळू नये हे बघणं देवाचं काम आहे, यावर माझा अजिबात विश्वास नाही. किंवा उच्च बुद्धिमत्तेचंसुद्धा हे कार्य नाही. मी पडत नाही याची काळजी घेणं हे माझं काम आहे. कसं चालायचं हे शिकणं ही माझ्यामध्ये आनुवंशिकतेनं आलेली गोष्ट आहे. याला आपण 'जेनेटिकली प्रॉग्राम्ड' असं म्हणू शकतो आणि ही गोष्ट देवाचं काम आहे हे मी मानतो. पण आता एक गोष्ट मी पक्की शिकलो आहे आणि ती म्हणजे दैनंदिन आयुष्यातील माझं चालणं हे निव्वळ माझ्यावर अवलंबून असतं.

असं असलं तरीही आयुष्यातल्या काही पायऱ्या किंवा टप्पे हे दैनंदिन नसतात... रोजचे नसतात. त्यासंदर्भात निर्णय घेण्यासाठी मला माझ्या पंचेंद्रियांच्या साहाय्याने जी माहिती मिळू शकते, त्या माहितीच्या पेक्षा वेगळं ज्ञान मिळविण्याची गरज असू शकते आणि या गोष्टीसाठी मी हायर इंटेलिजन्स म्हणजेच उच्च बुद्धिमत्तेचा आधार घेतो. काही वेळा मला त्याहीपेक्षा महत्त्वाच्या गोष्टीमध्ये मार्गदर्शनाची गरज भासते आणि त्यासाठी मला देवाचा आधार हवासा वाटतो. त्यावेळी मी त्याची प्रार्थना करतो.

बुद्धिमत्तेचे अनेक स्तर या गोष्टीकडे मी एक वैशिष्ट्यपूर्ण गोष्ट म्हणून पाहतो.

निर्जीव वस्तूतून भाजीपाल्यापर्यंत, भाजीपाल्यापासून पशूंपर्यंत, पशूंपासून मानवापर्यंत, मानवापासून उच्च बुद्धिमत्तेपर्यंत आणि तिथून अखेरीस देवापर्यंत नेणारं वैशिष्ट्य म्हणून मी त्याकडे पाहतो. प्रत्येक स्तरावर म्हणजेच निर्जीव वस्तूपासून उच्च बुद्धिमत्तेपर्यंत संवाद साधता येतो असा निष्कर्ष मी शास्त्रीय दृष्टिकोनातून काढलेला आहे. मी नियंत्रित परिस्थितीमध्ये प्रयोग केलेले आहेत आणि त्यांची पुनरावृत्ती करून ते सिद्धही केले आहेत. या पुस्तकातल्या सूचना व्यवस्थित पालन करून अमलात आणणाऱ्यांना किंवा माइंड कंट्रोलच्या कोर्सचा अभ्यासक्रम पूर्ण करणाऱ्यांना ते अनुभवता येईल. म्हणजेच या गोष्टी तेही करू शकतील. यालाच मी 'शास्त्रीय दृष्ट्या' असं म्हणेन. उरलेला अनेक भाग हा अनुमान, तर्क आणि श्रद्धा यांचा खेळ आहे.

आता अजून एक माझं अनुमान किंवा तर्क असा आहे – आपल्या इतिहासाच्या प्रदीर्घ काळामध्ये आपण मानव आता कुठे उत्क्रांतीची मोठी पायरी ओलांडून पुढे आलो आहोत. हा आपल्या मेंदूचा होणारा विकास होता. आता हा विकास पूर्ण झालेला आहे. मेंदूच्या ज्या काही पेशी आपल्याला मिळायला हव्यात त्या सर्व आपल्या जवळ आहेत. पुढच्या टप्प्याकडे आपण वाटचाल सुरू केली आहे. तो अधिक प्रगतीचा टप्पा आहे. आपल्या मनाचा विकास! सायकिक क्षमता या फार विशेष अशा मानसिक क्षमता आहेत, असं पूर्वी वाटायचं, पण लवकरच या आपणा सर्वांसाठी सर्वसामान्य गोष्टी होऊन जातील, जशा या माइंड कंट्रोलचे ग्रॅज्युएट्स आणि या पुस्तकामध्ये मी सांगितलेल्या गोष्टी काटेकोरपणे पाळणारे लोक यांच्यासाठी बनून गेल्या आहेत.

हे सर्व अनुमान किंवा तर्क वाचल्यानंतर एक गोष्ट तुमच्या लक्षात येईल ती म्हणजे जगाच्या संदर्भात माझा एक निश्चित असा दृष्टिकोन तयार झाला आहे. सत्य आणि वास्तव या गोष्टींचा हा दृष्टिकोन! आता तुम्ही मला विचारू शकता, ''माइंड कंट्रोलच्या ग्रॅज्युएट्सना त्यांचे अनुभव घेतल्यानंतर माझा हा जो दृष्टिकोन आहे, तोच दृष्टिकोन त्यांचा सुद्धा तयार होईल का?'' त्यावर माझं उत्तर 'नाही' असं आहे. याही पेक्षा पलीकडचे अनुभव त्यांना येऊ शकतात. मला एक उदाहरण द्यावंसं वाटतं. माइंड कंट्रोलच्या सान्निध्यात कायम राहिलेले अनेकजण पूर्णतः शाकाहारी बनले. माझा अगदी जवळचा सहकारी असणारा हॅरी मॅकनाईट हादेखील नुकताच शाकाहारी बनला आहे आणि मी मात्र अद्याप मांसाहार चवीने खातो.

प्रकरण १६

एक महत्त्वाची यादी

या पुस्तकामध्ये सांगितलेली तंत्र अमलात आणून त्यात तुम्ही एकदा कुशल झालात आणि माइंड कंट्रोलच्या इतर ग्रॅज्युएट्स सारखे झालात की मग त्या तंत्रांपैकी तुमच्या दृष्टीने तुम्हाला जी महत्त्वाची वाटतात, तेवढीच तंत्र तुम्ही अमलात आणू शकता आणि बाकीची सोडून देता. त्यानंतर जे तुम्ही सोडून दिले आहेत ते सुद्धा थोड्या सरावाने पुन्हा प्राप्त करू शकता, हे कौशल्य तुमच्यात सहज येऊ शकतं.

तुमचा वेळ वाचावा या उद्देशाने प्रकरण ३ ते १४ यामध्ये जी तंत्रं दिली आहेत त्याची यादी पुढे देत आहे.

१. सकाळच्या वेळी ध्यानधारणा कशी करावी?
२. ध्यानधारणेच्या तुमच्या स्थितीतून बाहेर कसे यावे?
३. दिवसभरात कोणत्याही वेळी ध्यानधारणा कशी करावी?
४. व्हिज्युअलायझेशनची पहिली पायरी : तुमच्या मनाचा पडदा.
५. कृतिशील ध्यानधारणेची पहिली पायरी.
६. ध्यानधारणेच्या आधारे समस्या कशा सोडवाव्यात?
७. गोष्टी ताबडतोब पुन्हा आठवण्यासाठी तीन बोटांचं तंत्र कसं वापरावं?
८. जलद अध्ययनाच्या पायऱ्या.
९. तुमची स्वप्ने कशी आठवाल?
१०. समस्येतून मार्ग काढण्यासाठी स्वप्नांचा कसा वापर करून घ्याल.
११. तुमच्यातील नकोशा सवयी कशा घालवाल? खाण्याचा अतिरेक, धूम्रपान.
१२. सायकिक पद्धतीने कसे कार्यरत व्हाल?
१३. सायकिक सामर्थ्यांच्या बळावर व्याधीतून मुक्ती कशी मिळवाल?
१४. स्वतःच व्याधिमुक्त कसे व्हाल?
१५. तुमचं वैवाहिक जीवन कसं समृद्ध कराल?

प्रकरण १७

जेव्हा मानसोपचारतज्ज्ञ माइंड कंट्रोलचा वापर करतात...

या पुस्तकात गेल्या अनेक प्रकरणांमध्ये जोसनी माइंड कंट्रोलविषयी आपल्याला सांगितलंय. माइंड कंट्रोलचा प्रभावी वापर कसा करायचा, याची तंत्रदेखील आपल्याला शिकवली आहेत. माइंड कंट्रोलच्या वापरात मनाच्या अत्यंत सखोल स्थितींचा समावेश असतो, हे तुमच्या लक्षात आलंच असेल. तुम्ही तुमच्या मनाच्या या अत्यंत सामर्थ्यवान अशा सखोल अवस्थांचा वापर बहुधा प्रथमच करत असाल. अशा वेळी या सर्वांमध्ये काही धोका तर नाही ना, अशी शंका तुमच्या मनात येऊ शकते.

मात्र जोस आणि माइंड कंट्रोलचे प्रशिक्षक असणारे त्याचे घनिष्ठ सहकारी एक गोष्ट अगदी छातीठोकपणे सांगतात. ती म्हणजे, माइंड कंट्रोलच्या प्रशिक्षणाचे फायदे अनेक असतात पण, वैद्यकीय भाषेत बोलायचं झालं तर, त्याचे कोणतेही 'साईड इफेक्टस' म्हणजेच अवांतर परिणाम नसतात. दुसऱ्या शब्दात सांगायचं झालं तर, हा कोर्स केल्यानंतर कुणाचं काही वाईट झालंय किंवा कुणाला कसला त्रास झालाय, हे जोस किंवा त्याच्या सहकाऱ्यांच्या ऐकिवात नाही.

मात्र वैद्यकीय क्षेत्रात कार्यरत असणारे एक डॉक्टर जे माइंड कंट्रोलचे ग्रॅज्युएटदेखील आहेत, त्यांनी माइंड कंट्रोलची चांगलीच तावून सुलाखून परीक्षा घेतली. त्यांचे नाव - डॉ. क्लॅन्सी डी. मॅकेंझी. फिलाडेल्फियामधील अत्यंत ख्यातनाम असे मानसोपचारतज्ज्ञ आणि मनोविश्लेषक असण्याबरोबरच ते फिलाडेल्फिया सायकीएट्रिक कन्सल्टेशन सर्व्हिसचे संचालकदेखील आहेत. ते फिलोडेल्फिया सायकिएट्रिक सेंटरच्या कर्मचारी वर्गाचे सदस्य आहेत आणि त्यांची स्वत:ची उत्तम प्रॅक्टिससुद्धा चालू आहे. त्याचबरोबर ते योगा, इतर ध्यान पद्धती

तसेच परामानसशास्त्राचा दीर्घ काळापासून अभ्यासदेखील करत आहेत.

या सर्व क्षेत्रातील त्यांच्या अभ्यासाचा एक भाग म्हणून त्यांनी १९७० साली माइंड कंट्रोलच्या प्रशिक्षण वर्गात प्रवेश घेतला. ते सांगतात, 'हे लोक खरोखरच अतींद्रिय जाणिवांचा वापर करण्याची शक्ती किंवा कसब शिकवतात का, हे मला बघायचं होतं. कारण हे प्रशिक्षण घेतलेल्या माझ्या अनेक रुग्णांनी मला ही गोष्ट सांगितली होती आणि त्यांना यापासून फायदासुद्धा झाल्याचं त्यांनी सांगितलं होतं. त्यामुळे काहीतरी इंद्रियातीत किंवा अतींद्रिय (सायकिक) असं इथं घडतं किंवा शिकवलं जातं, याबद्दल माझी खात्री पटली होती. म्हणूनच याचा पुढे अधिक शोध घ्यावा यासाठी मी इथं आलो.'

माइंड कंट्रोलच्या संदर्भात इतर दोन गोष्टींमुळे त्यांचा रस अधिकच वाढला होता. आपल्या कारकिर्दीच्या अखेरीस सिग्मंड फ्रॉइड यांनी एक टिप्पणी केली होती आणि तीच गोष्ट नेमकी माइंड कंट्रोलच्या प्रशिक्षण वर्गात घडली होती.

फ्रॉइड म्हणाले होते, रुग्णाच्या ऊर्जा गतिशील करणं ही भावी काळात मानसोपचारांसंदर्भातील सर्वांत आश्वासक दिशा ठरणार आहे आणि डॉ. मेकेंझी यांनी नेमकी हीच गोष्ट माइंड कंट्रोलच्या प्रशिक्षण वर्गात घडताना पाहिली होती. या कोर्समधील विद्यार्थ्यांनी त्यांना पूर्वी कधीही माहीत नसणाऱ्या ऊर्जांचा वापर करताना त्यांनी पाहिलं होतं.

पण त्यांनी या वर्गात आणखी एक बाब बघितली होती. ते सांगतात, 'तीस लोकांच्या वर्गातील तीन लोक भावनिक दृष्ट्या हलले (disturbed) होते, तर चौथा जो होता त्याचंही भावनिक स्थैर्य तितकंसं ठीक वाटत नव्हतं. याचं कारण काय असावं? या कोर्समुळे तर अशा काही भावनिक व्याधी जडत नसतील? त्या व्यक्ती जेव्हा हा कोर्स करण्यासाठी आल्या त्यावेळी त्यांना असा काही आजार होता का? का मला भेटलेले, माझे अस्वस्थ असणारे रुग्णच तेवढे भाग्यवान ठरले आणि त्यांनाच या कोर्सचा फायदा झाला?'

आता या सर्व प्रश्नांची उत्तरं शोधण्याचा त्यांच्या मते एकमेव मार्ग होता तो म्हणजे, कोर्सपूर्वी आणि कोर्सनंतर लोकांची तपासणी करणं. जे लोक मानसिक दृष्ट्या कमकुवत आहेत, अशा लोकांचे अत्यंत बारकाईने निरीक्षण करणे, हे या तपासणीमध्ये अभिप्रेत होतं. त्यासाठी ते आणि त्यांचे सहकारी डॉ. लान्स एस. राईट यांनी एक अभ्यास मोहीमच आरंभली. डॉ. राईट हे युनिव्हर्सिटी ऑफ पेन्सिलवेनिया येथे मानसोपचारशास्त्राचे प्राध्यापक होते. त्यानंतरच्या जवळपास साडेचार वर्षांच्या काळात, मानसोपचार घेणारे 189 रुग्ण माइंड कंट्रोलचं प्रशिक्षण घेण्यास स्वेच्छेने

राजी झाले. आपली तपासणी किंवा अभ्यास अधिक कडक किंवा काटेकोर करण्यासाठी या दोघांनी आणखी एक गोष्ट केली. त्यांनी 189 पैकी असे काही रुग्ण निवडले, जे मनोविकृत होते, मनोविकृतीच्या सीमेवरील किंवा मनोविकृतीतून नुकतेच बरे झाले होते, अशा रुग्णांवर आपलं लक्ष अधिक केंद्रित करून त्यांचा अगदी तपशिलाने अभ्यास करायचा ठरवलं. असे 75 रुग्ण होते. निरोगी लोकांना या कोर्सचे होणारे फायदे डॉ. मेकेंझी आणि डॉ. राईट यांना ठाऊक होतेच. यामुळे त्यांनी घेतलेल्या या चाचण्यांच्या निष्कर्षांद्वारे रुग्णांमध्ये सातत्यपूर्ण सुधारणा दिसून आल्यावर त्यांना आजिबात आश्चर्य वाटलं नाही.

ज्यांना वैद्यकीय अभ्यासातील तपशीलवार कारणमीमांसा आणि त्याची नियंत्रित पद्धती जाणून घेण्यात रस आहे, त्यांच्यासाठी पुढील काही तपशील देत आहे. मानसिक दृष्ट्या अस्थिर असणाऱ्या त्या ७५ रुग्णांमध्ये ६६ व्यक्ती या डॉ. मेकेंझी यांच्याकडे उपचार घेणाऱ्या होत्या. ते त्यांचे १००% मनोविकृती असणारे किंवा मनोविकृतीच्या सीमारेषेवरील रुग्ण होते. त्यांना हा कोर्स करण्याची इच्छा होती.

या अभ्यासाच्या आरंभी या रुग्णांपैकी एका वेळी एकालाच अत्यंत सावधपणे कोर्स करण्यासाठी वर्गात पाठविण्यात येत असे. हे करण्यामागे हेतू हाच होता की, त्यांच्यावर किंवा वर्गातील इतर प्रशिक्षणार्थींवर या कोर्सचा काही विपरीत परिणाम होत नाहीये ना, यावर अगदी बारकाईने नजर ठेवणं शक्य व्हावं. तसंच आणखी एक म्हणजे या रुग्णांना – डॉ. मेकेंझी यांच्या शब्दांत सांगायचं झालं तर 'त्यांच्या अधिक स्थिर मानसिक अवस्थेत' असताना वर्गात पाठविलं जात असे. कालांतराने डॉ. मेकेंझी यांच्या लक्षात आलं की या रुग्णांना जरा अस्थिर असतानाही पाठविलं तरी हरकत नाही. त्यांनी चार जणांना अगदी भ्रमिष्ट अवस्थेत असताना वर्गात पाठवलं. त्याही नंतर अनेक अस्थिर रुग्णांना एकाच वेळी वर्गाला पाठविण्यात त्यांना काळजी वाटली नाही. कधी कधी तर एका वेळी सहा किंवा त्याहूनही अधिक रुग्ण वर्गात सहभागी झाले.

त्यांच्या अभ्यासांतर्गत डॉ. मेकेंझी यांनी या रुग्णांपैकी 58 रुग्णांची कोर्सपूर्वी आणि कोर्सनंतर अशा चाचण्या घेतल्या. या कोर्समुळे त्यांच्यात काय बदल होऊ शकतात, हे तपासलं. या एक्सपेरिएन्शल वर्ल्ड इन्व्हेन्टरी (Experiential World Inventory) नावाच्या चाचणीमध्ये 400 प्रश्नांचा समावेश होता. व्यक्तीची वास्तवाची समज किती आहे, हे तपासण्याच्या हेतूने हे प्रश्न तयार करण्यात आले होते. 'रॉरशॅक्स'च्या सुप्रसिद्ध इंक-ब्लॉट टेस्ट (ink-blot test) चाचणीसारखीच ही

चाचणी होती, मात्र ती लिखित स्वरूपातील होती. प्रशिक्षणपूर्व आणि प्रशिक्षणोत्तर गुणांमधला फरक अगदी लक्षणीय होता. 58 पैकी 36 रुग्णांची वास्तवाच्या समजातील किंवा आकलनातील सुधारणा अगदी नाट्यमय वाटावी इतकी प्रभावी होती. 21 जणांमध्ये होती तेवढीच राहिली होती. तर एकाच्या बाबतीत ती कमी दिसत होती.

ज्या रुग्णाच्या बाबतीत ही समज कमी झाली होती, तो एक २९ वर्षीय केटॅटोनिक स्किझोफ्रेनिक (छिन्नमनस्कता) होता. या रुग्णाने आयुष्यात प्रथमच औषधाचं सेवन थांबवलं होतं आणि डेटिंग सुरू केली होती. डॉ. मेकेंझी म्हणतात, 'वैद्यकीय दृष्ट्या तपासल्यावर लक्षात आलं, या कोर्सनंतर त्याच्याजवळ भरपूर भावनिक ऊर्जा आणि आशावादी दृष्टिकोनही होता. पण डेटिंगमुळे त्याच्या मनात संघर्ष सुरू झाला आणि कोर्सनंतर दोन आठवड्यातच तो अस्थिर (disturbed) झाला. मात्र तरीही त्याला रुग्णालयात दाखल करावं लागलं नाही.'

हे सारेच रुग्ण एक किंवा अधिक वर्षांपासून मानसोपचार घेत होते. त्यामुळेच या कोर्सनंतर त्यांच्यात नेमका वैद्यकीय दृष्ट्या काय फरक पडलाय, हे तपासण्याची उत्तम संधी डॉ. मेकेंझी यांच्याकडे होती. त्यांचे काही निष्कर्ष पुढीलप्रमाणे आहेत –

या रुग्णांमध्ये तीस वर्षांचा स्किझोफ्रेनियाचा एक रुग्ण होता. या कोर्सपूर्वी त्याला सतत वाटत राहायचं, की त्याला कुणीतरी दूरसंवेदनांच्याद्वारे (टेलिपॅथीद्वारे) कुणा व्यक्तीला ठार मारायचे आदेश देत आहे. सुदैवाने त्याला योग्य व्यक्ती कधी सापडतच नव्हती. हा कोर्स केल्यानंतर त्याच्या उपचार सत्रांच्या वेळी पहिल्यांदाच त्याने त्याच्या या 'भ्रमांविषयी' (delusional system) चर्चा केली. तेव्हा त्याची भावनिक ऊर्जा पहिल्यापेक्षा खूपच जास्त होती. आयुष्याकडे बघण्याचा त्याचा दृष्टिकोनदेखील अधिक चांगला झाला होता. पी.एच.डी. करण्यासाठी लवकरच त्याने पुन्हा कॉलेजला जायला सुरुवात केली. असं करण्याची ही क्षमता त्याच्यात केवळ माइंड कंट्रोलच्या कोर्समुळे आली, असं डॉ. मेकेंझी सांगतात.

अनेक प्रकारचं नैराश्य (involutional, psychotic, schizo-affective, and manic-depressive) असणारे 28 रुग्ण या वर्गात होते. त्यांच्यापैकी 26 जणांना या कोर्सनंतर अतिशय बरं वाटलं. उरलेल्या दोघांनी आपल्याला अधिक नैराश्य जाणवत असल्याचं सांगितलं खरं, पण त्यांनीही प्रश्नावलीमध्ये चांगले गुण मिळवले. त्याहीपेक्षा महत्त्वाचं म्हणजे इतरांप्रमाणेच त्यांनासुद्धा स्वतःच्या समस्या सोडवणं शक्य होऊ लागलं, जे पूर्वी शक्य होत नसे.

तीच गोष्ट एकवीस वर्षांच्या एका तरुण मुलीची! तीव्र मनोविकृतीच्या (सायकोसीस) सुरुवातीच्या अवस्थेत ती होती. त्यातून तिने आत्महत्या करण्याचा निर्णय घेतला होता. 'तुम्ही काहीही आणि कितीही प्रयत्न केलेत तरी काही फरक पडणार नाही. मी आत्महत्या करणारच', असं तिने डॉ. मेकॅन्झीना स्पष्ट सांगितलं होतं. तिने हा कोर्स करावा असं डॉ. मेकॅन्झीनी तिला सुचवलं आणि एकाच आठवड्यात तिच्यात झालेल्या बदलाने ते अत्यंत थक्क झाले. इतर कोणत्याही रुग्णापेक्षा तिचा प्रतिसाद अधिक चांगला होता. बऱ्या झालेल्या रुग्णांपैकी ही सर्वांत चकित करणारी रुग्ण होती.

आता ती अधिक शांत, स्थिर झाली होती. आता तिचे विचार पूर्वीसारखे सतत सैरावैरा बदलत नसत आणि सर्वांत महत्त्वाची गोष्ट म्हणजे तिच्या मनावरचं नैराश्याचं ओझं बहुतांश कमी झालं होतं. आपल्या वैद्यकीय अहवालात डॉ. मेकेंझी आणि डॉ. राईट यांनी म्हटलं होतं, 'रुग्णालयात दाखल होऊन किंवा मोठ्या प्रमाणात औषधं घेऊनदेखील ती अशी शांत होत नसे. तिने दोन आठवड्यांनंतर पुन्हा एकदा कोर्स केला आणि त्यानंतर तिच्यात आणखी सुधारणा झाली. तिच्यात अगदी नाट्यमय पद्धतीने बदल घडून आले आणि नंतर सहा महिन्यात तिने थेरपीला आणि उपचारांना छान प्रतिसाद दिला. तिच्या तीव्र आजारातून वर्षभरात ती पूर्णत: बरी झाली आहे, असं डॉ. मेकॅन्झींनी सांगितलं.

मनोविकृती (सायकोसिस) ही तुलनात्मकरीत्या तशी गंभीर विकृती आहे. त्या तुलनेत न्युरोसिसला सौम्य म्हणावं लागेल. 189 पेशंटमधल्या 114 पेशंट न्युरोसिसचे रुग्ण होते. त्या सर्वांना या कोर्समुळे फायदा झाला.

त्यांच्या वैद्यकीय तपासातील निष्कर्ष डॉक्टरांनी खालीलप्रमाणे लिहिले :

आपल्या प्रशिक्षणानंतरही ज्यांनी माइंड कंट्रोलचा सराव सुरू ठेवला त्यांना आपल्या आयुष्यात मोठं परिवर्तन घडवून आणणं शक्य झालं. ज्यांनी सराव सुरू ठेवला नाही ते सुद्धा अडचणीच्या वेळी, तणाव असताना किंवा महत्त्वाचे निर्णय घेताना या प्रशिक्षणाचा उपयोग करू शकले. माइंड कंट्रोल शिकणं हा प्रत्येकासाठी एका अर्थाने स्वत:चं मन अधिक विशाल करण्याचा अनुभव ठरला. तसंच आपण आपल्या मनाचा उपयोग इतर अनेक पद्धतीने करून घेऊ शकतो, याची जाणीव करून देणाराही हा अनुभव ठरला. या कोर्सच्या अखेरीस संपूर्ण गटाचा उत्साह प्रचंड प्रमाणात वाढलेला दिसला आणि अनेक लोकांना आपली भावनिक ऊर्जा मोठ्या प्रमाणावर वाढली आहे, असा अनुभव आला.

मानसिक दृष्ट्या अस्थिर असणाऱ्या रुग्णांच्या गटाने वैद्यकीय दृष्टिकोनातून खूप प्रभावी असा बदल त्यांच्यात झाल्याचे निदर्शनास आणून दिले. केवळ एकाच व्यक्तीने (एकोणतीस वर्षाचा तरुण ज्याने नुकतच डेटिंगला सुरुवात केली होती.) अधिक अस्थिर झाल्याचे सांगितले. इतर व्यक्तींना या प्रशिक्षणामुळे काही ना काही फायदा नक्की वाटला. ज्या व्यक्ती आजवर अत्यंत कमी किंवा जवळपास कोणताही भावनिक प्रतिसाद देत नव्हत्या, त्या व्यक्तींना या कोर्सनंतर आयुष्यात प्रथमच मोठ्या प्रमाणावर उत्साह जाणवला. या कोर्सनंतर रुग्णांच्या भावनिक ऊर्जेमध्ये बदल झाल्याचं दिसून आलं. त्यामुळे त्यांच्यात सुधारणासुद्धा दिसली. स्वत:च्या भविष्याविषयी त्यांचा दृष्टिकोन अधिक सकारात्मक झाला आणि काहींना त्यांच्या मनोविकारांबद्दल अधिक चांगली समज दिसून आली. या प्रशिक्षणानंतर भ्रम किंवा भासाने ग्रासलेल्या रुग्णांचे भ्रम नक्कीच कमी झाले.

खूप मोठ्या प्रमाणावर निवांतपणा (रिलॅक्झेशन) अनेकांनी अनुभवला. ज्यायोगे त्यांची चिंतादेखील कमी झाली. स्वत:चे प्रश्न सोडविण्यासाठी आपल्याकडे कोणते मार्ग आहेत ते समजून घेऊन त्यांच्याआधारे समस्या सोडवायला ते शिकले आणि यामुळे त्यांच्यात आत्मविश्वास आला.

डॉ. मेकेंझी यांनी अभ्यासलेल्या १८९ रुग्णांपैकी एक व्यक्ती सोडून इतर सर्व रुग्णांना या कोर्सचा फायदाच झाला. आपल्या अभ्यासाच्या अहवालात ते अखेरीस म्हणतात, ''माइंड कंट्रोल हे केवळ सुरक्षित आणि फायदेशीर तंत्र आहे. एवढंच नाही तर मानसोपचारांमध्ये एक अविभाज्य भाग म्हणून त्याचा वापर मुक्तपणे करता येऊ शकतो.'' आता आपल्या जवळपास सर्व रुग्णांना ते हा कोर्स करायला सांगतात. काही रुग्ण माइंड कंट्रोलच्या तंत्राचा इतका प्रभावीपणे वापर करतात, की त्यांच्या मानसोपचाराचा कालावधी अवघ्या दोन वर्षांतच कमी होतो.''

डॉ. मेकेंझी सांगतात, ''या तंत्रांपैकी एक तंत्र म्हणजे ड्रीम कंट्रोल अर्थात स्वप्न नियंत्रण. मानसोपचार शास्त्रामध्ये या तंत्रामुळे खूप महत्त्वाच्या समस्या सुटू शकतात. आपले प्रश्न समजून घेण्यासाठी आणि सोडविण्यासाठी हे अत्यंत जलद आणि विश्वासार्ह असे तंत्र आहे.''

डॉ. मेकेंझी हे फ्रॉइडच्या विश्लेषणामध्ये प्रशिक्षित आहेत. मात्र फ्रॉइडचं उत्स्फूर्त स्वप्नांचं तंत्र जो निष्कर्ष सांगतं, त्यात आणि माइंड कंट्रोलचे ग्रॅज्युएट्स त्यांच्या 'प्रोग्रॅम्ड' स्वप्नांविषयी जे सांगतात, त्यात त्यांना कुठेही विरोध दिसत नाही. 'फ्रॉइडची स्वप्नइच्छा ही समस्येवरचं उत्तर शोधण्याची इच्छा बनते,' असं ते स्पष्ट

करतात. मात्र एक धोक्याची सूचनाही ते देतात. 'एखादी जाणीवपूर्वक न केलेली स्वप्नइच्छा आपल्या जाणीवपूर्वक स्वप्नइच्छेला मागे तर टाकत नाही ना? याची खबरदारी मात्र घ्यायला हवी.'

काही वर्षं डॉ. मॅकेन्झी यांच्याकडून उपचार घेत असलेली एक रुग्ण तिचा अनुभव सांगते. छातीत आणि पोटात दुखायला लागल्यामुळे तिला रुग्णालयात दाखल करण्यात येत आहे असं सांगण्यासाठी तिने फोन केला. त्यावर त्यांनी तिला मानसोपचार रुग्णालयामध्ये दाखल होण्यास सांगितलं. अर्थात तिच्याकडून आलेला हा फोन त्यांच्यासाठी आश्चर्य नव्हतं. तिची मानसिक अवस्था अधिकाधिक गंभीर होत चालली होती.

मानसोपचार रुग्णालयात आल्यानंतर डॉ. मॅकॅन्झी यांनी तिला सांगितलं की चार प्रश्नांचं उत्तर देणारं स्वप्न 'प्रोग्रॅम' कर. समस्या काय आहेत? ती कुठे आहे? त्यामागचं कारण काय? माझी त्यातून कशी सुटका होऊ शकेल?

या प्रश्नांच्या आधारे तिने जे स्वप्न पाहिलं ते असं होतं : ती स्वत:, तिचा नवरा आणि त्यांची तीन मुलं यांच्याबरोबर गाडीतून निघाली होती. रस्ता वळणावळणाचा होता. अचानक हिमवृष्टी सुरू झाली आणि त्यांची गाडी रस्ता सोडून बाजूला घसरली. बघता बघता गाडीवर बर्फ पडू लागलं आणि संपूर्ण गाडी बर्फाखाली झाकली गेली. तिच्या नवऱ्याने तिला इंजिन बंद करायला सांगितलं. एवढ्यात शहरातून आठ ते दहा माणसं त्यांना त्या बर्फातून वर काढण्यासाठी आली. जेव्हा गाडीतून ते बाहेर आले, तेव्हा त्यांची तिन्हीही मुलं गेलेली होती.

पुढे गेल्यानंतर एका ठिकाणी अचानक तो रस्ता संपला होता. दुसरा रस्ता उजव्या कोनातून वेगळ्या रस्त्याला जाऊन मिळाला होता आणि हा वेगळा रस्ता पुन्हा उजव्या कोनामध्ये आणखी एका नव्या रस्त्याला जाऊन मिळाला होता. हा नवा रस्ता म्हणजे मोठा महामार्ग होता.

डॉ. मॅकॅन्झीने जेव्हा तिचं हे स्वप्न ऐकलं तेव्हा त्यांच्या मनामध्ये शंका आली, की ही मानवी शरीरातील आतड्याच्या मार्गाचं वर्णन करत आहे. त्यांनी तिला त्या वळणावळणाच्या रस्त्याचं चित्र काढायला सांगितलं. तिने ते काढलं आणि डॉ. मॅकॅन्झी यांच्या मनातला विचार खरा ठरला. तो रस्ता ज्या पद्धतीने वळत होता, त्यामध्ये आणि मानवी शरीरातील आतड्यांच्या मार्गाचं चित्र याच्यात कमालीचं साम्य होतं. किंबहुना तिने ते तंतोतंत मापातच काढलं होतं. त्यानंतर तिची वैद्यकीय तपासणी झाली. तिच्या आतड्यांच्या मार्गामध्ये एकेठिकाणी काहीतरी अडथळा

आलेला होता. तिने काढलेल्या चित्रात त्या जागी त्यांची कार रस्ता सोडून घसरली होती, जिथे लहान आतडं मोठ्या आतड्याला मिळतं ती जागा होती. (तिला मानवी शरीरशास्त्राची कोणतीही माहिती नव्हती आणि तिने माध्यमिक शाळेत असतानाच शिक्षण सोडलं होतं.) दुसऱ्या शब्दात सांगायचं झालं तर तिच्या स्वप्नामुळे मानवी शरीरातून वीस फुटी आतड्याच्या मार्गामध्ये नेमका कुठे अडथळा आहे, ती एक इंचाची जागा तिने अचूकपणे दाखवली होती.

यात अजून एक तपशील सांगावासा वाटतो. तिला तिच्या स्वप्नामध्ये हिमवृष्टी झाली असं दिसलं होतं. ही हिमवृष्टी दूध आणि दुधाच्या उत्पादनांचं प्रतीक होती. कारण या उत्पादनांमुळेच तिच्या आतड्यामध्ये समस्या निर्माण झाली होती आणि त्यामुळेच मार्गामधला तो अडथळा तयार झाला होता.

स्वप्नामध्ये तिच्या नवऱ्याने तिला सल्ला दिला होता. 'इंजिन बंद कर.' हा सल्ला सुद्धा एका गोष्टीचं प्रतीक होतं. तिने खाणं थांबवावं, याची सूचना या सल्ल्याने दिली होती. थोडक्यात शरीराला मिळणारा इंधनाचा पुरवठा बंद कर आणि खाणं थांबव याचं ते प्रतीक होतं.

आता त्याला वाचविण्यासाठी आलेले ते आठ ते दहा माणसं. स्वप्नाच्या भाषेत ती माणसं होती, मात्र प्रत्यक्षात दोन हातांची ती बोटं होती. याचा संबंध आपण त्या हातांनी तिच्यावर उपचार करून तिला बरं करणं किंवा त्या हातांनी तिच्यावर शस्त्रक्रिया करणं असा लावू शकतो. आता मुलांविषयी. स्वप्नामध्ये तिला मुलं अचानक नाहीशी झालेली दिसली होती. प्रत्यक्षत: एका अर्थाने ही तिची इच्छापूर्ती होती. आपल्याकडे आणि आपल्या आजाराकडे नवऱ्याचं सगळं लक्ष केंद्रित व्हावं, त्याचं लक्ष मुलांमध्ये राहू नये असा त्याचा अर्थ होता.

यानंतर डॉ. मॅकेन्झी यांनी तिला ताबडतोब वैद्यकीय रुग्णालयात हलवलं. कारण सर्वसामान्यपणे आतड्यातील अडथळे किंवा तत्सम गोष्टी अशा प्रश्नांसाठी त्वरेने शस्त्रक्रिया करावी लागते. मात्र या महिलेला आपल्या स्वप्नाचं आता पूर्णत: आकलन झालेलं होतं. त्या आधारे तसंच माइंड कंट्रोलच्या वर्गामध्ये मिळालेल्या ज्ञानाच्या आधारे स्वत:च्या मनाचा शरीरावर ताबा कसा मिळवायचा, या तंत्राच्या आधारे आणि शस्त्रक्रिया कशी असेल, याची पूर्वकल्पना केल्यानंतर तिने स्वत:च तो अडथळा दूर करण्याचा प्रयत्न केला. जवळपास एक तासाने डॉ. मेकेंझी यांनी तिच्या स्वप्नांच्या आधारे तिचे जे रोगनिदान केलं होतं, त्याच्यावर या रुग्णालयात वैद्यकीय दृष्ट्या शिक्कामोर्तब करण्यात आलं. तोपर्यंत तिनेदेखील या समस्येतून स्वत:ला बरं केलं होतं.

त्यामुळे तिच्यावर शस्त्रक्रियेची गरज पडली नाही. हे बघून तिच्या शल्यविशारदांनाही आश्चर्याचा धक्का बसला.

त्यानंतर डॉ. मेकेंझी यांना एक धक्कादायक गोष्ट कळली. ती म्हणजे गेल्या वीस वर्षांमध्ये या महिलेवर याच कारणासाठी तब्बल चार वेळा शस्त्रक्रिया करण्यात आल्या होत्या आणि प्रत्येक वेळेला आतड्यामध्ये एकाच ठिकाणी अडथळा होता, असं तिच्या शल्यविशारदांनी सांगितलं होतं. याचा अर्थ, जेव्हा तिची मानसिक गरज असायची तेव्हा ती स्वत: हा आजार स्वत:च्या शरीरात निर्माण करून घ्यायची.

त्यानंतर याच बाईची १८ वर्षांची मुलगी तिची समस्या घेऊन डॉक्टरांकडे आली. ही मुलगी गरोदर होती पण दुर्दैवाने अविवाहित होती. तिने काकुळतीला येऊन त्यांना विचारलं, ''या समस्येतून बाहेर पडण्यासाठी आता मी काय करू?'' डॉक्टरांनी तिला पुन्हा एकदा ड्रीम कंट्रोलचा सल्ला दिला आणि त्यात तिला उत्तर मिळेल, याची ग्वाहीपण दिली. तिच्या स्वप्नामध्ये एक माणूस आला आणि त्याने तिला सांगितलं, ''तुला हे बाळ होऊ दे. तीन वर्षं वाट बघ. मग लग्न कर आणि त्यानंतर हे राज्य सोडून दुसऱ्या राज्यात जा.''

डॉ. मेकेंझी सांगतात, ''याहून चांगला सल्ला मी तिला देऊ शकलो नसतो. टीनएजर (एकोणीस वर्षांपर्यंतच्या) मुलांमध्ये घटस्फोटाचं प्रमाण ८०% आहे. त्यामुळे तीन वर्षं घरात वाट बघणं ही बाब अगदी तर्कसुसंगत होती. तो माणूस तिच्यासाठी योग्य जोडीदार होता. मात्र त्यांचं लग्न यशस्वी होण्यासाठी घर सोडून, त्यांच्या पालकांपासून लांब जाणं हे त्यांच्यासाठी इष्ट होतं.''

दुसऱ्या एका केसमध्ये ड्रीम कंट्रोलने अनेक वर्षांचे उपचार कमी केले. या केसमध्ये ड्रीम कंट्रोल हे स्वत:चं एक उपचाराचं तंत्र बनलं. या रुग्ण महिलेची समस्या फारच वेगळी होती. तिचा नवरा रात्रीच्या जेवणासाठी दहा मिनिटं जरी उशिरा आला तरी ती उद्वेगाने स्वत:च्या मनगटाला जखमा करून घ्यायची. डॉ. मेकेंझी अनेक महिने याबाबत समजावण्याचा प्रयत्न करत होते. तिच्या या कृत्याचं मूळ तिच्या बालपणातच होतं. लहानपणी तिचे मद्यपी व्यसनी वडील जेव्हा रात्री घरी परत यायचे नाहीत, त्यावेळी ही भावना तिच्या मनात निर्माण होत असे. म्हणूनच स्वत:च्या नवऱ्याच्या दिरंगाईबद्दल आपल्याला राग येतो असं तिला वाटत असलं तरीही प्रत्यक्षात कारण वेगळंच होतं. जेव्हा तिला हे कारण कळेल आणि पटेल तेव्हा ती स्वत:चं मनगट कापून घेणं थांबवेल. मात्र डॉ. मेकेंझी यांना तिला ते पटविण्यात यश येत नव्हतं. तिची परिस्थिती अशी होती, की तिला दोन वर्षं प्रत्येक आठवड्यात दोनदा मानसिक

उपचारासाठी यावं लागत होतं. अखेरीस डॉ. मेकेंझी यांनी तिला तिचं स्वप्न 'प्रोग्रॅम' करायला सांगितलं.

तिचं हे स्वप्न अत्यंत सृजनशील असं ठरलं आणि अक्षरश: एका रात्रीत तिच्या समस्यांचं निवारण झालं.

तिने स्वप्नात पाहिलं, डॉ. मेकेंझी यांनी तिला संताप आणणारी काही वाक्यं टेपवर रेकॉर्ड केली आहेत. तिने घरी जाऊन ही टेप ऐकली आणि दुसऱ्या टेपवर स्वत:च्या प्रतिक्रिया रेकॉर्ड केल्या. त्यानंतर डॉ. मेकेंझी यांना कळावं म्हणून तिने ती दुसरी टेप त्यांना ऐकवली. डॉ. मेकेंझी यांनी प्रत्येक प्रतिक्रियेनंतर त्याचं तिला स्पष्टीकरण सांगितलं. तिच्या मनात विचार येत होता, 'अरे, मी किती मूर्ख आहे!' डॉ. मेकेंझी तिला सांगत होते, ती दोन वास्तवांमध्ये गोंधळून जात आहे – भूतकाळ आणि वर्तमानकाळ. ही गोष्ट पहिल्यांदा तिला तिच्या स्वप्नामधून लख्खपणे जाणवली आणि त्यानंतर तिने स्वत:च्या मनगटाला पुन्हा इजा करून घेतली नाही.

''हे अत्यंत प्रभावीपणे प्रोग्रॅम केलेलं स्वप्न अतिशय महत्त्वाचं ठरलं. कारण त्या स्वप्नाने रुग्णाला पूर्णत: बरं केलं. त्यानंतर जवळपास तीन वर्षं तिला तपासणीसाठी बोलावलं. मात्र शेवटी ती पूर्णपणे बरी झाली आहे, असाच निर्वाळा डॉ. मेकेंझी यांनी दिला.

दुसऱ्या एका रुग्णाला क्लॉस्ट्रोफोबिया (बंद जागेची भयंकर भीती) होता. जवळपास एक वर्ष त्याचं कारण शोधण्याचा त्यांनी प्रयत्न केला. ते कारण फारच वेगळं निघालं. त्याने स्वत:चं स्वप्न 'प्रोग्रॅम' केलं, त्यामध्ये त्याला त्याच्याबरोबर तीन व्यक्ती दिसल्या. त्या तिन्हीही व्यक्ती जमिनीवर आयताकृती ठेवलेल्या एका दोरीमध्ये उभ्या होत्या. या आयताच्या बाहेर एका कोपऱ्यामध्ये अजून एक लहान आयत दोरीनेच आखला होता. या छोट्या आयताच्या मार्गाने मोठ्या आयतातून बाहेर पडण्याचा प्रत्येकजण धडपडून प्रयत्न करत होता.

या स्वप्नाचं महत्त्व त्याचं प्रतीक लक्षात घेतल्यानंतर तुम्हाला जाणवेल. या स्वप्नातला मोठा आयत म्हणजे गर्भाशय होतं आणि लहान आयत म्हणजे सर्विक्स. तसंच बाहेरच्या बाजूला त्याला स्वप्नामध्ये एक हिरवंगार गायरान दिसलं होतं त्यात गाई होत्या. हे मातेच्या स्तनांचं प्रतीक होतं.

या रुग्णाच्या जोडीदारापैकी एकजण त्या छोट्या आयताकडे धावत गेला मात्र कोणत्यातरी अदृश्य अडथळ्याने त्याला अडवलं गेलं. हा अदृश्य अडथळा म्हणजे

गर्भाशयाच्या भिंतींचं प्रतीक होतं. त्याच्या कमरेच्या पट्ट्याच्या बक्कलपाशी काही छोट्या छोट्या पत्र्याच्या डब्यांची माळ होती. ही माळ बाळाला जोडणाऱ्या नाळेचं प्रतीक होतं.

त्या रुग्णाला आपण इथून काहीही करून बाहेर पडलं पाहिजे, हे कळत होतं. मात्र त्याने सुरुवातीला इतरांना जाऊ देऊ असा विचार केला. यामुळे त्याच्या मनामध्ये एक प्रकारची काळजीची आणि भीतीची भावना निर्माण झाली. एखादा वक्ता भाषण करायला उभा राहतो तेव्हा त्याच्या मनात जशी भावना निर्माण होते तशी! हे करत असताना मनावर ताण आला किंवा भीती वाटली (जन्माच्या वेळेचं संकट) तरीदेखील त्याला ते करावं लागणार होतं, हे त्याला ठाऊक होतं आणि ती गोष्ट घडून गेल्यानंतर तो निवांत झाला.

या आयतातील इतर तिघंजण हे त्याचे भाऊ-बहीण होते.

या स्वप्नामुळे त्याला बंद जागेची, त्याच्या मनात असलेली भीती कशामुळे आहे, याचा एक वेगळाच विचार मिळाला.

हे स्वप्न महत्त्वाचं का आहे? याचं पण विशेष कारण आहे. या स्वप्नामुळे व्यक्ती जन्माच्याही आधी संचार करून येते, हे ते कारण नाही, ही तर सामान्य गोष्ट आहे. मात्र त्या 'अदृश्य अडथळ्याचा' दिलेला संदर्भ महत्त्वाचा आहे. डॉ. मॅकेन्झी या संदर्भामुळे जन्मापूर्वीच तयार होणाऱ्या क्लॉस्ट्रोफोबियाच्या (बंद जागेची भयंकर भीती) शक्यतेबदद्ल सुचवितात.

डॉ. मेकेंझी केवळ आपल्या रुग्णांना माइंड कंट्रोल वापरण्याचा सल्ला देत नाहीत तर ते स्वत: सुद्धा रुग्णांना सहकार्य करण्यासाठी माइंड कंट्रोलचा वापर करतात आणि एक गोष्ट आवर्जून सांगतात, ''जेव्हा जेव्हा मी ड्रीम कंट्रोलचा वापर करतो तेव्हा तेव्हा अनेक विस्मयकारक अशा गोष्टी मला कळतात.''

एक दिवस रात्री एका रुग्णाच्या समस्येसाठी त्यांनी एक स्वप्न 'प्रोग्रॅम' केलं. २७ वर्षांची ही व्यक्ती होती. जवळपास दोन वर्षं त्याच्या आयुष्यात कोणी स्त्री जोडीदार नव्हती. स्त्रिया त्याच्या विरुद्ध असत. 'आणि शिवाय त्या चांगल्याही नसत.' डॉ. मेकेंझी यांनी त्यांच्या स्वप्नामध्ये स्वत:ला एक वाक्य बोलताना पाहिलं. ''तुला आयुष्यात एखाद्या स्त्रीबरोबर कधीही नातं प्रस्थापित करता आलं नाही तरीही मला त्याच्याबद्दल काहीही वावगं वाटणार नाही.'' यानंतर जेव्हा तो रुग्ण त्यांच्याकडे आला आणि त्याने स्त्रियांबाबत पुन्हा तक्रार केली, त्यावेळी डॉ. मेकेंझी

यांनी त्याला तंतोतंत तेच शब्द बोलून दाखविले.

आणि काय आश्चर्य! या शब्दांनी काम केलं. या उत्तराचा रुग्णावर चांगला परिणाम झाला. क्षणभर तो आश्चर्याने थबकला. स्त्रियांना टाळणं हा एकप्रकारे उपचार टाळण्याचा त्याचा प्रयत्न होता. आता मात्र हा मार्ग त्याला बंद होताना दिसला, कारण डॉ. मेकेंझी यांनी या शब्दांद्वारे त्याला हे सांगितलं, की त्याने एखाद्या नात्यासाठी प्रयत्न करावा, याचा ते आग्रह करणार नाहीत. यामुळे एक क्षणासाठी तो अत्यंत घाबरला. त्याला भीती वाटली, की तो आयुष्यात कोणत्याही स्त्रीबरोबर कधीच एखादं स्वस्थ नातं जोडूच शकणार नाही.

त्या रात्री त्याने ते केलं.

डॉ. मेकेंझी आता सिल्व्हा माइंडचे सल्लागार बनले आहेत. मानसोपचारांमध्ये अधिकाधिक सुधारणा घडवून आणण्यासाठी आणि त्यांना अधिक वेग देण्यासाठी नवीन नवीन मार्ग शोधून काढावेत, या हेतूने त्यांचे संशोधन सुरू आहे. मात्र याच्या जोडीला एकूणच वैद्यकीय क्षेत्रामध्ये विशेषत: आजारांचं निदान करण्यासाठी माइंड कंट्रोलचा वापर अधिक व्यापक पद्धतीने कसा करून घेता येईल, त्यासाठीही त्यांचे प्रयत्न सुरू आहेत.

त्यांच्या या संशोधनाची पहिली पायरी म्हणजे वर्किंग केसेसमध्ये माइंड कंट्रोलच्या तंत्राची विश्वासार्हता मोजण्यासाठीचे मार्ग शोधून काढणे. तीन वर्षांच्या संशोधनानंतर त्यांना असं वाटतं, की आता ते या गोष्टीच्या जवळ आले आहेत. याला ते 'ॲब्सोल्युट रिसर्च डिझाइन' म्हणजेच 'सर्वांगीण संशोधनाची रचना' असं म्हणतात. यामध्ये ते बदलणाऱ्या सर्व घटकांना काढून फक्त त्या गोष्टीचं मोजमाप करतात, जे महत्त्वाचं आहे. वर्किंग केसचा वापर वैद्यकीय दृष्ट्या कसा करता येईल, याचा मार्ग शोधून काढणे हा त्यांचा हेतू आहे.

अनेकदा वैद्यकीय दृष्ट्या निदान करण्यासाठी शस्त्रक्रिया करावी लागते किंवा औषधं द्यावी लागतात. याचा काही वेळा रुग्णाला धोका निर्माण होऊ शकतो किंवा त्याचा त्रासही होऊ शकतो. कोणतंही निदान तंत्र हे सर्वकाळ अचूक नसतं. सायकिक पद्धतीने रोगाचं निदान केल्यास त्याचा रुग्णावर कुठलाही दुष्परिणाम होत नाही. मात्र यासाठी त्याची विश्वासार्हता सिद्ध करता यायला हवी. डॉ. मेकेंझी याच दिशेने कार्य करत आहेत.

त्यांनी पहिल्यांदा संशोधनाची रचना वापरून पाहिली, ती माइंड कंट्रोलच्या

एका प्रशिक्षण वर्गामध्ये. या वर्गात तीस लोक होते. यामधून जे काही निष्कर्ष पुढे आले ते खूप मोठ्या प्रमाणावर अचूक ठरले. या गोष्टीमुळे त्यांचा उत्साह तर वाढलाच पण तरीही आपली तंत्रं अधिक प्रभावी करण्याची त्यांची इच्छा होती आणि येणारे गुण किंवा स्कोअर हा संगणकीकृत करता यावा, अशी त्यांची इच्छा होती.

त्यांनी आपली ही योजना युनिव्हर्सिटी ऑफ पेन्सिलवेनियाच्या संख्याशास्त्र विभागाशी पडताळून पाहिली. या विभागानेही त्याला दुजोरा देत सांगितलं की सायकिक संशोधनामधले बदलणारे घटक त्यांनी काढून टाकले आहेत त्यामुळे आता त्यांचं मोजमाप हे अगदी अचूकच ठरेल.

माइंड कंट्रोलच्या प्रकाशनामध्ये मानवी शरीराची दोन चित्रं प्रकाशित करण्यात आली आहेत. (पाहा पान १४०,१४१) त्या चित्रांमध्ये वाचकांच्या सोयीसाठी गोलाकार वर्तुळं केली होती. केसवर्कमध्ये दिले जाते त्याप्रमाणे त्यांना नाव, वय, लिंग आणि त्यांचं ठिकाण हे सर्व तपशील दिलेले होते. या दोन्हीही व्यक्ती काही ना काही व्याधींनी ग्रस्त होत्या. या तपशिलांमध्ये त्यांच्या व्याधीचं स्वरूप सांगितलेलं नव्हतं. अर्थात डॉ. मेकेंझी यांना स्वत:लाही ते ठाऊक नव्हतं. फ्लोरिडामधील एका डॉक्टरने या दोन्ही केसेस त्यांना दिल्या होत्या. केसवर्कचे निष्कर्ष आल्यानंतर मगच ते फ्लोरिडामधील डॉक्टर त्या दोघांच्या व्याधीचे स्वरूप सांगणार होते.

एका ऐवजी दोन केसेसवर काम करणं हा संशोधनाच्या नवीन रचनेमधील केंद्रबिंदू होता. त्यामुळे डॉ. मेकेंझी यांना सर्व अंदाजाची उत्तरं दूर करता येणार होती. उदाहरणार्थ, 'अ' रुग्णाच्या डाव्या घोट्याला इजा झाली असेल, 'ब' रुग्णाच्या घोट्याला इजा झाली नसेल तर 'ब' रुग्णाच्या घोट्यावरील गोलाकार खुणेला आपण केवळ अंदाज म्हणणार. समजा, ५ वाचकांनी 'ब' रुग्णाच्या डाव्या घोट्याबद्दल काही अंदाज व्यक्त केला तर 'अ' रुग्णाच्याही डाव्या घोट्याबद्दल तेवढ्याच वाचकांनी फक्त अंदाजच व्यक्त केला असेल असं गृहीत धरणं स्वाभाविक आहे. आता 'अ' रुग्णाच्या डाव्या घोट्याला जर ५० वाचकांनी खूण केली अशी कल्पना करू. डॉ. मेकेंझी यामधून ५ वाचक वजा करतील. कारण ५ वाचकांचा केवळ अंदाज असेल, असं ते गृहीत धरतील आणि मग या केसवर ४५ जण सायकिकली अचूक उत्तर शोधू शकले, असा निष्कर्ष ते काढतील. हे सर्व झाल्यानंतर संगणक या निष्कर्षांचं संख्यात्मक महत्त्व मोजून ते समोर मांडेल.

या कामासाठी दोन्हीही केसेस पूर्णत: वेगळ्या पाहिजेत. या दोन्हीही रुग्णांमध्ये

डाव्या घोट्याला इजा झालेली असेल तर फक्त अंदाजांना मोजून दूर करणं ही गोष्ट शक्य होणार नाही.

फ्लोरिडाच्या त्या डॉक्टरने नेमका तोच गोंधळ केला. त्याने सांगितलेल्या दोन्हीही केसेसमध्ये रुग्णांना एकाच जागी दुखापत झालेली होती. त्यामुळे डॉ. मेकेंझी यांना आपली योजना बदलावी लागली आणि दुसऱ्या मार्गाने निष्कर्ष अभ्यासावे लागले. 'अ' रुग्णाची केस 'ब' रुग्णाच्या केसशी ताडून पाहण्याऐवजी किंवा दोघांत तुलना करण्याऐवजी त्यांनी योग्य प्रतिसादांची त्याच्या खालोखालच्या सर्वाधिक प्रतिसादांच्या आकड्यांशी तुलना केली. जरी त्यांना संगणकांनी सांगितलं की, हे निष्कर्ष जवळजवळ अब्जावधी वेळा प्रयोग केल्यानंतर एखाद्याच वेळेला येऊ शकतात, तरीही त्यांनी आपला प्रयोग परिपूर्ण झाला असं मानलं नाही. कारण याबाबत त्यांची संशोधनात्मक रचना पुरेपूर वापरली गेली नव्हती.

त्यांच्या रचनेबाबत सर्वसाधारण गोष्टींची कल्पना येथे देण्यात आली आहे, मात्र प्रत्यक्षात त्यांच्या रचनेचे अनेक पैलू आहेत. त्यांनी इतर अनेक प्रयोग केले आहेत. त्यातून आलेल्या निष्कर्षांना ते 'संख्यात्मकदृष्ट्या परिणामकारक निष्कर्ष' असं म्हणतात. त्यांचा हा सर्व प्रकल्प इतका महत्त्वपूर्ण आहे की, आपण याविषयी पुढे नक्कीच ऐकू. जेव्हा ते त्यांचं तंत्र अधिक प्रभावी बनवतील, व्याधीची जागा निर्देशित करणारी गोलाकार खूण तपासायला सांगण्याऐवजी ते माइंड कंट्रोलच्या ग्रॅज्युएट्सना वैद्यकीय दृष्ट्या ज्या व्याधी आहेत, त्यांची यादी तपासणीसाठी देतील. त्यामुळे विशिष्ट निदान होण्यास मदत होईल.

ते म्हणतात, ''हे प्राथमिक स्तरावरचं संशोधन अत्यंत उच्च स्तरावरील संख्यात्मक महत्त्वाकडे निर्देश करतं. मात्र अद्याप मी त्यातून काही निष्कर्ष काढण्याइतका तयार नाही. यासाठी अजून प्रचंड काम होण्याची गरज आहे. यानंतरची संशोधनं सुद्धा तेवढीच उत्साहवर्धक राहिली तर कदाचित डॉक्टरांना त्यांच्या रोगनिदानामध्ये आपले सायकिक्स मदत करू शकतील. आणि त्यांच्या पद्धती आत्ताच्या पद्धतींपेक्षा खूपच विश्वासार्ह असतील. वैद्यकीय क्षेत्रामध्ये ही एक खूप महत्त्वाची घटना असेल. अर्थात या सगळ्याविषयी खात्रीने सांगणं या टप्प्यावर शक्य नाही, पण मी या दिशेनेच काम करत आहे.''

माइंड कंट्रोलचे संशोधन संचालक जे. विल्फ्रेड हॅन हे स्वत: एक बायोकेमिस्ट म्हणजेच जैवरसायनशास्त्रज्ञ आहेत. ते माइंड सायन्स फाउंडेशनचे माजी अध्यक्ष सुद्धा आहेत. त्यांना डॉ. मॅकेन्झी यांच्या प्रयत्नांविषयी मोठी आशा वाटते. ''एकोणिसाव्या

शतकापासून, जेव्हा सायकिक संशोधनामध्ये शास्त्रीय पद्धत वापरण्यात आली, तेव्हा अनियंत्रित (काही वेळा अज्ञात) सतत बदलणाऱ्या गोष्टींमुळे त्यातील निष्कर्षांवर कायम प्रश्नचिन्ह उपस्थित केलं गेलं. डॉ. मेकेंझी म्हणतात, वैद्यकीय दृष्ट्या हा महत्त्वपूर्ण शोध आहे हे सिद्ध होणं बाकी आहे. मात्र एका गोष्टीची मला खात्री आहे ती म्हणजे त्यांच्या शास्त्रीय पद्धतीमध्ये त्यांनी आधीच एक महत्त्वाचा पल्ला गाठला आहे. ते गोळा करत असलेली सर्व माहिती पाहता तिच्या आधारे ते सायकिक प्रतिसादांवर लक्ष केंद्रित करू शकतील. इतर अनावश्यक गोष्टी ते बाजूला ठेवू शकतील. ज्या पद्धतीने एखादा केमिस्ट पाण्यामधल्या एखाद्या रासायनिक घटकावर अभ्यास करताना इतर घटक आणि पाणी बाजूला ठेवतो आणि फक्त त्याच घटकावर लक्ष केंद्रित करतो, त्याचप्रमाणे डॉ. मेकेंझी ज्या गोष्टींवर त्यांना अभ्यास करायचा आहे तेवढ्यावरच लक्ष केंद्रित करू शकतील'' असं ते म्हणतात.

महत्त्वाचे : या प्रयोगाचा हेतू मानवी शरीरातील वैगुण्य किंवा व्याधी अचूक पद्धतीने शोधणे हा आहे. त्यामुळे तुमची कृती केवळ तेवढ्यापुरतीच मर्यादित असू द्या. त्यामुळे त्या व्याधीवर कोणताही परिणाम प्रयोगादरम्यान होऊ देऊ नका.

केस 'अ' :

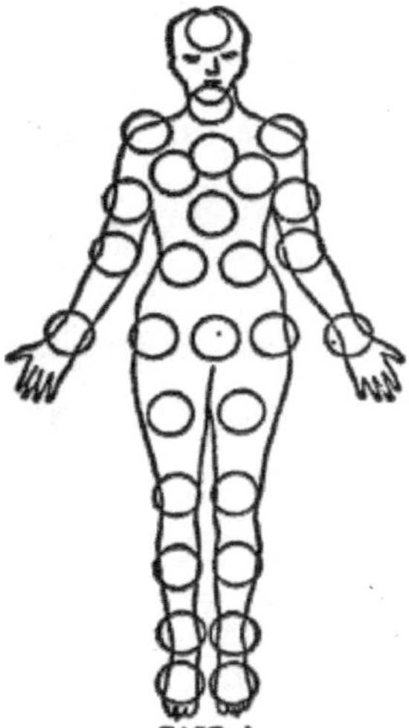

CASE A

सूचना : १) डेबी वेचिओ ही २३ वर्षांची युवती फ्लोरिडा मायामी येथे राहते. तिला एक वैद्यकीय व्याधी आहे. तिच्यात तुम्ही तिला काही मदत करू शकाल. कृपया तुमच्या माइंड कंट्रोलच्या लेव्हलमध्ये जा आणि डेबीच्या शरीराची कल्पना करा

किंवा त्याचं चित्र डोळ्यांसमोर आणा. तिची व्याधी शरीराच्या नेमक्या कोणत्या भागात आहे हे तुम्हाला तपासायचं आहे. ही गोष्ट मनात ठेवा. ज्यावेळी तुम्हाला असं वाटेल की, तिच्या व्याधीचं स्थान तुम्हाला सापडलं आहे, त्यावेळी आकृती 'अ' मध्ये दर्शविलेल्या वर्तुळांपैकी त्या स्थानावरील वर्तुळावर खूण करा.

महत्त्वाचे : जर तुम्ही एकापेक्षा अधिक वर्तुळांवर खूण केलीत तर तुमचं उत्तर ग्राह्य मानलं जाणार नाही.

यानंतर 'ब' आकृतीकडे जाण्यापूर्वी किमान दहा मिनिटं थांबा.

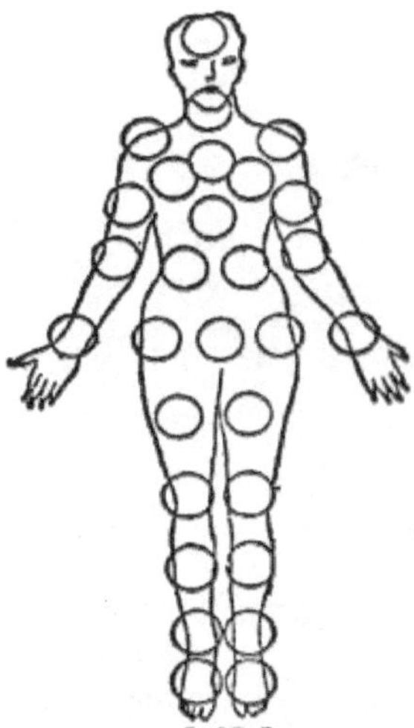

CASE B

२) सिंथिया कोहेन ही २१ वर्षांची युवती फ्लोरिडामध्ये मायामीमध्ये राहते. तिला एक वैद्यकीय व्याधी आहे. तिच्यात तुम्ही तिला काही मदत करू शकाल. कृपया तुमच्या माइंड कंट्रोलच्या लेव्हलमध्ये जा आणि सिंथियाच्या शरीराची कल्पना करा किंवा त्याचं चित्र डोळ्यांसमोर आणा. तिची व्याधी शरीराच्या नेमक्या कोणत्या भागात आहे, हे तुम्हाला तपासायचं आहे. ही गोष्ट मनात ठेवा. ज्या वेळेला तुम्हाला असं वाटेल की, तिच्या व्याधीचं स्थान तुम्हाला सापडलं आहे त्यावेळी आकृती 'ब' मध्ये दर्शविलेल्या वर्तुळांपैकी त्या स्थानावरील वर्तुळावर खूण करा. हा सर्व प्रयोग केवळ व्याधी निश्चित करण्यासाठी असल्यामुळे आत्ता ती व्याधी बरी करण्यासाठी प्रयत्न करू नका.

प्रकरण १८

तुमची स्वप्रतिष्ठा वाढू लागते...

''आपण आपल्या आयुष्यातला बहुतांश वेळ स्वत:ला कमी लेखण्यात घालवतो. जेवढा वेळ स्वत:ला कमी लेखण्यात घालवतो, त्याऐवजी त्याचा निम्मा वेळ जरी आपण आयुष्यातील प्रश्न कसे हाताळायचे यासाठी मनोमन विचार करण्यात घालवला, तर स्वत:बद्दल आपण जे समजतो त्यापेक्षा कितीतरी अधिकपट आपण खंबीर असतो, हे आपल्या लक्षात येईल,'' असं मत कॅरॉल लॉरेन्स या गायिका-अभिनेत्रीने शिकागो ट्रिब्युनशी बोलताना व्यक्त केलं. 14 नोव्हेंबर 1975 ला ते प्रकाशितही झालं. कॅरॉल स्वत: माइंड कंट्रोलची ग्रॅज्युएट झाली ती गायिका मार्गारिट पियात्झा या दुसऱ्या ग्रॅज्युएटच्या आग्रहामुळे!

ही गोष्ट अगदी खरी आहे. आपण कोण आहोत आणि आपण काय करू शकतो? या विचारांच्या अत्यंत संकुचित कल्पनांमध्ये आपण स्वत:ला कैद करून घेतलेलं असतं. आता तुम्हाला या मर्यादा ओलांडल्यानंतर किती मोकळा श्वास घेता येतो आणि या मर्यादांच्या पलीकडे अमाप स्वातंत्र्य कसे आहे, याचा अनुभव लवकरच येईल. जेव्हा आपली क्षमता किती मोठी आहे हे तुमच्या लक्षात येईल, तेव्हा आपोआपच तुमची स्वत:ची प्रतिष्ठा, स्वत:चा मान, आत्मविश्वास वृद्धिंगत होईल. या संदर्भात अनेक प्रकारची संशोधनं आजवर करण्यात आलेली आहेत आणि त्यांचे निष्कर्ष हेच सांगतात. या संशोधनांमध्ये त्यांनी खूप मोठ्या गटांमध्ये काम केलं. या गटातील लोकांपैकी काहींना कोणतीही विशिष्ट अशी समस्या नव्हती तर काहींना विशिष्ट समस्या होत्या ज्यामुळे त्यांची स्वप्रतिष्ठा डळमळीत झालेली होती - यामध्ये विद्यार्थी, मद्यपी व्यक्ती, ड्रग ॲडिक्ट, कैदी आणि निराश्रित व्यक्ती होत्या.

आता प्रथम विद्यार्थ्यांचा विचार करू. माइंड कंट्रोल हा साधारणपणे पूर्ण वेळेचा प्रशिक्षण कार्यक्रम असतो, ज्याला फूल क्रेडिट कोर्स असं म्हणता येईल. हा अभ्यासक्रम 24 महाविद्यालये आणि विद्यापीठे, 16 माध्यमिक शाळा आणि 8 प्राथमिक शाळांमध्ये घेण्यात येतो.

तुम्हाला कदाचित असं वाटण्याची शक्यता आहे की, एकच कोर्स एकाच पद्धतीने वेगवेगळ्या शाळांमध्ये, वेगवेगळ्या वयाच्या, सांस्कृतिक आणि आर्थिक पार्श्वभूमीतून आलेल्या विद्यार्थ्यांना शिकवला तर त्याचे निष्कर्ष वेगवेगळे येतील. पण असं नाही. या कोर्सचे सर्व ठिकाणचे निष्कर्ष इतके सारखे आहेत की, त्याआधारे आपण दावा करू शकतो की, या निष्कर्षांचा आपल्याला अंदाज व्यक्त करता येतो. एखाद्या शाळेमध्ये माइंड कंट्रोलचा कोर्स सुरू केला तर त्याचा निष्कर्ष साधारण पुढीलप्रमाणे येतो. विद्यार्थ्यांना अधिक ठामपणे स्वतःच्या आयुष्याची दिशा मिळते, स्वतःच्या जीवनातील समस्या सोडवण्यासाठी स्वमार्गदर्शन लाभतं मग त्यातूनच प्रश्न हाताळण्याची त्यांची क्षमता वाढत जाते. दुसऱ्या शब्दांत सांगायचं झालं तर त्यांचा आत्मविश्वास वाढतो. ही गोष्ट डॉ. जॉर्ज डी. साऊ यांनी शास्त्रीय दृष्ट्या प्रमाणित केली. डॉ. डी. साऊ हे सिल्व्हा माइंड कंट्रोलच्या शैक्षणिक संशोधन विभागाचे माजी संचालक आहेत. पेन्सिलवेनिया येथील विलियम स्पोर्ट एरिया कम्युनिटी कॉलेजच्या समुपदेशन आणि चाचणी विभागाचे पूर्वसंचालक आहेत.

या संदर्भातली पहिली चाचणी 1972 साली फिलाडेल्फिया येथील हॉलाहॅन हायस्कूलमध्ये घेण्यात आली. सुमारे 2000 विद्यार्थ्यांनी हा कोर्स पूर्ण केला. या कोर्सच्या अगोदर एक आठवडा आणि तसंच कोर्सनंतर दोन आठवड्यांनी सुमारे 220 ढोबळमानाने निवडलेल्या विद्यार्थ्यांनी हायस्कूल व्यक्तिमत्त्व प्रश्नपत्रिका (हायस्कूल पर्सनॅलिटी क्वेश्चनिअर) (Published by the Institute for personality and ability testing) सोडविली. त्यामध्ये 140 प्रश्नांचा समावेश होता. व्यक्तीच्या स्वप्रतिमेचे सूक्ष्मपणे मोजमाप करणारे हे प्रश्न होते. व्यक्तीची स्वप्रतिमा 14 गुणवैशिष्ट्यांच्या आधारे पोर्ट्रेटप्रमाणे चित्रित करता येईल, असे हे प्रश्न होते. या चौदा गुणवैशिष्ट्यांमध्ये – धाडसी, उत्साही, आत्मविश्वासू अशा गुणवैशिष्ट्यांचा समावेश होता. ही चाचणी संशोधन आणि समुपदेशन यात मोठ्या प्रमाणावर वापरली जाते.

220 विद्यार्थ्यांची ही स्वप्रतिमाचित्र एका गटामध्ये एकत्रित करण्यात आली. कोर्सच्या आधी आणि नंतर अशा दोन निकषांवर त्यांची तुलना करण्यात आली.

त्याचे निष्कर्ष पुढीलप्रमाणे होते - आत्मविश्वासाच्या पातळीत मोठ्या प्रमाणावर वृद्धी, मन:शांतीमध्ये वृद्धी, असंयमी आणि त्रयस्थपणाच्या वृत्तीमध्ये कमतरता तसेच असुरक्षिततेपासून मुक्ती या गोष्टी जाणवल्या. काही बाबतीत विद्यार्थ्यांमध्ये बदल दिसून आले नाहीत. जसं, वरचष्मा आणि पडते घेण्याच्या वृत्तीमधील संतुलित अवस्था, हळवी आणि कठोर मनोवृत्ती यातील संतुलित अवस्था वगैरे. या सगळ्याचा निष्कर्ष म्हणजे माइंड कंट्रोलचा कोर्स करण्यापूर्वी विद्यार्थ्यांच्या मनात स्वत:विषयी जो आदर होता, तो या कोर्सनंतर कितीतरी पटीने वाढलेला दिसून आला.

स्वाभाविकपणे आयुष्याच्या बदलत्या रूपांना सामोरं जात असताना आपला स्वत:बद्दलचा दृष्टिकोन प्रत्येक दिवशी बदलत जातो. आपण ही चाचणी ढोबळमानाने निवडलेल्या विद्यार्थ्यांच्या एखाद्या गटामध्ये घेतली आणि तीच चाचणी तीन आठवड्यांनंतर त्याच्याबरोबर पुन्हा घेतली तर काही बदल झालेले आपल्याला जाणवतील. ही चाचणी घेणाऱ्यांनी याचा सुद्धा अभ्यास केला. जीवनात स्वाभाविकपणे घडणाऱ्या या बदलांचे मोजमाप केले गेले आणि त्यालासुद्धा चाचणीदरम्यान अभ्यासात घेतले.

हॉलाहॅन हायस्कूलमधील निष्कर्षांचं विश्लेषण करायचं असेल तर एक गोष्ट आवश्यक होती ती म्हणजे या हायस्कूलमधील चाचणीनंतर झालेले बदल हे किती प्रमाणात सर्वसामान्य आयुष्यात होणाऱ्या बदलांपेक्षा जास्त आहेत. या अभ्यासातून जे काही निष्कर्ष निघाले ते पुढीलप्रमाणे होते :

हॉलाहॅन हायस्कूलमध्ये माइंड कंट्रोलच्या कोर्सच्या साहाय्याने आत्मविश्वासामध्ये, मनःशांतीमध्ये घडवून आणलेले सकारात्मक बदल नंतरच्या चाचणीमध्ये तेवढ्या जास्त प्रमाणात हवे असतील तर त्या ढोबळमानाने निवडलेल्या गटामध्ये ती चाचणी हजार वेळा घ्यावी लागली असती - दुसऱ्या शब्दात, माइंड कंट्रोलमध्ये होणारा बदल अन्यथा होण्याची शक्यता एक हजारामध्ये फक्त एकच आहे. एक हजारामध्ये एकच! याचाच अर्थ जो फरक पडला होता, तो केवळ योगायोग नव्हता तर माइंड कंट्रोलने आपलं काम केलं होतं.

माइंड कंट्रोलचा हा कोर्स चालू असताना फिलाडेल्फिया डेली न्यूजचे पत्रकार ज्यो क्लार्क यांनी जेवणाच्या सुट्टीमध्ये काही विद्यार्थ्यांच्या मुलाखती घेतल्या होत्या. २७ सप्टेंबर १९७२ रोजी प्रकाशित झालेल्या एका लेखामध्ये त्यांनी १३ वर्षांच्या कॅथी ब्रॅडी या विद्यार्थिनीचं उदाहरण दिलं. ८ वर्षांची असल्यापासून कॅथीला नखं खाण्याची सवय होती. कॅथी सांगते, ''जेव्हा जेव्हा मी नर्व्हस होत असे, कुठल्या ना

कुठल्या चिंतेत असे, तेव्हा तेव्हा मी नखं चावायला सुरू करत असे. आज सकाळी या सभागृहात आल्यानंतरही मला नखं खावी असं वाटत होतं. पण मी तसं केलं नाही. मी स्वत:च्या मनाशी विचार केला आणि स्वत:ला सांगितलं 'नखं खाऊ नकोस.' त्यानंतर मी माझे डोळे मिटून घेतले आणि मी रिलॅक्स झाले.''

पॅट आयसेनलोअर हिने त्यांना सांगितले, आपल्या धाकट्या भावाबरोबर सतत होणारी तिची भांडणं तिने थांबविली होती. हे असं पूर्वी क्वचितच घडत असे. पॅट सांगते, ''मी स्वत:ला सांगितलं, ''चिडण्यामध्ये काही अर्थ नाही. कशाला भांडायचं आणि खरोखरच मी संतापणं आणि भांडणं थांबवलं. आज सकाळी माझं डोकं दुखत होतं तेदेखील अशाच पद्धतीने स्वत:च सूचना देऊन मी थांबवलं. हे सगळं ऐकायला खूप विचित्र वाटेल याची मला कल्पना आहे पण हे खरोखरच घडतं.''

आता या शाळेमधील निष्कर्षांची इतर दोन संशोधनांबरोबर तुलना करूयात! पीट्सबर्गमधील लॉरेन्स विले या मुलामुलींच्या एका कॅथॉलिक हायस्कूलमध्ये आणि सेंट फिडेलिस या धर्मगुरू बनण्याची इच्छा असणाऱ्या मुलांसाठी असलेल्या कॅथॉलिक हायस्कूलमध्ये ही दोन सर्वेक्षणं करण्यात आली.

लॉरेन्स विले आणि सेंट फिडेलिस या दोन्हीही ठिकाणच्या विद्यार्थ्यांमध्येही हॉलाहॅनमधील विद्यार्थ्यांप्रमाणेच बदल दिसून आला. या विद्यार्थ्यांच्या आत्मविश्वासामध्ये खूप मोठ्या प्रमाणावर वाढ झाली होती. सर्वांत महत्त्वाची गोष्ट म्हणजे या बदलामध्ये एकसारखेपणा होता. प्रत्येक शाळेमध्ये त्यांच्या संपूर्ण गटातील विद्यार्थ्यांमध्ये जो बदल झाला होता, तो अन्यथा हजारात एखाद्या वेळेला होईल असा होता.

हॉलाहॅनप्रमाणेच लॉरेन्स्विले आणि सेंट फिडेलीस येथील विद्यार्थ्यांमध्ये दिसून आलेला सर्वांत मोठा बदल हा त्यांच्या आत्मविश्वासामध्ये दिसून आला. त्याहीपेक्षा महत्त्वाची गोष्ट म्हणजे हा बदल अगदी समान होता. प्रत्येक शाळेतील ग्रुप प्रोफाईलमध्ये पहिल्याच प्रयत्नात इतक्या मोठ्या प्रमाणावर सुधारणा झाली होती की अशी सुधारणा हजारात एखाद्या वेळी घडून येण्याची शक्यता होती. अशाच प्रकारची सुधारणा हॉलाहॅन आणि लॉरेन्स्विले येथील विद्यार्थ्यांच्या मन:शांतीमध्ये घडून आलेली दिसली. त्या तुलनेत सेंट फिडेलीसमध्ये ती कमी प्रमाणात दिसून आली. तर स्वत:बद्दलच्या खात्रीमध्ये (Self-assuarance) तीनही ठिकाणी वेगवेगळ्या पातळ्यांमध्ये बदल दिसून आला. अर्थात सर्व ठिकाणी हा बदल अत्यंत सकारात्मकच होता.

वरील निष्कर्षांपैकी काही भागाबाबत डॉ. डी. साऊ यांचं तितकंसं समाधान झालं नव्हतं. मात्र या अतिशय सकारात्मक निष्कर्षांमुळे त्यांना आनंद झाला होता.

तसंच सर्व निष्कर्षांमधील साधर्म्यामुळे त्यांना विश्वास वाटत होता, मात्र त्याचबरोबर काहीतरी सुटून गेल्यासारखं सुद्धा वाटत होतं. माइंड कंट्रोल कोर्सच्या आधी घेतलेली चाचणी आणि नंतर घेतलेली चाचणी यातील फरक स्पष्ट असला तरी तो दीर्घकालीन टिकणारा आहे, हे सिद्ध होत नव्हतं. मात्र प्रशिक्षणानंतर चार महिन्यांनी हीच चाचणी घेतली तर ते सिद्ध होऊ शकणार होतं.

डॉ. डी. साऊ यांनी लॉरेन्स्विले आणि सेंट फिडेलिसमध्ये त्याप्रमाणे चार महिन्यांनंतर चाचण्या घेतल्या आणि त्यांचे निष्कर्ष पाहून ते थक्क झाले. वर उल्लेख केलेल्या सर्व बाबतीत म्हणजे - आत्मविश्वासामध्ये वृद्धी, स्वत:बद्दलची खात्री, मन:शांती - या सर्व गोष्टींत या शाळांतील विद्यार्थ्यांमध्ये गेल्या चार महिन्यांच्या कालावधीत कमालीची सुधारणा झाली होती. प्रशिक्षणानंतर दोनच आठवड्यांनंतर घेतलेल्या चाचण्यांच्या तुलनेत ही सुधारणा नक्कीच स्तुत्य होती.

या अभ्यासाबाबतच्या आपल्या अहवालाचा समारोप डॉ. डी. साऊ यांनी पुढील शब्दांत वर्णन केला.

''या वेगवेगळ्या शैक्षणिक पार्श्वभूमीतील विद्यार्थ्यांमध्ये घडून आलेल्या बदलांचं विश्लेषण प्रशिक्षक आणि लेखक असणाऱ्या जॉन हॉल्ट यांच्या दृष्टिकोनातून करायला हवं. हॉल्टचं असं म्हणणं होतं, की शैक्षणिक प्रक्रिया ही बहुतेक वेळा वेडगळ असते. कारण त्यामुळे चिंता, अपराधीपणाची भावना वाढीला लागते, तसंच सहमती किंवा असहमतीसाठी नेहमीच बाह्य गोष्टींवर अवलंबून राहावं लागतं. ही सगळी परिस्थिती न्युरॉपॅथिक किंवा रोबोटिक वर्तणुकीची हमी देते. मात्र ही शिक्षण प्रक्रिया वास्तविक शिक्षण किंवा मानवी विकास अधिक वृद्धिंगत होण्यासाठी काही करत नाही. इतर समाजांमध्ये सुद्धा अशीच परिस्थिती आहे, हे सिद्ध करता येऊ शकते.

''माइंड कंट्रोल संदर्भातील वरच्या संशोधनातील माहितीवरून निदान शैक्षणिक दृष्टिकोनातून ताजा आणि व्यवहार्य पर्याय निर्देशित होतो. माइंड कंट्रोलच्या प्रशिक्षणानंतर सातत्यपूर्ण आणि ठोस अशा बदलाची शक्यता समोर येते. ती म्हणजे, अंतर्गत संदर्भबिंदूकडे वळणे किंवा दुसऱ्या शब्दांत सांगायचं झालं तर स्वत:ची खरी किंमत ओळखणे आणि स्वत:चं नियंत्रण बाह्य गोष्टींच्या आधारे होऊ देण्याऐवजी ते स्वत:च्याच हातात घेण्याच्या दिशेने पाऊल उचलणे.''

माइंड कंट्रोल ज्या ज्या शाळांमध्ये शिकवला जातो, त्यापैकी बहुतेक शाळांमध्ये शिक्षकांनीसुद्धा हे प्रशिक्षण घ्यावे, असे आवाहन केले जाते. एक कारण सोडता,

त्याची कारणंदेखील अगदी उघड आहेत–प्रशिक्षणाचे फायदे! आणि ते एक कारण म्हणजे शिक्षक अधिक संयमी बनतात. त्यांचा संत्रस्तपणा कमी होतो, मुलांनाही त्यांच्यासोबतचा वर्गातील वेळ अधिक सुसह्य होतो.

जो शिक्षक विद्यार्थ्यांकडून अगदी माफक अपेक्षा करतो, त्याला माफकच मिळतं, पण ज्या शिक्षकाच्या अपेक्षा अधिक असतात, त्याच्या पदरात अधिकच पडतं. ही गोष्ट सर्वज्ञात आहे. माइंड कंट्रोलचं प्रशिक्षण घेतलेल्या शिक्षकाला – या पुस्तकातल्या चौदाव्या प्रकरणात जोस सिल्वा यांनी ज्याला 'कॉस्मिक बिल ऑफ राईट्स' असं म्हटलंय, त्या गोष्टीचा अगदी थेट अनुभव येतो. हे प्रशिक्षण घेतलेला कोणताही शिक्षक कोणाच्याच 'मानसिक साधनांचा, क्षमतांचा' उपहास करणार नाही. कारण त्याला मानवी मनाचा भव्य आवाका किंवा वाव ठाऊक असतो. त्यामुळे त्याच्या विद्यार्थ्यांनी कधी माइंड कंट्रोल हे नाव ऐकलेलं नसलं तरी, तो एक उत्तम शिक्षक सिद्ध होतो.

तरीही एक गोष्ट मात्र नक्की, जेव्हा विद्यार्थी आणि शिक्षक या दोघांनीही माइंड कंट्रोलचं प्रशिक्षण घेतलेलं असतं, तेव्हा वर्गात अनेक थक्क करणाऱ्या गोष्टी घडून येतात.

बफेलो येथील ग्रेड–स्कूलमधील एक शिक्षिका, इतिहास शिकवताना आपल्या विद्यार्थ्यांना जॉर्ज वॉशिंग्टन किंवा इतर काही ऐतिहासिक व्यक्तींच्या व्यक्तिमत्त्वाशी 'ट्यून इन' व्हायला म्हणजेच त्यांच्याशी एकरूप व्हायला सांगते. माइंड कंट्रोलच्या प्रशिक्षणातील अखेरीसच्या काही सत्रांमध्ये विद्यार्थी जेव्हा केसवर काम करतात, तेव्हा त्यांना जी तंत्रं शिकवली जातात, ती वापरण्यास ती सांगते. या पद्धतीने, विद्यार्थी इतिहासाचा अनुभव घेतात. विद्यार्थी जेव्हा परीक्षा देतात, तेव्हा तर ते खुद्द तिच्याशीच 'ट्यून इन' होतात आणि आपली उत्तरं बरोबर आहेत ना, हे तिच्यासोबत पडताळून खात्री करून घेतात.

दुसरं उदाहरण, महाविद्यालयीन स्तरावरील एक शिक्षिका आपल्या विद्यार्थ्यांना त्यांना समजायला कठीण जात असणाऱ्या तत्त्वज्ञानातील मुद्यांचं स्पष्टीकरण थेट त्या तत्त्ववेत्त्यांबरोबर 'ट्यून इन' होऊन विचारायला सांगते, ज्यांनी ते पुस्तकं लिहिली आहेत. ती म्हणते, हा उपाय उत्तम प्रकारे काम करतो.

श्रीमती जो लायटल या व्हर्जिनिया बीच येथील माइंड कंट्रोलच्या व्याख्यात्या आहेत. त्यांना सात ते सतरा या वयोगटातल्या तरुण मुलामुलींना शिकवायला खूप आवडतं. त्यांचे या संदर्भातले काही अनुभव नॉरफोक येथील 'लेजर स्टार' या नियतकालिकात 16 जुलै 1973 रोजी 'माइंड कंट्रोलच्या कोर्सनंतर विद्यार्थी प्रगती

करतात' ('Students Excel After Course in Mind Control') या शीर्षकांतर्गत प्रसिद्ध झाले आहेत. तिच्या विद्यार्थ्यांपैकी एक अति शीघ्र चलनवलनाच्या (hyperkinesis) समस्येवर औषधोपचार घेत होता. या तरुण मुलाच्या आईने तिचा अनुभव सांगताना म्हटलं, ''कोर्स पूर्ण केल्यानंतर त्याच्यात झालेले बदल अत्यंत उत्तम होते. माझ्या मुलाला घ्यावी लागणारी औषधं थांबली आणि त्याच्या ग्रेड्स C वरून A पर्यंत वर गेल्या. आपल्यात स्वत:ला बदलण्याची शक्ती आहे, हे ज्ञान माइंड कंट्रोलने त्याला दिले.''

ज्युनिअर हायस्कूलमधील दुसऱ्या एका विद्यार्थ्यांच्या ग्रेड्स हा कोर्स करण्यापूर्वी C होत्या, त्या या कोर्सनंतर A झाल्या. दुसरी एक विद्यार्थिनी तिच्या स्पेलिंगच्या चाचणीत यशस्वी होत नव्हती. हा कोर्स केल्यानंतर तिच्या स्पेलिंगच्या सर्व चाचणीतील ग्रेड्स A झाल्या आणि एक वर्षभरात तिची वाचन क्षमता चौथ्या ग्रेडवरून नवव्या ग्रेडवर गेली.

हा कोर्स ज्या विद्यार्थ्यांनी पूर्ण केला आणि ज्यांनी पूर्ण केला नाही, त्यांच्यातील तुलना करण्याचा कोणताच व्यवहार्य मार्ग नव्हता. कारण ज्या तीन शैक्षणिक संस्थांमध्ये डॉ. डी. साऊ यांनी या चाचण्या घेतल्या, तेथील सर्वच विद्यार्थ्यांनी या प्रशिक्षणात सहभाग घेतला होता.

त्यानंतर तशी संधीही चालून आली. पेन्सिलवेनिया येथील स्क्रॅन्टोन येथील युनिव्हर्सिटी ऑफ स्क्रॅन्टोन मधील मानव संसाधन विभागातील प्राध्यापक डोनाल्ड एल अंजेल यांनी हा कोर्स पुनर्वसन समुपदेशनाच्या पदवीच्या विद्यार्थ्यांना करण्याचा प्रस्ताव दिला. मात्र त्यांच्यापैकी बऱ्याच विद्यार्थ्यांनी तो कोर्स करण्याचं नाकारलं. त्यामुळे त्यांना आणि डॉ. डी. साऊ यांना दोन्हीतील फरक तपासून पाहण्याची संधी मिळाली. त्यांनी कोर्स केलेल्या 35 आणि कोर्स न केलेल्या 35 विद्यार्थ्यांची एक चाचणी घेतली. ही चाचणी जरी प्रौढ व्यक्तींसाठी तयार करण्यात आलेली असली, तरी ती हायस्कूल्समध्ये वापरली जात असे.

दोन्ही विद्यार्थ्यांमधला फरक चाचणीपूर्वीच दिसून येत होता. त्या चाचणीच्या निष्कर्षानुसार, ज्या विद्यार्थ्यांनी हा कोर्स करायचा निर्णय घेतला होता, ते अनुभव घेण्याच्या बाबतीत अधिक खुले होते आणि अंतर्मनाचा कौल घेण्याकडे त्यांचा कल होता. तर ज्या विद्यार्थ्यांनी हा कोर्स करण्याचं नाकारलं होतं, ते पारंपरिक, नियमांत बांधलेले आणि व्यवहारी दृष्टिकोन ठेवणारे होते.

या कोर्सनंतर एक महिन्याने या दोन्ही गटांची पुन्हा एकदा चाचणी घेण्यात आली.

त्यातही हा मूलभूत फरक तसाच राहिला होता. पण इतरही काही महत्त्वाच्या गोष्टी स्पष्टपणे समोर आल्या. जसे माइंड कंट्रोलचा गट भावनिक दृष्ट्या अधिक सुस्थिर होता. अधिक परिपक्व, प्रगल्भ आणि स्वत:विषयी अधिक खात्री बाळगणारा होता. तसंच दुसऱ्या गटापेक्षा अधिक तणावमुक्त सुद्धा होता.

थोडक्यात सांगायचं झालं तर माइंड कंट्रोलचा कोर्स निवडणाऱ्या व्यक्ती, तो कोर्स न करणाऱ्या व्यक्तींपेक्षा निश्चितपणे वेगळ्या असतात. अर्थातच त्याचा त्यांना फायदाच होतो.

आत्मसन्मान किंवा आत्मप्रतिष्ठा वृद्धिंगत करणे ही गोष्ट प्रत्येक व्यक्तीच्या दृष्टीने अत्यंत महत्त्वाची असते. पण ड्रग्जच्या व्यसनातून बाहेर पडू इच्छिणाऱ्या व्यक्तीसाठी ही गोष्ट वरदान ठरते. जीवन वाचवू शकेल, इतकी महत्त्वाची असते. ड्रग्जच्या व्यसनात अडकलेल्या व्यक्तींसंदर्भात माइंड कंट्रोलचा अनुभव खूप मोठा नाही, पण जो काही अनुभव आहे, तो निश्चितच उद्‌बोधक ठरला आहे.

मॅनहॅटन येथील माइंड कंट्रोल सेंटरचे सहसंचालक पॉल ग्रीवास यांना ड्रग्जच्या व्यसनाधीन लोकांच्या बाबतीत माइंड कंट्रोलचा फायदा कसा होतो, हे तपासून बघायचं होतं. त्यांनी चार व्यसनाधीन लोकांच्या संदर्भात हे पडताळून बघायला सुरुवात केली. त्यापैकी दोघे जण मेथडॉन घेत होते तर दोघे अजूनही हेरॉइन घेणारे होते. जे दोघे जण मेथडॉन घेत होते, त्या दोघांनाही हा कोर्स पूर्ण फायद्याचा वाटला. पण त्यांची मेथडॉनपासून मुक्तता झाली नाही. मेथडॉनचं व्यसन अत्यंत तीव्र असतं. अनेक व्यसनमुक्ती कार्यक्रमांत ते प्रामुख्याने हेरॉइनचं व्यसन सोडविण्यासाठी वापरलं जातं. पण खुद्द मेथडॉनची सवय सोडणे ही गोष्ट शारीरिक दृष्ट्या प्रचंड वेदनादायी असते. व्यसनाधीन व्यक्तींच्या म्हणण्यानुसार या वेदना इतक्या भयानक असतात, की त्यामुळे माइंड कंट्रोलच्या सरावावर ते लक्षच केंद्रित करू शकत नाहीत.

हेरॉईनचे व्यसन असणाऱ्या एका रुग्णाला कोर्सच्या पहिल्याच दिवशी काहीतरी घरगुती प्रश्न उद्‌भवला आणि त्याने त्याच दिवशी कोर्स सोडून दिला. उरलेला जो रुग्ण होता तो स्वत:च्या शरीरातून विषारी द्रव्यांचा निचरा करण्यात (detoxify) यशस्वी झाला आणि कोर्सनंतर अनेक महिने तो या व्यसनापासून दूर राहू शकला. मात्र, त्यानंतर त्याने श्री. ग्रीवास यांना फोन केला आणि पुन्हा आपण हेरॉइन घेऊ लागल्याचे सांगितले. त्याला पुन्हा एकदा हा कोर्स करण्याचे सुचविण्यात आले. स्वत: श्री. ग्रीवास यांनी त्याच्यासोबत एक संपूर्ण दिवस व्यतीत केला, त्याला माइंड कंट्रोल प्रशिक्षण पुन्हा नव्याने अमलात आणण्यास शिकवलं आणि पुन्हा एकदा तो व्यसनमुक्त झाला.

त्यानंतरही अनेक महिने तो व्यसनमुक्त होता. त्यानंतर तो ती जागा सोडून दुसरीकडे गेला. मग त्याचा अन् श्री. ग्रीवास यांचा काही संपर्क राहिला नाही.

ड्रग्जच्या व्यसनाधीन व्यक्तींना व्यसनमुक्त करण्यासाठी माइंड कंट्रोलचा वापर करण्याचा दुसरा प्रयोग ब्रॉन्क्स येथील शक कम्युनिटी प्रोजेक्टमध्ये करण्यात आला. त्यामध्ये 18 पूर्व-व्यसनाधीन व्यक्तींचा समावेश होता. त्यापैकी काही जण हे त्याच प्रकल्पामधील प्रशासक आणि कर्मचारी होते. ज्या व्यक्तींनी हा कोर्स केला त्यांनी सांगितले, की या कोर्सनंतर त्यांचे स्वत:वर पूर्वीपेक्षा कितीतरी अधिक नियंत्रण आले आहे आणि काही महिन्यांनंतर त्यापैकी अनेकांनी त्यांच्या कुटुंबीयांनासुद्धा हे प्रशिक्षण दिल्याचे नमूद केलं. याबाबत विश्वासार्ह तपासणी करणं शक्य नव्हतं, कारण या 18 लोकांपैकी अनेक जण तीन महिन्यांनंतर तपासणीसाठी उपलब्ध नव्हते.

या दोन्ही प्रयोगांतून काही शिकता आलं का? तर श्री. ग्रीवास म्हणतात, 'हो. नक्कीच! त्याबद्दल कोणताही संख्याशास्त्रीय पुरावा देता येत नसला तरी, त्यांचा अनुभव दोन गोष्टींकडे निर्देश करतो.'

पहिली गोष्ट म्हणजे, माइंड कंट्रोल कोर्सने व्यसनाधीन व्यक्तींच्या आयुष्यात 48 तास यावं आणि त्यानंतर त्याच्या गोष्टी त्याच्यावरच सोडून द्याव्यात, हे पुरेसं नाही. आपल्यापैकी बहुतेकांसाठी हा कोर्स आपल्याला कायमचं बदलून टाकणारा अनुभव असतो, पण एखाद्या ड्रग्जच्या व्यसनाधीन व्यक्तीचा विचार करता, त्याला अनेक वर्षांच्या किंवा कदाचित आयुष्यभराच्या अत्यंत नकारात्मक अशा सवयीतून बाहेर यायचं असतं, तसंच त्याला शारीरिक आणि मानसिक व्यसनाच्या जोखडातून मुक्त व्हायचं असतं. त्यामुळे त्याला अधिक वेळ आणि कोर्सची पुन:पुन्हा आठवण करून देण्याची आवश्यकता असते. श्री. ग्रीवास म्हणतात, ''जिथे मी हा कोर्स राबवू शकेन असा एखादा ड्रग्ज व्यसनमुक्ती कार्यक्रम मला सांगा. तिथे मी उत्तम रिझल्ट मिळवू शकेन, असं मी खात्रीने सांगू शकतो.''

दुसरी गोष्ट श्री. ग्रीवास सांगतात, 'ड्रग्जच्या व्यसनातून बाहेर पडणं खरं तर खुपच कठीण असतं, पण इतरांच्या तुलनेत ड्रग्जची व्यसनाधीन व्यक्ती माइंड कंट्रोलचं प्रशिक्षण सहजपणे घेऊ शकते. श्री. ग्रीवास यांच्या मते त्याचं एक कारण आहे, ते म्हणजे : माइंड कंट्रोलमध्ये जाणिवेच्या वेगळ्या अवस्थेमध्ये आपण जात असतो. पण बहुतेक लोक आपल्या जाणिवेच्या वेगळ्या अवस्थेमध्ये कधी गेलेलेच नसतात. मात्र ड्रगच्या व्यसनाधीन व्यक्ती जाणिवेच्या वेगळ्या अवस्थांमध्ये गेलेल्या असतात. त्यांनी फक्त मनाच्या त्या अतिशय उपयुक्त आणि फायदेशीर लेव्हलमध्ये

प्रवेश केलेला नसतो, जिथे आपण मनावर नियंत्रण मिळवतो, नियंत्रण सोडत नाही. नेमकी हीच गोष्ट ड्रग्जच्या व्यसनाधीन व्यक्तींसाठी फार फायद्याची ठरू शकते.

या बाबतीत सविस्तर अभ्यास फारसे झालेले नसले तरी यासंदर्भात अनेक ग्रॅज्युएट्सच्या अनेक व्यक्तिगत यशोगाथा ऐकायला मिळतात आणि त्याच यशस्वी कहाण्या श्री. ग्रीवास यांना माइंड कंट्रोलबाबत जो विश्वास वाटतो त्याला पुष्टी देतात. पुढे दिलेली यशोगाथा ही अशीच एका ग्रॅज्युएटची आहे. त्याने स्वत:ला 1971 साली व्यसनमुक्त केलं आणि आजवर तो 'व्यसनमुक्त' आहे.

''माझी समस्या अत्यंत गंभीर होती, याची मला पूर्ण कल्पना होती. मला हेरॉइनचं व्यसन जडलं होतं. माइंड कंट्रोल कोर्सने अनेकांना स्वत:च्या नको त्या सवयी सोडायला मदत केली, असं मी ऐकलं होतं. पण हा कोर्स मला कशी काय मदत करणार होता, हे मला काही कळत नव्हतं. कारण मी सुद्धा माझं व्यसन सोडण्यासाठी अनेक प्रकारच्या व्यसनमुक्तीसाठीच्या पद्धती अवलंबल्या होत्या. या कोर्सबद्दल मी अतिशय साशंक होतो कारण अनेक मानसोपचारतज्ज्ञ, मेथडॉन प्रोग्राम्स आणि अनेक हॉस्पिटल्स अशा अनेक ठिकाणी मी धावून निराश होऊन परतलो होतो. शेवटी व्यसनातून मुक्त होण्यासाठी अक्षरश: काहीही करण्याची माझी तयारी होती. मी जर हेरॉइन्सचं व्यसन सोडलं नाही तर तीन वर्षांनंतर माझ्या तिसाव्या वाढदिवसापर्यंत मी काही जिवंत राहणार नाही, हे मला कळत होतं. शिवाय या व्यसनापायी माझा दिवसाला 200 डॉलर्स खर्च होत होता.

''मला माइंड कंट्रोलच्या अध्यापकांनी सांगितलं की 'तुझं हे व्यसन म्हणजे दुसरं तिसरं काही नसून केवळ तुझ्या मेंदूतील पेशींवरील इम्प्रेशन आहे आणि ते वारंवार घडल्यामुळे ते पक्कं झालं आहे. कारणाच्या पातळीवर प्रोग्रामिंग बदल. म्हणजे परिणामांच्या पातळीवर तुला वर्तणुकीच्या नमुन्यात फरक पडलेला दिसून येईल.' माझ्या तर्कबुद्धीला तर हे पटत होतं. मात्र माझ्या भावनिक जाणिवा वेगळंच काही सांगत होत्या. माझं आयुष्य आणि माझ्या मनात स्वत:बद्दलच्या नकारात्मक भावना यांच्याप्रति मला जर असंवेदनशील व्हायचं असेल, म्हणजेच यांचा विसर पाडायचा असेल तर मला ड्रग्ज घेणं गरजेचं आहे. त्यानंतर आमच्या माइंड कंट्रोलच्या अध्यापकाने आमची स्व-प्रतिमा बदलण्याचे तंत्र शिकवले. अगदी दुर्बल, इच्छाशक्तीचा अभाव असणारी, अप्रभावी अशी स्व-प्रतिमा आत्मविश्वासपूर्ण, स्वावलंबी आणि सुदृढ कशी बनवायची, हे त्यांनी आम्हाला शिकवलं.

''तरीही माझ्या मनातली शंका काही संपली नव्हती. मात्र, आशेचा एक अंधुक किरण मला दिसू लागला होता. अल्फा लेव्हलमध्ये मी स्वतःला कल्पनाशक्तीच्या आधारे बदलण्याचा प्रयत्न करू लागलो. मी दिवसातून तीन वेळा म्हणजे सकाळ, दुपार आणि संध्याकाळी स्वतःचं प्रोग्रामिंग करू लागलो. स्वतःला सांगू लागलो, की माझ्या अगदी पहिल्या प्रोग्रामिंगपासून 30 दिवसांनी म्हणजे 20 जुलैपर्यंत ड्रग्ज घेण्याची माझी तीव्र इच्छा कायमस्वरुपी नाहीशी होईल. त्या तीस दिवसांच्या दरम्यान मी ड्रग्ज घेत होतो पण अगदी कमी प्रमाणात आणि कमी वेळा! कारण मी ज्या तारखेचं लक्ष्य ठरवलं होतं, ते मला साध्य करायचं होतं.

''आणि खरोखरच जुलैमधल्या त्या महत्त्वाच्या दिवशी मी ड्रग्ज घेणं थांबवलं. तेव्हापासून आजपर्यंत मी कधीही ड्रग्जना स्पर्शसुद्धा केलेला नाही आणि ही गोष्ट पूर्वीसारखी नव्हती. म्हणजे पूर्वी मी ड्रग्ज घेणं थांबवायचो, पण थोड्याच दिवसात पुन्हा 'ये रे माझ्या मागल्या' अशी गत होत असे. पुन्हा ड्रग्जचं सेवन सुरू करत असे. यावेळी मात्र माझी अन्तःप्रेरणा मला सांगत होती, की आता माझी ड्रग्ज घेण्याची इच्छा खरोखरच पूर्णपणे संपली आहे. आता कोणतीही इच्छाशक्ती, दुसऱ्या व्यसनाचा आधार घेणं किंवा ड्रग्जची तल्लफ दडपून टाकण्याचे प्रयत्न... अशा कोणत्याही प्रयत्नाची गरज पडली नाही. माइंड कंट्रोलने त्याचं काम केलं आणि अखेरीस मला या व्यसनातून मुक्ती मिळाली होती.''

ड्रग्जच्या व्यसनापेक्षादेखील खूप मोठ्या प्रमाणावर आणि सर्वत्र आढळून येणारं व्यसन म्हणजे मद्यपान! या व्यसनामुळे कित्येक घरं... अगदी अमेरिकेतीलही लक्षावधी घरं अंधाराच्या दरीत लोटली गेली आहेत. मद्यपी व्यक्तींनादेखील असहाय्यता, अपयश आणि अपराधीपणाच्या भावनेतून वर येण्याची तीव्र इच्छा असते. त्यांना पुन्हा एकदा निरोगी जीवन जगण्यासाठी आत्मविश्वास आणि मनःशांती या गोष्टी परत मिळवायच्या असतात.

हे सारं 15 व्यसनाधीन व्यक्तींनी साध्य केलं, जेव्हा त्यांनी हाफ वे हाउसमध्ये व्यसनमुक्तीसाठीच्या एका संशोधन प्रकल्पाचा भाग म्हणून 1973 साली माइंड कंट्रोलचा कोर्स केला. डॉ. डी. साऊ यांनी त्याचे निष्कर्ष तपासले. त्यांनी याही रुग्णांबरोबर तीच चाचणी वापरली जी स्क्रॅन्टोन विद्यापीठातील पदवीच्या विद्यार्थ्यांबाबत आणि त्याही आधीच्या संशोधनात वापरली होती. त्यांनी हा कोर्स करण्यापूर्वी एक महिना आणि कोर्स केल्यानंतर एक महिन्यांनी त्यांची ही चाचणी घेतली.

या 15 जणांच्या आधीच्या आणि एक महिन्यानंतरच्या वर्तणुकीमध्ये टोकाचा फरक दिसून आला. संपूर्ण गटाच्या ग्रुप प्रोफाईलचा विचार केला तर एकूणच ढिसाळ नियंत्रण गेलं होतं. त्यांच्यात लक्ष्य गाठण्याच्या दृष्टीने ठाम स्पष्टवक्तेपणा आणि अधिक खुलेपणा आला होता. हा बदल असा होता की जो शंभरातील एखाद्याच वेळी घडून येण्याची शक्यता असते. इतर जे बदल घडले होते ते पूर्वी हायस्कूल आणि पदवीच्या विद्यार्थ्यांमध्ये जे दिसून आले होते, तसेच होते. त्यांच्याही आत्मविश्वासामध्ये वाढ, अधिक ठोस अशी स्वत:विषयीची खात्री दिसून येत होती. ते अधिक तणावमुक्त आणि नवीन अनुभव घेण्यासाठी अधिक खुले झाले होते. अल्कोहोल म्हणजेच मद्याच्या व्यसनातून मुक्त होण्यासाठी आवश्यक अशी ही सारी मौल्यवान मूल्यं होती.

सर्वांत मोठा फरक पडला होता तो भीतीच्या संदर्भातील अतिसंवेदनशीलतेमध्ये (Threat sensitivity) आणि अति चिंतेमध्ये! या दोन्हीही गोष्टी खूप कमी झाल्या होत्या. डॉ. डी. साऊ लिहितात, ''मद्यपी व्यक्तींच्या वागण्यात या दोन गोष्टींमुळे खूप मोठा फरक पडू शकतो. त्यांच्या मानसिक आणि शारीरिक जाणिवा संपविण्यासाठी मद्यपी व्यक्ती मद्याचा साधन म्हणून वापर करत असण्याची शक्यता असते. मद्यपान करून जर ते भीतीदायक परिस्थितीविषयी असंवेदनशील झाले तर अर्थातच त्यांना त्या परिस्थितीच्या चिंतेपासून थोड्या वेळासाठी दिलासा मिळत असणार. याचमुळे स्वतःबद्दलचा वाढलेला आदर, सुधारित स्वप्रतिमा आणि चिंता किंवा तणाव हाताळण्याची सुधारित क्षमता या गोष्टी अल्कोहोलला अर्थपूर्ण पर्याय ठरत असाव्यात.''

त्या हाफ वे हाउसच्या संचालकांनी माइंड कंट्रोलचे हे नवे 15 ग्रॅज्युएट्स 6 महिन्यांनंतर कसे आहेत, हे कळवलं. (त्यांच्याबाबतीत गुप्तता राखण्यासाठी त्यांचा उल्लेख नावाऐवजी 'सब्जेक्ट' किंवा 'एस' असा करत आहोत.)

सब्जेक्ट 1 : 90 दिवसांच्या व्यसनमुक्ती कार्यक्रमानंतर तो एकदाही मद्यपानाकडे पुन्हा वळला (relapse) नाही. 'एस'ने माइंड कंट्रोलचा कोर्स पूर्ण केल्यानंतर त्याच्यात खूप बदल झाला आहे. पूर्वी तो अतिशय अकार्यक्षम आणि माणसांपासून दूर गेलेला त्रयस्थ होता, आता मात्र तो अतिशय लाघवी, बहिर्मुख आणि नर्मविनोदी आहे.

सब्जेक्ट 2 : माइंड कंट्रोलचा कोर्स पूर्ण केल्यानंतर 'एस' पुन्हा व्यसनाकडे वळला नाही. आता तो हाफ वे हाउसमधील व्यसनमुक्ती उपचार कार्यक्रमातून बाहेर पडला आहे. 'एस' मध्ये आत्मविश्वास आणि स्वत:च्या हिताची जाणीव वाढीस लागली

आहे असे वाटते.

सब्जेक्ट 3 : हॉस्पिटलमध्ये व्यसनमुक्ती कार्यक्रमांतर्गत उपचार घेतल्यानंतर पुन्हा व्यसनाकडे वळलेला नाही. माइंड कंट्रोलचा कोर्स केल्यानंतर A.A. कार्यक्रमात त्याने उत्तम प्रगती दाखवली आहे.

सब्जेक्ट 4 : माइंड कंट्रोलचा कोर्स करण्यापूर्वी तो हॉस्पिटलमध्ये दाखल झाल्यापासून पुन्हा व्यसनाकडे वळलेला नाही. त्याच्या उपचार प्रक्रियेत माइंड कंट्रोलने मोठी भूमिका पार पाडली आहे.

सब्जेक्ट 5 : हॉस्पिटलच्या व्यसनमुक्ती कार्यक्रमानंतर तो पुन्हा व्यसनाकडे वळलेला नाही.

सब्जेक्ट 6 : तो पुन्हा व्यसनाकडे वळलेला नाही. स्वतःच्या हिताबाबतच्या त्याच्या जाणिवेत निश्चितच सुधारणा होत आहे आणि त्या सुधारणेचं प्रतिबिंब एकूणच त्याच्या घरात आलेल्या स्थैर्यात दिसून येत आहे. त्याच्या कॉलेजमधील ग्रेड्समध्येही मोठी सुधारणा झाली आहे.

सब्जेक्ट 7 : आजवर पुन्हा कधीही तो व्यसनाकडे वळलेला नाही. माइंड कंट्रोलच्या कोर्सनंतर त्याने व्यसनमुक्ती कार्यक्रम (A.A.) सोडला. मात्र अजूनही तो या कार्यक्रमाचं तत्त्व पुरेपूर पाळत आहे, हे दिसतं. त्याच्या कौटुंबिक नातेसंबंधातही लक्षणीय सुधारणा होत आहे.

सब्जेक्ट 8 : माइंड कंट्रोलचा कोर्स केल्यानंतर तो पुन्हा व्यसनाकडे वळलेला नाही. त्याच्या कौटुंबिक नात्यात मोठ्या प्रमाणावर सुधारणा झाली आहे. पूर्वीचा संतापी आणि रागीट 'एस' आता पूर्ण बदलला असून आता तो अगदी लाघवी आणि मनमिळावू बनला आहे.

सब्जेक्ट 9 : ही एक महिला असून ती ही पुन्हा व्यसनाकडे वळलेली नाही आणि ती सध्या नोकरी करत आहे.

सब्जेक्ट 10 : तो पुन्हा व्यसनाकडे वळलेला नाही. आता 'एस'चं आपल्या लक्ष्यावर चित्त केंद्रित आहे. स्वतःवर स्वतःच घातलेल्या मर्यादा आता त्याने काढून टाकल्या आहेत. अधिक यशस्वी बनण्यासाठी तो संधीच्या शोधात आहे.

सब्जेक्ट 11 : माइंड कंट्रोलचा कोर्स पूर्ण केल्यानंतर आपलं आयुष्य झपाट्याने बदलून अधिक चांगलं झालं असल्याचं 'एस' सांगतो. ही गोष्ट त्याच्यामध्ये वाढीला

लागलेली स्व-हिताची भावना ज्याप्रकारे त्यांचं कुटुंब आणि त्याचं काम यात प्रतिबिंबित झाली आहे, त्यावरून सिद्ध होते. तसेच तो पुन्हा व्यसनाकडे वळलेला नाही.

सब्जेक्ट 12 : A.A. कार्यक्रमात 12 वर्षं होता. माइंड कंट्रोलचा कोर्स केल्यानंतर फक्त एकदाच तो व्यसनाकडे वळला. पण ती इच्छा तासापेक्षाही कमी वेळ होती. त्यानंतर तो पुन्हा व्यसनाकडे वळलेला नाही.

सब्जेक्ट 13 : हॉस्पिटलमधील व्यसनमुक्ती कार्यक्रमानंतर तो पुन्हा व्यसनाकडे वळलेला नाही. माइंड कंट्रोलच्या कोर्सनंतर तर त्याच्यात मोठा फरक पडला आहे. त्याचं काम, कुटुंब यासंदर्भात त्याच्यात महत्त्वाची सुधारणा झाली आहे.

सब्जेक्ट 14 : माइंड कंट्रोलच्या कोर्सनंतर 'एस' पुन्हा पुन्हा व्यसनाकडे वळला. पण लक्षणीय बाब म्हणजे प्रत्येक वेळी सावरत तो स्वत:च त्यातून बाहेर आला. त्याला एकाही वेळी पुन्हा हॉस्पिटलमध्ये दाखल करण्याची गरज पडली नाही. माइंड कंट्रोलचा कोर्स करण्यापूर्वी त्याला नेहमी हॉस्पिटलमध्ये दाखल व्हावं लागत असे.

सब्जेक्ट 15 : तब्बल 8 वर्षे वरचेवर A.A. कार्यक्रमात येत-जात असे. माइंड कंट्रोलचा कोर्स करण्यापूर्वी चार वेळा हॉस्पिटलमध्ये दाखल करावं लागलं होतं. या काळात अधून मधून तो मद्यपानाकडे पुन्हा वळला (relapse आले). माइंड कंट्रोलचा कोर्स केल्यानंतर 'एस' चार वेळा पुन्हा व्यसनाकडे वळला. त्यापैकी दोन वेळा अल्प काळासाठी त्याला हॉस्पिटलमध्ये दाखल करावं लागलं होतं.

थोडक्यात, या 15 जणांपैकी शेवटची व्यक्ती सोडल्यास इतर प्रत्येकाच्या आयुष्यात माइंड कंट्रोल ही जादू ठरली.

अर्थात या एका छोट्याशा अभ्यासाच्या आधारे-माइंड कंट्रोलचा समावेश ही व्यसनाधीन व्यक्तींच्या उपचारातील आवश्यक बाब असावी - असं सरसकट सिद्ध करता येणार नाही. मात्र, विद्यार्थी आणि मानसोपचार घेणारे रुग्ण यांच्यात हिताची भावना वाढीस लागली होती, ती इतकी होती की ते पाहता, ज्यांना व्यसनाधीन व्यक्तींच्या उपचारांसंदर्भात अधिक चांगले पर्याय शोधायचे आहेत, त्यांनी माइंड कंट्रोलचा प्रयोग करायला हरकत नाही.

आत्मप्रतिष्ठेला धक्का देणारी आणखी एक परिस्थिती आहे. अर्थात ड्रग्ज किंवा मद्य यांच्या सेवनासारखी ती स्वत:च स्वत:वर लादून घेतलेली नसते. पण या दोन्हीपेक्षा सभोवताली ती खूप मोठ्या प्रमाणावर दिसून येते, ती बाब म्हणजे दारिद्र्य! मानवी

समाज अस्तित्वात आला तेव्हापासून दारिद्र्याची कारणं आणि त्यावरचे उपाय यांची चर्चा सुरूच आहे. या वादात माइंड कंट्रोल उतरू इच्छित नाही. पण गरीब लोकांना त्यांचं सामर्थ्य पटवून त्यांना सहकार्य करण्यात माइंड कंट्रोलची खूप मोठी मदत होऊ शकते.

कदाचित हे वाचल्यानंतर काहींना माइंड कंट्रोलने अगोदरच या वादात उडी घेतली आहे असं वाटण्याची शक्यता आहे. कारण गरीब लोकांना माइंड कंट्रोल त्यांच्या दारिद्र्यातून बाहेर पडायला मदत करेल, याचा अर्थ आम्ही त्यांनाच त्यांच्या वाईट परिस्थितीबद्दल दोषी ठरवत आहोत की काय, असं वाटण्याची शक्यता आहे. तर तसं अजिबात नाही. पण माइंड कंट्रोलच्या साहाय्याने इतरांना जे फायदे जाणवले, तसेच प्रत्येक गरीब व्यक्तीला जाणवू शकतात आणि ती आपल्या स्वत:वर घातलेल्या मर्यादा पार करून त्या परिस्थितीतून बाहेर येऊ शकते. स्वत:च्या आयुष्यावर उत्तम नियंत्रण मिळविण्याची प्रखर क्षमता तिच्यात येऊ शकते.

माइंड कंट्रोल खरोखरच अशा प्रकारे साहाय्यकारी होऊ शकते का, हे पाहण्यासाठीचा पहिला प्रयत्न म्हणून समाजकार्यातील एका पुनर्वसन कार्यक्रमाचा एक भाग म्हणून वेल्फेअर कार्यक्रमात (पाश्चात्त्य देशात नोकरी-धंदा नसणाऱ्या व्यक्तींसाठी सरकारच्या मदतीचा कार्यक्रम) समावेश असणाऱ्या 41 स्त्री-पुरुषांचा एक अभ्यास हाती घेण्यात आला.

ज्या व्यक्तींच्या हातात काही काम नाही, जे बेरोजगार असतात, त्या व्यक्तींच्या आत्मप्रतिष्ठेला मोठाच धक्का बसलेला असतो, हे नव्याने सांगण्याची गरज नाही. त्या धक्क्यामुळे त्यांना त्यांच्या परिस्थितीतून बाहेर येण्यासाठी शांतपणे विचार करून त्यानुसार कृती करणं खूप अवघड जातं. पराभूत मानसिकता झालेले आणि स्वत:ला दोषी ठरवणारे लोक नवीन नोकरीसाठी मुलाखत देताना अत्यंत वाईट-अजिबात प्रभाव न पडणारी मुलाखत देतात. त्यामुळे त्यांना नवीन काम मिळायला वेळ लागतो आणि या बेरोजगारीमुळे त्यांचा आत्मसन्मान अधिकच ढासळत जातो आणि अखेरीस वेल्फेअरचा आधार घ्यावा लागतो. अशा प्रकारे अधोगतीच्या दिशेने जाणाऱ्या व्यक्तींना खऱ्या अर्थाने वर आणण्यासाठी, त्यांचा आत्मसन्मान वृद्धिंगत करण्यासाठी जर काही करता आलं तर, ती व्यक्ती स्वत:च स्वत:ची मदत करण्यासाठी अधिक सक्षम बनेल.

साधारण असं मत व्यक्त केलं - मिशिगन येथील ओट्टवा कंट्री डिपार्टमेंट ऑफ सोशल सर्व्हिसचे संचालक लॅरी हिल्डोर यांनी! त्यांनी स्वत:देखील माइंड कंट्रोलचा

कोर्स केला होता आणि या प्रशिक्षणामुळे काय घडू शकतं, हे त्यांना चांगलंच ठाऊक होतं. त्यांच्या मनात एकमेव प्रश्न होता, तो म्हणजे, याचे निष्कर्ष मोजता येतील का? आणि ते निष्कर्ष कसे असतील?

हा संशोधन प्रकल्प आखण्यासाठी आणि चाचण्या घेण्यासाठी त्यांनी आणि डॉ. डी. साऊ यांनी मदत घेतली ती, मिशिगन येथील हॉलंडमधल्या होप कॉलेजमधील मानसशास्त्र विभागातील डॉ. जेम्स मोटिफ यांची! चाचणीसाठी त्यांनी सर्वत्र वापरली जाणारी सहा पानांची आणि शंभर प्रश्नांची टेनेस्सी सेल्फ-कन्सेप्ट टेस्ट वापरली. ही विशिष्ट चाचणी व्यक्तीच्या स्वत:बद्दलच्या मतातील पाच पैलूंचे मोजमाप करते. शारीरिक, नैतिक (moral/ethical), वैयक्तिक, पारिवारीक आणि सामाजिक हे ते पाच पैलू होत. ही चाचणी दोन वेळा घेण्यात आली. पहिल्यांदा कोर्सच्या आधी आणि दुसऱ्यांदा कोर्सनंतर!

याचे निष्कर्ष पाहता एखाद्याला ही गोष्ट 'हॉथोर्न इफेक्ट'शी साधर्म्य दर्शविणारी आहे, असं वाटेल. याबद्दल थोडं सांगावं लागेल. 1920 सालच्या मध्यावर आणि 1930च्या आरंभी वेस्टर्न इलेक्ट्रिक कंपनीने आपल्या शिकागो येथील हॉथोर्न प्लांटवरच्या कामगारांच्या संदर्भात एक मोठा संशोधन प्रकल्प हाती घेतला होता. कामाच्या ठिकाणात काही बदल केले, तर कामगारांच्या नैतिक बळात वाढ होते का, हे तपासणं – हा त्याचा उद्देश होता आणि आश्चर्य म्हणजे, कंपनीने जे जे काही केलं, त्यामुळे कामगारांचं नैतिक बळ वाढलं. त्यांनी काही गोष्टी त्यांना दिल्या... कामगारांचं नैतिक बळ वाढलं. त्यांनी काही गोष्टी पुन्हा काढून घेतल्या तरीही कामगारांचं नैतिक बळ वाढलं. यातून निष्कर्ष एवढाच निघाला की या कामगारांना त्यांच्याकडे कुणी लक्ष देत आहे, इतकंच हवं होतं. ते त्यांना मिळालं म्हटल्याबरोबर त्यांचं नैतिक बळ वाढलं.

हा कदाचित असू शकणारा 'हॉथोर्न इफेक्ट' मोजण्यासाठी डॉ. मोटिफ यांनी वेल्फेअरवर असणाऱ्या दुसऱ्या एका गटाचा अभ्यास केला. त्यांनी माइंड कंट्रोलचा कोर्स केला नव्हता. त्यांची दोन वेळा चाचणी घेण्यात आली. पण माइंड कंट्रोलचा कोर्स केलेल्यांप्रमाणे या दोन्ही चाचण्यांमध्ये या गटात फरक दिसून आला नाही. त्यामुळे या गटात 'हॉथोर्न इफेक्ट' दिसून आला नाही.

ज्यांनी माइंड कंट्रोलचं प्रशिक्षण घेतलं होतं, त्या व्यक्तींच्या स्वत:बद्दलच्या मतात मोठा फरक पडला होता. काही जणांच्या बाबतीत तर हे बदल लाखातून एखादा असावा इतके दुर्मीळ होते. सर्वच बाबतीत अत्यंत नाट्यमय वाटावेत असे हे बदल होते. माइंड कंट्रोलच्या या नवीन ग्रॅज्युएट्सना आपल्याला पूर्वी वाटायचे त्यापेक्षा

आपण अधिक चांगल्या व्यक्ती आहोत, असा विश्वास वाटत होता. स्वत:चे प्रश्न सोडवण्याबाबत एक नवा आत्मविश्वास त्यांना मिळाला होता.

हा बदल ज्या प्रमाणात झाला होता, ते पाहता डॉ. मोटिफ म्हणाले की या संशोधनातून समोर आलेले निष्कर्ष हे मी आत्तापर्यंत पाहिलेल्या निष्कर्षांपैकी सर्वांत महत्त्वाचे आहेत.

या अभ्यासावरच्या अहवालात खालीलप्रमाणे सांगितलं गेलं :

'मला शंका वाटत होती, ती म्हणजे वेल्फेअरवर असणारी एखादी आई तिच्या स्वत:च्या दु:खाने ग्रस्त असेल आणि अचानक तिच्या आयुष्यात माइंड कंट्रोलची ओळख झाली. 'सगळं चांगलं-चांगलं होत आहे' या आशावादी तत्त्वज्ञानाचा ती स्वीकार करेल का? पण माझी ही शंका लगेचच म्हणजे दुसऱ्या आठवड्याच्या अखेरीस दूर झाली. ज्यांनी ज्यांनी या कोर्ससाठी सुरुवातीला नाव नोंदवलं होतं, ते सगळेच्या सगळे जण कोर्स पूर्ण करण्यासाठी आले. पहिल्यांदा गटात असणारी लाजरीबुजरी शांतता आता जोरजोरात होणाऱ्या संवादात बदलली.

'जवळपास प्रत्येक व्यक्तीकडे काहीतरी ठोस सांगण्यासारखं होतं... कुणी मुलांच्या अधिक जवळ आले होते.. कुणाची जुनाट आणि हट्टी डोकेदुखी पळून गेली होती.. कुणाचं नैराश्य कमी झालं होतं.. तर कुणाचं वजन कमी झालं होतं. एका छान तेजस्वी दिसणाऱ्या आईने तिच्या बेरोजगारीवर उत्तर शोधण्यासाठी 'मनाचा आरसा' या तंत्राचा आधार घेतला होता आणि त्यात तिने लिहिणारा हात बघितला होता. आश्चर्याची बाब म्हणजे दुसऱ्याच दिवशी तिला कायम हवी असणारी नोकरी मिळाली.'

सर्वसाधारणपणे मनाची अवस्था, स्वत:ची ठेचकाळलेली प्रतिमा याच गोष्टी एखाद्या व्यक्तीला तुरुंगात पोहोचवतात आणि तिथे याच गोष्टी त्या व्यक्तीला पोखरून टाकतात आणि जोवर ती व्यक्ती तिथे आहे, तोवर तिचा छळ करत राहतात. त्रास देत राहतात आणि ती व्यक्ती तुरुंगातून बाहेर पडली की याच गोष्टी त्याला पुन्हा तुरुंगात पोहोचवण्याचं काम सुरू करतात.

माइंड कंट्रोल या सर्व जोखडातून आपल्याला मुक्त करण्यात मदत करते. अनेकांनी स्वत:वर लादून घेतलेली मानसिक बंधनं वेगवेगळ्या रूपात बाहेर व्यक्त होतात. जसे - डोकेदुखी, अल्सर्स, निद्रानाश, अपयश इत्यादी. तसेच एखाद्या कैद्यासाठी ती कारागृहाच्या भिंती, गज असतात.

माइंड कंट्रोलचा कैद्यांसंदर्भातील अनुभव अगदी अल्प आहे. पण जो अनुभव आहे, त्यानुसार या कोर्समुळे ज्या वातावरणात ते राहतात, त्याचं पाशवीपण खूप कमी होतं.

माइंड कंट्रोलनंतर कैदी तिथे तासन्तास केवळ रिकामपणाने घालवत नाहीत. आयुष्यातील तो मौल्यवान वेळ ते स्वत:चा विकास करण्यात, स्वत:ला नव्याने शोधण्यात व्यतीत करतात. माइंड कंट्रोलमुळे तुरुंग हे ठिकाण अत्यंत आनंदी ठिकाण बनू शकणार नाही. मात्र त्यामुळे ती एक स्वत:चा विकास साधू शकता येईल, अशी सभ्य जागा नक्कीच बनू शकते.

जरी याबाबत काही संख्याशास्त्रीय अभ्यास झालेले नाहीत, तरी कैद्यांचे वैयक्तिक अनुभव आणि त्यांच्या उपदेशकांचे अनुभव पुरेसे बोलके आहेत. ली लोझोविक हे जेव्हा न्यू जर्सी विभागाचे माइंड कंट्रोलचे समन्वयक होते, (त्यांनी 1976 सालच्या आरंभी राजीनामा दिला आणि होम (Hohm) हा स्वत:चा आध्यात्मिक गट स्थापन केला.) तेव्हा राहवे स्टेट प्रिझन येथे त्यांनी एकूण सात वेळा माइंड कंट्रोलचे वर्ग घेतले. त्यापैकी 4 वर्ग सुमारे साठ कैद्यांसाठी होते तर तीन कारागृह कर्मचाऱ्यांसाठी होते.

''कैदी आणि कारागृह कर्मचारी या दोघांनाही या कोर्समुळे अनेक फायदे झाले, यात काही शंकाच नाही. त्यांच्या चेहऱ्यांवरूनच ते लक्षात येईल,'' असं ते सांगतात. पदाधिकारी तर या कोर्समुळे इतके खुश झाले की, कैद्यांपैकी जे पदवीचा अभ्यास करत होते, त्यांना या कोर्ससाठी शैक्षणिक क्रेडीट देण्यात आलं.

श्री. लोझोविक यांच्या जागी आलेल्या रोनाल्ड गोरायेब यांनी न्यू जर्सी मधील पॅसिफिक कौंटी जेल येथील दहा कैद्यांना हा कोर्स दिला. हा कोर्स करत असताना एका कैद्याची सुटका झाली, त्यामुळे त्याला हा कोर्स सोडावा लागला. पण सुटका झाल्यावर तो पुन्हा कोर्स पूर्ण करण्यासाठी तुरुंगात आला. त्यावेळी पदाधिकाऱ्यांना त्याला नकार द्यावा लागला. तर दुसऱ्या एका कैद्याने हा कोर्स पूर्ण केल्यानंतर आपल्याला ध्यानासाठी थोडा वेळ एकांत मिळावा अशी विनंती केली, तीदेखील पदाधिकाऱ्यांना मान्य करावी लागली. एकाने तर मानसिक पटलाचं तंत्र वापरून स्वत:साठी बाहेर नोकरी 'प्रोग्राम' केली. आणि त्याला ती मिळालीदेखील!

प्रकरण १९

उद्योग जगतात माइंड कंट्रोलचा वापर

कल्पना करा...मर्फीच्या नियमावर विश्वास ठेवायचा आहे – 'जर काही चुकीचं घडणार असेल, तर ते तसं घडेलच आणि शक्य तेवढ्या वाईट वेळेला घडेल.' अन् नंतर एकाएकी तुम्हाला कळलं की असा नियम नाहीये, उलट जोसने यापूर्वी ज्याच्याबद्दल लिहिलं आहे ते कॉस्मिक बिल ऑफ राईट्स सत्य आहे – 'तुम्ही भाग्यवान आहात असं तुम्हाला वाटतं, कारण तुम्ही खरोखरच खूप भाग्यवान असता.'

आपापल्या उद्योगात काम करत असताना हे असंच घडतं, हे माइंड कंट्रोलचे अनेक ग्रॅज्युएट्स सांगतात. एखाद्या विक्रेत्याला आपले ग्राहक अधिक मोकळेपणाने आपल्याशी संवाद साधत आहेत, असं लक्षात येतं. शास्त्रज्ञांना अचानकच काही गुंतागुंतीच्या प्रश्नांची उत्तरं सापडतात, एखाद्या व्यावसायिक खेळाडूची कामगिरी अचानक अधिक चांगली घडू लागते, बेरोजगार व्यक्तीला नोकरी मिळते, तर नोकरदार व्यक्ती आपल्या कामात अधिक आनंद घेऊ लागते.

न्यू जर्सी येथील नटलीमधल्या हॉफमन-ला रोशे इंक या कंपनीच्या रोजगार विकास विभागाचे ४४ वर्षीय संचालक मायकेल हिग्गीन्स यांचं म्हणणं आहे, "जेव्हा जेव्हा मी माइंड कंट्रोलच्या ग्रॅज्युएट्सना भेटतो, त्या त्या वेळी मला त्यांच्यात सातत्यपूर्ण असा सकारात्मक दृष्टिकोन आणि उत्साह जाणवतो. आणि हा अनुभव मला अगदी नियमित येतो."

हॉफमन-ला रोशे ही जगातील एक सर्वांत बलाढ्य अशी फार्मास्युटिकल कंपनी (औषधनिर्माती)! हिग्गीन्स सांगतात, "मन शांत करणाऱ्या औषधांची निर्मिती करणाऱ्या निर्मात्यांकडून हे ऐकताना कदाचित आश्चर्य वाटेल, पण उत्तम मानसिक आरोग्य संपादन करण्यासाठी उपलब्ध असलेल्या पर्यायी साधनांचा वापर करण्याची

आमची तयारी होती आणि १९७३ साली आम्ही सिल्वा माइंड कंट्रोलचा जो अवलंब केला, त्यामागील हीच महत्त्वाची प्रेरणा होती.''

श्री. हिग्गीन्स यांना माइंड कंट्रोलबाबत अधिक संशोधन करावं असं वाटलं, त्यामागे आणखी एक प्रेरणा होती. कोणत्याही कंपनीचे काही अत्यंत प्रभावी कर्मचारी शक्य तेवढे प्रभावीपणे कार्यरत असतात. त्यांना माइंड कंट्रोलमध्ये जे पाहायला मिळालं, त्याआधारे त्यांनी एक योजना बनवली. ही योजना सुरुवातीला कंपनीच्या पाठबळावर चालणार होती. मात्र पुढे त्यांना या योजनेमध्ये उत्साह इतका वाढवायचा होता की ती कंपनीचं पाठबळ नसतानाही स्वतःच्या बळावर वाटचाल करेल. त्यांनी त्यांची ही योजना जाहीर केली. त्यांनी एका रात्रीतच 50 लोकांची नोंदणी करून घेतली आणि जवळच्या पॅटर्सन येथील चर्चचे मुख्य धर्मोपदेशक आणि माइंड कंट्रोलचे अत्यंत प्रभावी वक्ते रेव्हरंड अल्बर्ट गोरायेब यांच्यावर पुढील जबाबदारी सोपविली.

त्यांची योजना पूर्णतः यशस्वी झाली. आता या गोष्टीनंतर तीन वर्षांनी त्यांच्या प्लांटवर जवळपास तीनशेहून अधिक ग्रॅज्युएट्स आहेत. त्यामध्ये – कार्यकारी अधिकारी, वैज्ञानिक, सचिव, अभियंते, प्रयोगशाळा साहाय्यक आणि कार्यालयीन व्यवस्थापक आदींचा समावेश आहे. हा कोर्स करण्यासाठी काहींचे प्रायोजकत्व कंपनीने स्वीकारले होते, तर बहुतेकांनी स्वतःच पैसे भरून हा कोर्स केला.

श्री. हिग्गीन्स सांगतात, ''या कोर्समध्ये येणाऱ्या वैज्ञानिकांबद्दल मला खूप नवल वाटलं. सुरुवातीला ते याकडे उपहासाने पाहत होते; पण नंतर मात्र ते सर्वांत जास्त उत्साही निघाले.''

प्लांटच्या 'इनसाईड रोशे' या न्यूजपेपर मध्ये प्रकाशित झालेली हॉफमन-ला रोशेमधील माइंड कंट्रोलच्या काही ग्रॅज्युएट्सची मते येथे देत आहोत.

एक विक्री संचालक म्हणतात : या कोर्सने मला स्वतःबद्दलची एक नवी जाणीव दिली. तसंच मला माझ्या सहकारी कर्मचाऱ्यांबरोबर संवाद साधण्याच्या आणि काम करण्याच्या महत्त्वाची जाणीव करून दिली. मी जे काही शिकलो, ते कामात अवलंबत आहे. मी माझी आवड आणि माझं साध्य यांचा ताळमेळ घालण्याचाही प्रयत्न करत आहे, जेणेकरून वेळ आणि काम वाया जाऊ नये.

एक साहाय्यक जैवरसायनशास्त्रज्ञ म्हणतात : माझा मानसिक दृष्टिकोन पूर्णतया बदलून गेला आहे. त्याचा मथितार्थ म्हणजे – जेव्हा तुम्ही आयुष्याकडे सकारात्मक नजरेने बघता, तेव्हा चांगल्या गोष्टी खरोखरच घडतात, यावर आता माझा विश्वास बसलाय. दोन व्यक्तींमध्ये किती उबदार नातं असू शकतं आणि एकमेकांप्रति तुम्ही किती सहिष्णू आणि सुखावह असू शकता, ही बाब थक्क करणारी आहे.

एक कार्यालयीन व्यवस्थापक म्हणतात : माझ्याबाबतीत घडलेली ही सर्वांत उत्तम गोष्ट आहे. हा कोर्स मला करता आला हे मी माझं भाग्य समजतो. या कोर्समध्ये सकारात्मक विचार करण्यावर भर दिला जातो. त्यामुळे मला आतून शांत राहायला आणि आत्मविश्वास मिळवायला त्याची खूपच मदत झाली.

एक प्लांट सर्व्हिसेस सुपरवायझर म्हणतात : मानसिक दृष्ट्या आता मला अधिक चांगलं वाटतंय. आता मी फारशी काळजी करत नाही आणि प्रत्येक गोष्ट अगदी तातडीनेही करू पाहत नाही. आता मी तणाव दूर करून निवांत व्हायला आणि माझ्या डोकेदुखी देणाऱ्या समस्या निस्तरायला शिकलो आहे. विश्वास हीच यशाची गुरुकिल्ली आहे.

एक ज्येष्ठ सिस्टीम ॲनालिस्ट म्हणतात : वाढलेला आत्मविश्वास आणि स्व-हिताची वाढलेली भावना या दोन गोष्टी मला या कोर्सद्वारे मिळाल्या. हा कोर्स आपल्याला आपल्या स्वभावाचे आतापर्यंत दुर्लक्षित असणारे अनेक पैलू ओळखायला शिकवतो. उदाहरणार्थ, या कार्यक्रमामुळे इतर व्यक्तींप्रति आपली संवेदनशीलता वाढीस लागते आणि सर्वसाधारणपणे आपलं तार्किक मन जे अनुभव नाकारतं, त्या अन्तःप्रेरणेवर आधारित असलेल्या आपल्या अनुभवांची जाणीव हा कोर्स करून देतो.

माइंड कंट्रोलच्या तंत्रांच्या आधारे उभा राहिलेला उद्योग म्हणजे शिकागो येथील आयडिया बांक, इंक! ही माइंड कंट्रोलच्या ग्रॅज्युएट्‌सची सहकारी संस्था अनेक नवी विक्रीयोग्य संशोधनं करते. रिचर्ड हेरो यांच्या प्रयत्नातून ती सुरू झाली. रिचर्ड हेरो हे शिकागो भागातील माइंड कंट्रोलच्या उपक्रमांचे प्रमुख! त्यांना मार्केटिंगच्या संदर्भात एक समस्या जाणवली. म्हणून अल्फा आणि थिटामध्ये अन्तःप्रेरणा चेतवल्यानंतर त्या समस्येवर काही व्यावहारिक तोडगा निघू शकतो का, हे त्यांना बघायचं होतं. श्री. हेरो यांच्याजवळ तब्बल दहा वर्षांचा मार्केटिंग सल्लागार म्हणून अनुभव होता. त्यामुळे त्यांच्या जवळ अचूक उत्तर होतंच. ते उत्तर मिळवायला त्यांनी दहा वर्षं घालवली होती. माइंड कंट्रोलच्या ग्रॅज्युएट्‌सनी सुद्धा तेच अचूक उत्तर शोधलं, मात्र अवघ्या दहा मिनिटांत!

श्री. हेरो सांगतात, हे असं घडणार याची मला अगदी खात्री होती. पण मला आश्चर्य वाटलं, ते तांत्रिक पार्श्वभूमी नसलेल्या व्यक्तींनी तांत्रिक प्रश्नांबाबत तज्ज्ञांपेक्षा अधिक चांगली कामगिरी केली. ते केवळ तर्कामध्ये अडकून बसले नाहीत अनेक शक्यतांचा त्यांनी वेध घेतला.

मला याबाबत शेवटी एकच गोष्ट सांगावीशी वाटते, की वीस लोकांची त्यांच्या लेव्हलमध्ये असतानाची क्षमता आणि त्यांच्या सृजनात्मक कल्पनाशक्तीचा उपयोग

करत असलेली बुद्धिमत्ता ही त्याच वीस बुद्धिमान लोकांच्या उकल शोधणाऱ्या तार्किक मनाच्या क्षमतेच्या हजारपट अधिक प्रभावी असते.

समस्येवरील उत्तर शोधण्याचं हेच तंत्र वापरून प्रीस्ट्रेस्ड कॉन्क्रीटची नवीन पद्धत रिचर्ड हेरो यांनी शोधून काढली होती आणि तिचं पेटंटदेखील घेतलं होतं. त्यानंतर माइंड कंट्रोलचे ग्रॅज्युएट्स आपापल्या नवीन कल्पना घेऊन येऊ लागले. आता त्यांना त्याचं मार्केटिंग कसं करायचं, याबद्दल माहितीची गरज होती आणि यातूनच आयडिया बांकचा जन्म झाला असं ते सांगतात.

आता आयडिया बांकला दोन वर्षं पूर्ण झाली आहेत. पण जवळपास 18 शोध मार्केटिंग साठी तयार आहेत आणि अनेकांवर काम सुरू आहे. त्यापैकी एक आहे लीफ ईटर. गवत...लॉन कापायच्या मशीनला जोडता येऊ शकेल असं हे साधन पानं वेगळी करू शकतं. टेलिव्हिजनवरून विक्री करणाऱ्या एका फर्मने ही 25 लाख मशीन्स विकत घेतली. तर दुसरं आहे, फाटलेल्या जागी पडद्यांना चिकटविली जाणारी एक गोष्ट. ती दिसेनाशी होत नाही, तर नजरेस पडते. तिचं नाव 'बग प्लग'! कारण ती पडद्यावर बसलेल्या एखाद्या किड्यासारखी दिसते.

कंपनीतले सारे जण अडचणी सोडविण्यासाठी ध्यानधारणेकरिता महिन्यातून एक दिवस भेटतात. तिच्या सदस्यांकडे विविध कल्पना असतात, ज्यांच्यात नफा कमावण्याची ताकद असते. ते आरंभीची फी देतात, तसंच दर महिन्याचीदेखील अगदी अल्प अशी काही फी असते. ते होणारा फायदा सर्वांमध्ये वाटून घेतात.

शिकागो भागात माइंड कंट्रोलच्या ग्रॅज्युएट्सनी स्थापना केलेला दुसरा एक गट म्हणजे एक इन्व्हेस्टमेंट क्लब! ही एका स्टॉक ब्रोकरची कल्पना! काळाच्या संकल्पनेत पुढे किंवा मागे हिंडता येण्याची क्षमता आपल्यात आहे, म्हणजे आपण शेअर्स चांगल्या प्रकारे निवडू शकतो, असा विश्वास वाटून हा क्लब सुरू झाला. ध्यानधारणा करत असताना जर एखादा शेअर भविष्यात तुम्हाला दिसला, तर तो आत्ता खरेदी करून ठेवायचा आणि भविष्यात तो विकायचा. श्री. हेरोंना ही कल्पना रुचली आणि हा क्लब सुरू झाला. श्री. हेरो, तो ब्रोकर आणि अर्थातच सारे सदस्य अत्यंत उत्साही होते पण त्यांना खात्री नव्हती. माइंड कंट्रोलने अनेक क्षेत्रातले बहुविध प्रश्न सोडवले होते. पण वॉल स्ट्रीटवर भविष्यात काय चढ-उतार घडतील हे अचूकपणे जाणून घेऊन त्यावर उत्तर शोधणं ही गोष्ट आजवर घडली नव्हती.

ही सावधगिरीयुक्त शंका मनात घेऊन सदस्यांनी पहिले सहा महिने दर आठवड्याला आपले पैसे शेअर्समध्ये खेळवायचे ठरवले. अर्थात प्रत्यक्षात पैसे घालायचे नव्हते तर शेअर्स फक्त कागदावर विकत घेतल्याचं दाखवायचं होतं.

प्रत्येक आठवड्याला तो ब्रोकर त्यांना दहा शेअर्सची नावं सांगत असे. मग सदस्य अल्फामध्ये भविष्यातील तीस दिवस स्वतःला व्हिज्युअलाइज करत. त्यात ते स्वतःला ब्रोकरच्या ऑफिसमध्ये किंवा वर्तमानपत्र वाचताना पाहत. प्रत्येक शेअरमध्ये काय चढ-उतार होत आहेत, याचा आढावा ते घेत असत. त्यातून जेव्हा ते बीटामध्ये परत येत, तेव्हा त्यांची निरीक्षणं पडताळून पाहण्यात येत. जेव्हा एखाद्या शेअरच्या बाजूने दीड ते एक मत पडत असे, तेव्हा तो शेअर विकत घेण्यात येई.

अगदी आरंभीच एक समस्या उद्‌भवली. 'उत्साहाने भरलेला आशावाद' जो माइंड कंट्रोल ग्रॅज्युएट्सचे एक अंगच म्हणायला हवं. पण हा शेअर मार्केटमध्ये बऱ्याच वेळा कमकुवत मार्गदर्शक सिद्ध होतो. कारण या उत्साही आशावादामुळे त्यांना सगळेच शेअर वरती जात आहेत असं दिसू लागले. पण लवकरच त्यांना ही चूक कळून चुकली आणि त्यांनी ती सुधारली. त्यानंतर त्यांचे अंदाज योग्य ठरायला सुरुवात झाली. त्यांनी निवडलेल्या शेअर्सच्या संपूर्ण गटाची कामगिरी पूर्ण शेअर बाजाराच्या निर्देशांकापेक्षा सरासरी चांगली होऊ लागली.

आता दुसरी अडचण निर्माण झाली. ही बाब जमतीय, हे लक्षात आल्यानंतर हे सायकिक गुंतवणूकदार आपण जे शेअर्स निवडले आहेत, त्याबद्दल अधिकाधिक वाचून येऊ लागले, त्यामुळे त्यांच्याकडे त्या शेअरची जास्त माहिती जमा होऊ लागली. ही वैकल्पिक (objective) माहिती त्यांच्या ध्यानधारणेत येऊ लागली आणि त्याचा परिणाम म्हणजे त्यांचा नफा कमी होऊ लागला.

त्यावरही सदस्यांनी उत्तम उपाय शोधून काढला. त्यांनी प्रत्येक शेअरला नावाऐवजी एक कोड दिला, त्यामुळे आपण प्रत्यक्षात कोणत्या शेअरबद्दल अभ्यास करणार आहोत, हे कळणं बंद झालं. त्यानंतर चांगले परिणाम परत मिळू लागले. पुन्हा एकदा त्यांनी निवडलेल्या शेअर्सची कामगिरी शेअर बाजारापेक्षा सरासरी चांगली होऊ लागली. आता सहा महिन्यांची सारी आकडेवारी समोर आली होती आणि त्या प्रयत्नांतून चांगला नफा मिळेल, असं स्पष्ट झालं होतं. त्यामुळे आता खरोखरच पैसे घालण्याची वेळ आली होती.

प्रयत्नापासून प्रत्यक्ष पैसे घालण्यापर्यंतचा प्रवास तर सुरळीत पार पडला होता. आता सदस्य खऱ्या फायद्यासाठी सज्ज झाले होते. जेव्हा मार्केट घसरायचं, तेव्हा त्यांचे शेअर्सदेखील घसरायचे, पण मार्केटला जेवढं नुकसान व्हायचं तेवढं त्यांना होत नसे. आणि जेव्हा मार्केट वधारायचं, तेव्हा त्यांचे शेअर्सदेखील वधारत, आणि मार्केटच्या तुलनेत कितीतरी अधिक फायदा त्यांना होत असे. मात्र, वर्षभरानंतर अडचण आली. वर जाण्यापेक्षा मार्केट अधिकाधिक कोसळत होतं. अर्थातच सदस्यांचे शेअर्सदेखील

कोसळले. गटाचा पोर्टफ़ोलिओ खालावला. जरी खूप खालावला नसला तरी, तो खाली आला. आणि मग गटाला वाटू लागलं की बाजारात इतरांना जेवढा तोटा झालाय, तेवढा आपल्याला झाला नसला तरी, शेवटी तोटा झालाच आहे.

कोणताही माहिती ठेवणारा गुंतवणूकदार एक गोष्ट तुम्हाला सांगेल, जेव्हा बाजार कोसळत असतो तेव्हा सुद्धा तुम्हाला पैसे कमावता येतात. कसे! तर आधी एखादा शेअर विकून टाका आणि नंतर तोच विकत घ्या. म्हणजेच एखादा शेअर तुम्ही विकून टाका. तो तुमच्याकडे नसला तरी आणि जेव्हा त्या शेअरची किंमत कमी होते तेव्हा तो विकत घ्या. दोन्ही किमतीत असलेला फरक म्हणजे तुमचा नफा! याला शॉर्ट सेलिंग असं म्हणतात. आणि ही गोष्ट पूर्णतः कायदेशीर आहे. मात्र हे दुसऱ्याच्या नुकसानातून स्वतःचा फायदा करून घेण्यासारखे आहे. त्याचबरोबर एखादा शेअर विकून टाकल्यानंतर आपल्या फायद्यासाठी तो शेअर पडण्याची किंवा साधारण शेअरमार्केटच पडण्यासाठी वाईट बातमीची वाट बघण्यासारखं आहे. दुसऱ्या शब्दात इतरांच्या वाइटामध्ये आपला फायदा शोधण्यासारखं आहे. ही काही माइंड कंट्रोलसाठीची गोष्ट नाही, ग्रॅज्युएट्सना ही बाब पचनी पडली नाही आणि हा क्लब बरखास्त झाला.

आत्ता याविषयी लिहीत असताना बाजारातील परिस्थिती वधारत आहे, त्यामुळे श्री. हेरो म्हणतात की कदाचित सारे सदस्य क्लब पुनः सुरू करतील.

श्री. हेरो यांचा उद्योगजगतात माइंड कंट्रोलचा उपयोग करण्याबाबतचा रस अगदी खेळांच्या दुनियेपर्यंतही जाऊन पोहोचला. त्यांना नवीन उत्पादनांचे मार्केटिंग आणि शेअर बाजाराइतकीच संधी खेळाच्या क्षेत्रातही दिसून येते. शिकागो येथील व्हाईट सॉक्सच्या काही खेळाडूंनी माइंड कंट्रोलचं प्रशिक्षण घेतल्याचं तुम्ही ऐकलं असेल. CBS-TV च्या '60 मिनिटं' या कार्यक्रमात व NBC-TV च्या 'टुडे शो' या कार्यक्रमांतून 1975 साली त्याला खूप मोठी प्रसिद्धी देण्यात आली होती. या मागेही श्री. हेरो यांचेच परिश्रम होते.

बेसबॉलचा सीझन संपल्यानंतर त्यांनी या खेळाडूंच्या वैयक्तिक स्कोअर्सची तुलना केली. माइंड कंट्रोलपूर्वीचा (1974) आणि माइंड कंट्रोलनंतरचा (1975) स्कोअर त्यांनी पडताळून पाहिला. सर्वांमध्ये सुधारणा झाली होती आणि काही जणांमध्ये तर अगदी नाट्यमयरीत्या फरक पडला होता.

माइंड कंट्रोलच्या अत्यंत उत्साही ग्रॅज्युएट्समध्ये जे लोक मोडतात ते म्हणजे विक्रेते! मी माझ्या लेव्हलमध्ये जातो आणि एक यशस्वी फोन व्हिज्युअलाइझ करतो. त्याचे रिझल्ट्स उत्तम मिळतात. दर महिन्याला मी स्वतःला सांगतो, की मी अमुक डॉलर्स कमावणार आहे. दर वेळी मी माझं लक्ष्य वाढवत जातो. आणि

मी माझं लक्ष्य साध्य करतो सुद्धा! असं वॉल स्ट्रीटवरच्या एका अतिशय ख्यातनाम कंपनीसाठी काम करणारा एक विक्रेता सांगतो. एका लहान स्टील कंपनीचे उपाध्यक्ष सांगतात, मी मला स्वतःला सांगतो की हे मला विकायचंय आणि मी ते करतोही. आता मी माझे विक्रेते, माझे भागीदार, आणि अगदी माझ्या मुलांनाही सांगतो, तुम्ही माइंड कंट्रोलचं प्रशिक्षण घ्या. प्रत्येक जणालाच याचा फायदा होऊ शकतो. तोही फक्त कामातच नाही, तर वैयक्तिक आयुष्यातदेखील!

ग्रॅज्युएट्सकडून आलेल्या प्रतिसादाची आकडेवारी पाहिली तर सगळ्यात जास्ती फायदा नवीन नोकरी मिळविण्यात झाला असल्याचं दिसून येतं. माइंड कंट्रोलच्या प्रशिक्षणात एक शांत असा आत्मविश्वास व्यक्तीला मिळतो, इतर गोष्टींबरोबर या गोष्टीचासुद्धा यात मोठा वाटा आहे असं म्हणायला हरकत नाही. नवीन नोकरी मिळविण्यासाठी स्वतःबद्दल अधिक विश्वास वाटणं हे अत्यंत गरजेचं असतं. नोकरीसाठीच्या मुलाखती ज्या सहजपणे हे ग्रॅज्युएट्स देतात, त्यामुळेच यश त्यांच्या पारड्यात सहजपणे येतं.

पत्नी आणि दोन मुलांची जबाबदारी असणाऱ्या एका फोटोग्राफरची नोकरी अचानक गेली. त्याने आपल्या प्राध्यापकांना हे पत्र लिहिलं :

ही गोष्ट माझ्याबाबतीत पाच वर्षांपूर्वी घडली असती, तर मी लगेच जवळच्या बारमध्ये गेलो असतो. दारू पिऊन तर्रर होण्याची जगातील सगळी कारणं दिली असती आणि तिथे भेटलेल्या दुसऱ्या एखाद्या बेरोजगार व्यक्तीबरोबर रडत बिअरच्या ग्लासात दुःख विसरण्याचा प्रयत्न केला असता.

पण आता माझ्याबरोबर माइंड कंट्रोल आहे.... आता डोक्यावर दाटलेले ढग मला वेगळे करायचे होते. जेणेकरून त्या ढगांची सावली जमिनीवर पडू न देता मला एरियल फोटोग्राफी करायची होती. माझ्या दुःखावर फुंकर घालून मी माझ्या मनाच्या पटलावर माझं भविष्य बघण्यास सज्ज झालो. आता मला नवीन नोकरी मिळण्याची अजिबात काळजी वाटत नव्हती.

त्यासाठी मी फक्त एवढंच केलं की मी माझ्या लेव्हलमध्ये गेलो आणि मी कॉलेजमध्ये जातोय असं मला दिसलं. त्याक्षणी मला ते फारसं पटलं नाही कारण मी यापूर्वीच पदवीधर होतो. त्यानंतर मी थोडी माहिती घेतली, तेव्हा माझ्या लक्षात आलं, GI बिल अंतर्गत मला काही सुविधा मिळू शकतात. मला 400 डॉलर्स, शिवाय बेरोजगार असल्याने 300 डॉलर्स अधिक मिळतील म्हणजे एकूण 700 डॉलर्स मी घरी घेऊन येणार होतो. याचा अर्थ, मला जेव्हा नोकरी होती, त्यावेळेपेक्षा 200 डॉलर्स मला अधिक मिळणार होते. त्याहीपेक्षा महत्त्वाचं म्हणजे AP, UPI

आणि मासिकांसाठीदेखील मी काम करू शकणार होतो.

नोकरी गेल्याच्या आकस्मिक धक्क्यातून सावरलेली आणखी एक व्यक्ती म्हणजे न्यूयॉर्क येथील माइंड कंट्रोलचा एक नवीन ग्रॅज्युएट! त्याची नोकरी गेल्यानंतर त्याने थेट जोस सिल्वा यांना रागारागाने फोन केला आणि त्यांना म्हणाला, 'सांगा आता मला माइंड कंट्रोलबद्दल!' त्यावर जोस यांनी त्याला अगदी शांतपणे मनःपटल आणि इतर तंत्रांचा वापर करायचा सल्ला दिला. त्यानंतर तीनच दिवसांनी त्याने जोसना पुन्हा फोन केला, पण यावेळी त्याचा मूड पूर्ण बदलला होता. त्याला नुकतीच नोकरी मिळाली होती आणि पहिल्या नोकरीपेक्षा त्याला तिप्पट पगार मिळणार होता.

माइंड कंट्रोलने काय जादू घडू शकते, याचा सर्वांत रंगतदार किस्सा एका जोडप्याने सांगितला आहे. हे दोघं जण इतर लोकांच्या तिजोऱ्या उघडून देतात. हे ते कशा पद्धतीने करतात बघू या. ते लॅबोरेटरी तंत्राचा वापर करतात. एक जण मानसिक स्तरावर लॅबोरेटरीमध्ये जातो आणि तिजोरी आणि तिचे मालक यांची स्पष्ट प्रतिमा डोळ्यांसमोर आणतो. त्यानंतर वेळाच्या परिमाणात ते भूतकाळात जातात व त्या मालकांनी पूर्वी ती तिजोरी जेव्हा उघडली होती, तो प्रसंग डोळ्यांसमोर आणतात. त्याचा सहकारी म्हणून काम करणारी व्यक्ती काळजीपूर्वक तिजोरी उघडताना मालकाने काय नंबर वापरला, तो टिपून घेते. त्यानंतर बीटामध्येच त्या नंबरच्या साहाय्याने त्या मालकांना त्यांची तिजोरी उघडून देतात. मालक थक्क होतातच पण त्याहीपेक्षा त्यांच्या मनात कृतज्ञता असते. ही सायकिक व्यक्ती मिडवेस्टमधील मान्यताप्राप्त कुलूप उघडणारी व्यक्ती आहे. कुणी तिजोरीचा नंबर विसरलं की त्यांना बोलविण्यात येतं आणि ते ती तिजोरी उघडून देतात.

प्रकरण २०

येथून पुढे काय?

माइंड कंट्रोलच्या बाबतीत एकदा का प्रथम यश तुम्हाला मिळालं, की आत्मशोधाची एक मोठी सफरच जणू सुरू होईल. स्वतःविषयी तुम्हाला जे काही कळेल किंवा जे काही तुम्ही शिकाल, त्या साऱ्या गोष्टी निश्चितच सुवार्ता असतील. जोसने लिहिलेल्या प्रकरणातील त्याने वर्णन केलेल्या सर्व गोष्टी तुम्ही अमलात आणल्यात, की भावी काळातील विकासाचे अनेक मार्ग तुमच्यासमोर खुले होतील.

इतर काही पुस्तकं, मित्रपरिवार किंवा अन्य काही कोर्सेसद्वारा तुम्ही आणखी काही तंत्रं किंवा मानसिक साधनंदेखील शिकू शकता. वारंवार तीच तीच तंत्रं वापरून यशाची पुनरावृत्ती होत राहिली तर ती नित्याची बाब बनून जाते आणि मग एखाद्या नवीन शोधाबद्दलचाही तुमचा उत्साह कमी कमी होत जातो. असं घडत राहिलं, तर पुन्हा एकदा ये रे माझ्या मागल्या अशी अवस्था होऊ शकते. म्हणजेच सुरुवातीला जिथे होतात तिथेच परत एकदा तुम्ही जाऊन पोहोचता. किंवा माइंड कंट्रोलचं एखादं तंत्र तुमच्याबाबतीत इतरांपेक्षा अधिक प्रकर्षाने लागू पडत आहे, असं तुमच्या जर लक्षात आलं, तर त्या तंत्रात तुम्ही प्राविण्य मिळवाल आणि ते तंत्र तुमच्या आयुष्यातील अविभाज्य घटक बनेल.

यापैकी कोणताही मार्ग तुमच्यासाठी उत्तम मार्ग नाही.

तुम्ही इतर तंत्रांचा शोध घ्यायला सुरुवात केलीत, तर लागू पडतील अशी अनेक तंत्रं तुम्हाला सापडतील. पण त्यामध्ये एक शक्यता अशी आहे की, जी तंत्र तुम्ही शोधून काढाल, ती जोसने पूर्वीच शोधून बाजूला ठेवून दिली असतील आणि काही महत्त्वाची कोर्समध्ये समाविष्ट केली असतील. अशी तंत्रं संग्रहित करणाऱ्या

ज्या व्यक्ती असतात, त्या काही महत्त्वाच्या तंत्रांमध्ये प्राविण्य मिळविण्यासाठी वेळ देऊ शकत नाहीत. याबाबत नंतर बोलूच.

तुमचा उत्साह कमी होतोय असं तुम्हाला वाटलं किंवा माइंड कंट्रोलचा नित्य सराव तुम्हाला जमत नसेल, तर लक्षात ठेवा, असं होणारे तुम्ही एकटेच नाही. आणि दुसरी महत्त्वाची गोष्ट म्हणजे यामुळे, तुम्ही आजवर मिळवलेलं ज्ञान संपूर्णपणे कधीच नष्ट होत नाही. जोसच्या निरीक्षणानुसार माइंड कंट्रोलचं एकदा घेतलेलं प्रशिक्षण कधीही पूर्णपणे विसरलं जात नाही. ते कधीही आठवता येतं आणि एखाद्या अगदी तातडीच्या क्षणी तुम्ही ते वापरूही शकता.

माइंड कंट्रोलचे बहुतांश विद्यार्थी काय करतात, तर त्यांच्याबाबतीत जे एखादं विशिष्ट तंत्र सर्वांत प्रभावी ठरतं, त्या तंत्रापाशीच थांबतात. त्या तंत्राचा जितका अधिक वापर ते करतात, तितके अधिक चांगले रिझल्ट्स त्यांना मिळत जातात. पण या तीनही मार्गांपेक्षा अधिक चांगला असा एक मार्ग आहे.

एकमेकांना साहाय्यभूत ठरतील अशा मानसिक स्वाध्याय आणि तंत्राची अगदी काळजीपूर्वक केलेली निवड म्हणजे माइंड कंट्रोल! एखादं तंत्र इतर दुसऱ्या तंत्रांच्या तुलनेत हवं तसं उपयुक्त ठरत नाही म्हणून त्याच्याकडे दुर्लक्ष करणं म्हणजे खऱ्या अर्थाने संपूर्ण विकासाची संधी सोडणे होय. ड्रीम कंट्रोल तुमच्या मनःपटलाच्या क्षमता अधिक बळकट करतं, तर मनःपटलाचं तंत्र ड्रीम कंट्रोल अधिक विश्वासार्ह आणि स्पष्ट बनवतं. हा कोर्स आणि जोसनी या पुस्तकात लिहिलेली प्रकरणे ही या विषयाचा एक भाग किंवा एक झलक आहेत. हा सगळा विषय खूप मोठा आणि गहन आहे.

तरीही सर्व गोष्टींचा सराव करून त्याचा उपयोग करून झाल्यावर आता पुढे काय, हा प्रश्न तुमच्यासमोर उभा राहू शकतो.

माइंड कंट्रोल वापरणे – केवळ एवढेच पुरेसे नाही. नियंत्रणाचे अनेक स्तर आणि अनुभवातील सूक्ष्म बारकावे नेहमीच तुमच्या पुढे असतात.

एका विद्यार्थ्याने एकदा जोसला विचारलं होतं, ‘‘माइंड कंट्रोल आपल्याला जेवढं देऊ शकतं तेवढं आपण मिळवलं आहे हे आपण केव्हा म्हणू शकतो?’’

त्यावर जोसनी त्याला अतिशय समर्पक असं उत्तर दिलं होतं. त्यांनी सांगितलं, ‘‘ज्यावेळी तुम्ही तुमचे सारे प्रश्न आणि समस्या, प्रोजेक्टमध्ये अर्थात प्रकल्पामध्ये रूपांतरीत करू शकाल, आणि तुम्हाला हव्या त्या प्रकारे तो प्रकल्प कार्यान्वित

करू शकाल....'' यानंतर जोस बोलता बोलता एक क्षण थांबले आणि म्हणाले, ''नाही... यापेक्षा खोल गोष्ट आहे ही! आपण किती मोठी शक्ती आणि प्रचंड सामर्थ्य घेऊन जन्माला आलो आहोत, ही गोष्ट तुम्हाला जेव्हा जाणवते, ही जन्मजात शक्ती तुम्हाला विधायक पद्धतीनेच वापरता येऊ शकते, ही बाब जेव्हा तुमच्या अनुभवांच्या आधारे तुम्हाला उमजते, या विश्वातील आपल्या अस्तित्वाला एक ठोस उद्देश आहे, त्याला एक उदात्त हेतू आहे, याची जाणीव तुम्हाला जेव्हा होते, तोच तो क्षण असतो. माझं स्वतःचं असं मत आहे, की आपण आंतरिक दृष्ट्या विकसित (evolve) होणे, हा आपला हेतू असायला हवा. आणि हे पूर्णपणे आपल्यावर अवलंबून असतं, ती आपली व्यक्तिगत जबाबदारी असते. अनेक लोकांना या गोष्टीची भावनेच्या स्तरावर, अन्तर्ज्ञानाच्या स्वरूपात हलकीशी कल्पना असतेसुद्धा. तुम्ही माइंड कंट्रोलचा जितका अधिकाधिक वापर कराल, तेवढीच तुमची याबाबतीत खात्री वाढत जाईल आणि कालांतराने तुमचे हे मत अगदी बळकट आणि ठाम होईल.

अनुभवाच्या याच सखोलतेची प्रतीक्षा असते – जिथे आपल्याला मिळते ठाम शाश्वतता– प्रत्येक गोष्टीमागे एक कनवाळू असा हेतू असतो. माइंड कंट्रोलमध्ये हा विश्वास, पूर्ण आयुष्य ध्यानधारणेमध्ये समर्पित करणाऱ्या व्यक्तीला एखाद्या क्षणी होणाऱ्या गूढ ज्ञानप्राप्तीप्रमाणे निर्माण होत नाही, ही गोष्ट तर अगदी अल्पावधीत आणि रोजचे आयुष्य प्रभावीपणे जगण्याने घडू शकते. रोजचं आयुष्य अगदी छोट्या छोट्या घटनांमधून आणि नियती ज्या प्रसंगांना आकार देत समोर आणते, त्या प्रसंगांसह जगण्यामुळेसुद्धा!

माइंड कंट्रोलची नवीन ग्रॅज्युएट व्यक्ती अनुभवेल असा एक लहानसा प्रसंगच घेऊ. आणि त्या प्रसंगातून वर उल्लेखलेल्या ठाम शाश्वततेकडे एक पाऊल कसं पडतं, ते लक्षात येईल. माइंड कंट्रोलच्या एका नवीन ग्रॅज्युएटने सुट्टीहून घरी आल्यानंतर पहिली गोष्ट काय केली असेल तर आपल्या कॅमेऱ्यामधील रोल काढून ठेवला आणि तो आपल्या सामानात दुसरा एक्स्पोज केलेला रोल शोधू लागला. पण त्याला तो रोल सापडत नव्हता. ती फोटोंची फिल्म खूप महत्त्वाची होती असं नाही, मात्र, ती सापडत नव्हती, ही खूप अस्वस्थ करणारी गोष्ट होती. सुट्टीवर गेल्यानंतरच्या पहिल्या आठवड्यातले फोटो त्यात होते.

अखेरीस तो आपल्या लेव्हलमध्ये गेला आणि सगळ्यात शेवटी त्याने ज्या क्षणी कॅमेऱ्यात फिल्म घातली होती, तो क्षण पुनः एकदा त्याने अनुभवला. पण त्याने त्याच्या मानसिक पटलावर एका कॉफी टेबलवर असणारा तो कॅमेरा तेवढा पाहिला.

त्यावेळी त्याने त्यात फक्त पहिला रोलच घातला होता. दुसरा रोल त्याने घातलाच नव्हता. तो त्याच्या लेव्हलमध्येच राहिला आणि एका मागून एक फोटो काढल्याचे क्षण त्याने नजरेसमोर आणले. पण त्यानंतरही पुन्हा रोल घातल्याचं त्याला दिसलं नाही. पुनः पुन्हा तो कॉफी टेबलाचा प्रसंगच त्याच्या नजरेसमोर तरळत राहिला.

अखेरीस, मनःपटलाचा प्रयोग अयशस्वी ठरला असल्याबद्दल त्याची खात्री पटली आणि त्याने जो एक रोल होता, तोच डेव्हलप करायला टाकला. अन् जेव्हा फोटो त्याच्या हातात आले तेव्हा काय? त्याच रोलमध्ये सगळे फोटो होते. सुरुवातीपासून अगदी सुट्टी संपेपर्यंत त्याने काढलेले. म्हणजे दुसरा रोल त्याने कधी घातलाच नव्हता.

हा प्रसंग अगदी लहान होता, पण त्यामुळे या ग्रॅज्युएटला त्याच्या माइंड कंट्रोलच्या प्रशिक्षण वर्गाबाहेर स्वतःच्या मनावर ठाम विश्वास ठेवावा, असं एक ठोस कारण मिळालं. यानंतर अशाच अनेक लहान सहान प्रसंगातून आणि नंतर मोठ्या प्रसंगांतून तो केवळ स्वतःलाच नाही तर इतरांनाही मदत करू शकेल. त्याचा स्वतःविषयीचा आणि सभोवतालच्या जगाविषयीचा दृष्टिकोन बदलेल. त्याचं पूर्ण आयुष्यच बदलून जाईल कारण तो या ठोस विश्वासाच्या आधारावर उभा असेल.

त्याच्या या मार्गात अशा आणखीही काही गोष्टी त्याला लाभतील - अनेक महिने माइंड कंट्रोलचा सराव करणाऱ्या एका ग्रॅज्युएटच्या मुलीला त्यांच्या घरातील दोन मांजरांची अतिशय ॲलर्जी होती. जेव्हा जेव्हा ती त्यांच्याबरोबर खेळत असे, तेव्हा तेव्हा तिला श्वास घेताना त्रास होत असे आणि अंगावर पुरळ येत असे. अखेरीस त्याने एक आठवडाभर ही समस्या ध्यानधारणा करताना मनःपटलावर प्रक्षेपित केली आणि त्याच्यावरील उपायाची कल्पना केली. त्याने त्यावरचं उत्तर कसं कल्पिलं होतं, तर-त्या दोन्ही मांजरांबरोबर त्याची लेक खेळत आहे, तिला श्वास घेताना काहीही त्रास होत नाही, अंगावर पुरळही उठलेलं नाही. आणि एक दिवस खरोखरच त्याने कल्पना केलेलं हे चित्र वास्तवात उतरलं. त्याच्या मुलीला आता मांजरांची ॲलर्जी अजिबात उरली नव्हती.

या दोन्हीही घटनांमध्ये फक्त मनःपटल वापरण्यात आलं होतं. दोन्हीही प्रसंगात समस्येवरचा तोडगा निघाल्याने ते यशस्वी ठरले होते. मग आता तुम्ही विचाराल, की जर हा उपाय लागू पडत असेल तर मग दुसरं कुठलं तंत्र कशासाठी वापरायचं?

आता पहिल्या प्रसंगाकडे बघू. या प्रसंगात त्या ग्रॅज्युएटने मनःपटलाचं तंत्र कसं वापरायचं, एवढंच शिकलं असतं, इतर कोणतेही तंत्र शिकलाच नसता, तरी त्याला जो रिझल्ट मिळाला तोच मिळाला असता. याचं कारण असं समजून चालू, की

त्याने केवळ विस्मृतीत गेलेल्या वस्तुस्थितीचे स्मरण करण्याचा प्रयत्न केला असेल. त्यामुळे हायर इंटेलिजंसची गरजच पडली नसावी.

मात्र, दुसऱ्या प्रसंगात माइंड कंट्रोलच्या विस्तृत प्रशिक्षणाचा कस लागला आहे - आपल्या लेव्हलमध्ये जाणं, कल्पनाशक्तीचा वापर करणं, दूरसंवेदनांच्या आधारे समस्येवर उपाय करण्यासाठी ज्ञानेंद्रियांचे परिणामकारक प्रक्षेपण करणं, ड्रीम कंट्रोल अर्थात स्वप्न नियंत्रण आणि केसवर काम करणं इत्यादी गोष्टी इथे आवश्यक होत्या. जेणे करून त्याने ठेवलेली इच्छा आणि त्याचा विश्वास याबाबत तो पूर्ण अपेक्षा करू शकेल.

दीर्घ सराव केल्यानंतर, तुमचं मन शॉर्ट-कट शोधायला सुरुवात करू लागेल. धूसर आणि महत्त्वाच्या बाबींसाठी ते संवेदनशील होऊ लागेल. तुम्ही न शोधतादेखील त्या बाबी तुमच्याकडे पाठवू लागेल. या प्रकारे माइंड कंट्रोलच्या एका ग्रॅज्युएटचं आयुष्य वाचलं गेलं असावं. एके दिवशी सकाळी कामाला जाण्यापूर्वी ती ध्यानधारणा करत होती. ऑफिसमधल्या एका लहानशा समस्येवर उत्तर शोधण्यासाठी ती मनः पटलाचं तंत्र वापरत होती, ती डोळ्यासमोर दृश्य उभं करण्याचा प्रयत्न करत होती, इतक्यात अचानक ते दृश्य काळ्या रंगातील एका भल्या मोठ्या X ने अडवून धरलं. त्यानंतर त्या X ने तिच्या ऑफिसशी संबंधित असणारी इतर दृश्यंदेखील अडवून टाकली. हा संकेत इतका जबरदस्त होता, की तिने त्या दिवशी ऑफिसला जाऊ नये, असंच तो तिला सुचवू पाहत होता. तिनेही ते मान्य केलं आणि ती आनंदाने घरात थांबली. नंतर तिला समजलं जर त्या दिवशी ती ऑफिसला गेली असती, तर ऑफिसवर झालेल्या सशस्त्र दरोड्यात ती सापडली असती. त्या दरोड्यात अनेक लोक गंभीर जखमी झाले होते. साधारणतः अशी माहिती आपल्याला ड्रीम कंट्रोलमध्ये मिळू शकते. पण ती तर मनःपटलाचा वापर करत होती. आणि त्याच्याच माध्यमातून तिच्यापर्यंत ही माहिती पोहोचली.

आता दुसरी केस बघू. या केसमध्ये ग्रॅज्युएटचं मन इतकं प्रशिक्षित होतं, की एका अगदी गंभीर अशा आपत्कालीन परिस्थितीमध्ये अल्फामध्ये न जाताच ते नियंत्रणात येऊ शकलं. पुढे दिलेल्या पत्रातील अनेक घटनांबाबत नऊ साक्षीदारांनी सत्यता पटवली आहे.

बुधवारी मी खरेदी करून परत आले, माझ्या हातात सामानाने काठोकाठ भरलेल्या पिशव्या होत्या. मी आतल्या दरवाजाच्या आधी बाहेरचा पहिला दरवाजा (स्क्रीन डोअर) उघडला. घाईघाईने मी दरवाजाला जोरात धक्का दिला. तेवढयात भयंकर गोष्ट घडली. धक्का दिल्याबरोबर ते दार पुन्हा जोरात पुढे आदळलं आणि

दरवाजाचं बाहेर टोक असणारं हॅन्डल माझ्या कोपराखाली हातात घुसलं. मी हातातल्या पिशव्या तशाच खाली टाकल्या आणि घुसलेलं हॅन्डल हातातून हलकेच ओढून बाहेर काढलं. हाताच्या मांसातील टिश्यूच्या एकावर एक असणाऱ्या स्तरांतून आत खोलवर दिसणारा खड्डा मला दिसत होतं.

हळूहळू तो खड्डा रक्ताने भरून यायला लागला आणि ते रक्त जोरात वाहायला लागलं. चक्कर येऊन पडण्यासाठी माझ्याकडे वेळच नव्हता. उलट मी रक्त थांबविण्यासाठी माझं पूर्ण ध्यान केंद्रित केलं. आणि काय आश्चर्य? रक्त थांबलं. हे पाहून माझा आनंद गगनात मावेनासा झाला. माझा स्वतःच्या डोळ्यांवरती विश्वासच बसेना.

मी माझी जखम धुऊन साफ करत असताना मला पहिल्यांदा वेदना जाणवली. मी खाली बसले आणि माझ्या लेव्हलमध्ये गेले. मला माइंड कंट्रोलच्या बैठकीतील मेजर थॉम्प्सन यांचं भाषण ऐकण्यासाठी बॉस्टनला गेलं पाहिजे का, तिकडे जाणं रद्द करून सरळ डॉक्टरकडे गेलं पाहिजे, या द्विधावस्थेत मी विचार करत होते. पण माझ्या मनात बॉस्टनला जावं अशीच तीव्र इच्छा होत होती. तसंच आपण आपल्या वेदनेवर नियंत्रण मिळवू शकतो, हे मी शिकले होते, त्या विश्वासाची परीक्षा घेण्याची इच्छाही माझ्यात प्रबळ होती.

बॉस्टनला जात असताना माझ्या वेदनेवर मी सातत्याने उपाय करत होते. पण लेक्चर सुरू असताना दुखणं इतकं भयंकर वाढलं की माझ्या हाताच्या बोटांची संवेदनाच गेली. ती बधीर झाली. इतकी, की माझ्या लेव्हलमध्ये जाऊन प्रयत्न केले तरी मला सहन होत नव्हतं. भाषण आपल्याला व्यवस्थित ऐकता आलं नाही, याबद्दल मला खूप अपराधी वाटत होतं. पण दुसऱ्या दिवशी त्या भाषणातला शब्द न् शब्द मला आठवला होता.

मला इतकी भीषण वेदना होत होती, की मनोमन मी सतत मदतीचा धावा करत होते. मार्थाला माझी साद ऐकू आली असावी. कारण भाषण संपल्यानंतर सगळे लोक कॉफी टेबलच्या अवतीभोवती रेंगाळत असताना ती माझ्याजवळ आली आणि माझी जखम बघण्याचा हट्ट तिने धरला. मी जखमेवरची पट्टी काढली, तो घाव तसाच उघडा होता. मी जेव्हा हॅन्डल ओढून काढलं होतं, तेव्हा मांसाचा थोडा भाग बाहेर आला होता आणि त्याच्या भोवतीची त्वचा जांभळट काळी झाली होती. मार्था माझ्या मदतीसाठी धावलीच. जवळपास कुठे हॉस्पिटल आहे का, याची चौकशी तिने सुरू केली. परत आली, तेव्हा तिच्याबरोबर डेनिस स्टोरीन होता. मला हॉस्पिटलमध्ये मुळीच जायचं नाहीये असं मी निक्षून सांगितलं. पण डेनिसने त्यावर उपाय करावा असं मला वाटत होतं. त्यामुळे आम्ही तिघे एका शांत कोपऱ्यात गेलो.

डेनिस त्याच्या लेव्हलमध्ये गेला.

त्याने माझ्या जखमेवर काम करायला सुरुवात केल्यानंतर तर माझं दुखणं तीव्र होत गेलं. इतकं, की त्यावर उपाय म्हणून मला माझ्या लेव्हलमध्ये जावं लागलं. तो जखमेतील टिश्यू एकामागून एक एकत्र गुंफायला लागल्याबरोबर त्याची बोटं माझी वेदना मोठ्या लाटांमध्ये बाहेर खेचून काढताहेत असं मला वाटू लागलं. आता जखम इतकी संवेदनशील बनली होती, की मला जोरात किंचाळावं, असं वाटू लागलं. वेदना थांबावी यावर मी माझं लक्ष केंद्रित करण्याचा, डेनिसला सहकार्य पुरवण्याचा आणि मला स्वतःलाही सावरण्याचा पुनःपुन्हा प्रयत्न केला. डेनिसला थांबायला सांगावं आणि मला accident room मध्ये घेऊन जावं असं डेनिसला सांगायची तीव्र इच्छा निश्चितच बीटामध्ये माझ्या मनात निर्माण होत होती, तिच्याशी सुद्धा मी कसोशीने झगडत होते. कारण मला माझ्या प्रयत्नांना यश मिळावं, अशी तीव्र इच्छा होती.

आणि...अखेरीस काही तासांनंतर माझ्या वेदना हळूहळू कमी होत आहेत, अशी मला हलकेच जाणीव होऊ लागली. सुरुवातीला माझ्या वेदना 10% कमी झाल्या आहेत, असं जाणवलं. त्यानंतर 15% कमी झाल्याचं जाणवलं. जेव्हा मला डेनिसने, आता कसं वाटतंय, असं विचारलं, तेव्हा माझी वेदना जवळपास 25% थांबली होती.

उपाय सुरू ठेवले असताना आतील टिश्यू जुळले होते. नंतर, बाहेरचे टिश्यू जुळून येऊ लागल्यावर वेदना पुन्हा एकदा तीव्र झाली. जखम बरी व्हावी यावर माझं सारं ध्यान मी केंद्रित केलं होतं तरी, माझ्या अवती भोवती काही लोक फिरत आहेत, याची मला हलकेच जाणीव होत होती. विशेषतः जेव्हा मला सर्वाधिक गरज होती, त्या क्षणी कुणीतरी माझ्या पाठीशी उभं राहून माझी काही वेदना दूर करत होतं, हे मला जाणवलं. त्याबद्दल मला खूपच कृतज्ञता वाटत होती! पुन्हा लाटांसारखं दुखणं वाढू लागलं आणि पुन्हा मला त्याकडे लक्ष केंद्रित करावं लागलं.

आता जखमेतील सर्वांत खोलवरचा भाग बरा करण्यासाठी आम्ही प्रयत्न करत होतो. पण मला एकाएकी जाणवलं, की आम्हाला शक्ती मिळावी, म्हणून आमच्याभोवती आता काही लोकांनी घेरा केला आहे. माझ्यात ऊर्जेचा जोमाने संचार होत असल्याची जाणीव मला झाली...इतकी, की त्यामुळे मी खुर्चीतून वर उचलले गेले आहे, असं मला वाटत होतं.

डेनिसलाही या ऊर्जेची जाणीव झाली आणि सगळ्यांच्या मदतीमुळे जखम बरी होण्याची प्रक्रिया झपाट्याने होऊ लागली. माझ्याभोवती गोल उभे असलेल्या

लोकांपैकी काहींनी मला नंतर सांगितलं, की जखम भरून येत असल्याचं त्यांना दिसत होतं. सूज उतरत आहे हे त्यांना दिसत होतं. तो कुरूप जांभळट काळसर रंग फिक्का होत आता लाल, मग गुलाबी होत गेला आणि सरते शेवटी एखाद्या जिगसॉ पझलचे छान तंतोतंत कापलेले दोन तुकडे व्यवस्थित एकात एक बसावेत तसे माझ्या त्वचेचे बाहेरचे दोन शेवटचे पापुद्रे एकत्र आले.

माझी गाडी मी जिथे पार्क केली होती, तिथे जेव्हा आम्ही आलो, तेव्हा माझ्या मित्रपरिवाराची इच्छा होती की वॉरविकला जायला गाडी त्यांनी चालवावी. कारण मी जर गाडी चालवली, आणि माझा हात मी गिअरवर वापरला तर त्यामुळे माझ्या हाताची जखम पुन्हा उघडेल अशी भीती त्यांना वाटत होती. पण मी स्पष्ट नकार दिला. मी गाडी चालवत घरी अगदी सुरक्षितपणे पोहोचेन याची मला खात्री होती. आणि तसंच घडलं. मला अजिबात वेदना झाल्या नाहीत.

सकाळी मी जागी झाले तेव्हा अगदी ठीकठाक होते. मी मारामारी केली असावी, अशी जाणीव हाताला होती. वास्तविक, मी कधीच मार खाल्ला नव्हता, पण तसं झालं असतं तर हाताला अशीच जाणीव झाली असती, असं मला वाटलं. पण हात अजिबात दुखत नव्हता. मी बिछान्यात उठून बसले. सभोवतालचं सुंदर जग तेजस्वी सूर्यप्रकाशात न्हाऊन निघालं होतं. माझा जणू पुनर्जन्मच झाला आहे, असं मला वाटलं.

यातून एकच सांगावंसं वाटतं, जर तुम्ही स्वतःच्या मनाच्या क्षमतांचा वेध घेण्याचा प्रयत्न केलात किंवा त्या पारखून घेण्याचं ठरवलंत, तर त्याचा अनेक प्रकारे अतिशय मौल्यवानरीत्या तुम्हाला फायदा होईल. या संदर्भात बोलताना माइंड कंट्रोलचे संशोधन विभागाचे संचालक डॉ. जे. विल्फ्रेड हान म्हणतात, की माइंड कंट्रोलचा प्रत्येक ग्रॅज्युएट स्वतःच संशोधनाचा संचालक बनू शकतो.

ते पुढे विचारतात, की दुसऱ्या इतर कोणत्या क्षेत्रात अतिशय खर्चिक प्रयोगशाळा, महागडी अन् अत्याधुनिक उपकरणं यांची गरज नसते? आजवर विकसित झालेलं सर्वाधिक अत्याधुनिक उपकरण म्हणजे आपलं मन! मी जेव्हा जेव्हा त्याचा विचार करतो, तेव्हा तेव्हा मला फार विस्मय वाटतो. हे साधन 24 तास आपल्या हाताशी उपलब्ध असतं. म्हणूनच आपण स्वतःच संशोधनाचे संचालक असतो, असं मी म्हणतो.

आपल्यासाठी आता आणखी एक फायद्याची गोष्ट म्हणजे आधुनिक विज्ञानाच्या इतिहासात पहिल्यांदाच मानसिक क्षेत्रातील संशोधनाला मानाचं स्थान मिळत आहे. गंभीरपणे या क्षेत्रात संशोधन करणाऱ्यांना गैरजबाबदार आणि मूर्ख व्यक्ती म्हणून संबोधलं जाण्याचा धोका आता नगण्य झाला आहे. या त्रासातून जोस यांना त्यांच्या

सुरुवातीच्या काळात जावं लागलं होते.

अर्थात हा धोका अजूनही पूर्णपणे संपलेला नाही. आता आपल्या क्षेत्रात माइंड कंट्रोलचा वापर कसा करायचा, हे शिकणारे डॉक्टर्स आहेत. नवीन उत्पादनांच्या निर्मितीसाठी ड्रीम कंट्रोलचा वापर करणारे औद्योगिक शास्त्रज्ञ आहेत. जीवनाच्या सर्व क्षेत्रातील स्त्री-पुरुष आहेत, ज्यांचा या पुस्तकात नावं न घेता उल्लेख केलेला आहे आणि त्यांनी आमचं नाव जाहीर करू नका; नाही तर आमच्या परिचितांना आम्हाला वेड लागलंय असं वाटेल......अशी विनंती केली होती.

मात्र, आता या गोष्टीला मान्यता मिळण्याच्या प्रमाणात वाढ होऊ लागली आहे. आता माइंड कंट्रोलचे शेकडो-हजारो ग्रॅज्युएट्स मोठ्या अभिमानाने आपल्याला प्रशिक्षणानंतर कसा फायदा होतो आहे, हे सांगत असतात. सायकिक हीलिंग आणि मन-शरीर यातील संबंध याविषयी मनाची वैद्यकीय नियतकालिके शास्त्रीय आणि चिकित्साविषयक लेख, शोधनिबंध प्रकाशित करू लागले आहेत. प्रसिद्धीच्या झोतातील स्त्री-पुरुष - शिकागो व्हाईट सॉक्सचे सदस्य, केरॉल लॉरेंस, मार्गरीट पिअझ्झा सारखे कलाकार, लॅरी ब्लायडेन, सेलेस्टी होम, लोरेट्टा स्वीट, अलेक्सिस स्मिथ आणि विकी कार- असे अनेक जण त्यांच्या माइंड कंट्रोलच्या अनुभवाविषयी जाहीरपणे बोलले आहेत.

आता येथून पुढे आपण कुठे जाणार आहोत? तर 'स्व'च्या शोधाच्या रोमांचक आणि लांबसडक अशा मार्गावर! प्रत्येक नवीन शोधाबरोबर अंतिम संशोधनाच्या आपल्या उद्दिष्टाच्या जवळ आपण जाऊ. विल्यम ब्लेकने म्हटलं आहे ना,

"To see a world in a grain of sand
And a heaven in a wild flower,
Hold infinity in the palm of your hand
And eternity in an hour."

Appendix I

माइंड कंट्रोलचा कोर्स आणि त्यामागील संस्था

जोस सिल्वा

माइंड कंट्रोल म्हणजे नक्की काय आणि शेकडो लोकांना त्याचा कशा प्रकारे फायदा होतो, हे आता तुम्हाला कळले असेलच. ही चळवळ आता सर्वदूर पसरली आहे आणि इतक्या झपाट्याने वाढत आहे की, हे प्रशिक्षण घेणाऱ्या सर्व ग्रॅज्युएट्सना याचा कशा प्रकारे फायदा झाला आहे, हे सांगणं अर्थातच शक्य नाही.

जर तुम्ही एखाद्या माइंड कंट्रोल ग्रॅज्युएटला ओळखत असाल, तर त्यांच्याकडून त्यांना कशा प्रकारे फायदा होत आहे याबद्दल कदाचित अनेक गोष्टी ऐकल्या असतील. कुणी आपली प्रकृती सुधारावी म्हणून ते वापरत असतील, तर कुणी चांगल्या अभ्यासासाठी, कुणी त्यांच्या व्यवसायासाठी, तर कुणी कौटुंबिक नातेसंबंध सुधारण्यासाठी वापरत असतील. आणि अनेक व्यक्ती आहेत, ज्या याचा उपयोग दुसऱ्यांची मदत करण्यासाठी करतात, मात्र याचा उल्लेख करणं बहुधा टाळतात.

आता माइंड कंट्रोलच्या प्रतिसादांपैकी इतके वैविध्यपूर्ण प्रतिसाद ऐकल्यानंतर कदाचित तुमच्या मनात शंका येऊ शकते, हा अभ्यासक्रम प्रत्येक व्याख्यानागणिक बदलतो का? तर त्याचं उत्तर नाही असं आहे. जगभरात सर्व ठिकाणी हा कोर्स एकसारखाच असतो. अर्थात यातील व्याख्याते अनेकविध असू शकतात. उदाहरणार्थ, एखाद्या मंत्रीमहोदयांपासून ते एखाद्या माजी स्टॉकब्रोकरपर्यंत कुणीही व्याख्याता असू शकतं. या सर्वांना हा कोर्स कसा घ्यायचा, याबद्दल पूर्ण स्वातंत्र्य असलं, तरी मानसिक प्रशिक्षण आणि स्वाध्याय, तसंच त्याचे रिझल्ट्स हे समान असतात.

फरक कशात असेल, तर हा कोर्स करणाऱ्यांच्या वैयक्तिक गरजा वेगवेगळ्या असतात. प्रत्येकाला समान समस्या सतावत नाहीत. हा कोर्स केल्यावर ग्रॅज्युएट

झाल्यानंतर, कालांतराने प्रत्येकाला स्वतःच्या आयुष्यातील प्रश्न, समस्या थेट सोडवायला मदत करणाऱ्या तंत्रांवरच स्वतःचं लक्ष केंद्रित करावंसं वाटतं.

नंतर पुढे जेव्हा इतर समस्या उद्‌भवतात, तेव्हा या प्रशिक्षणातील बराच काळ दुर्लक्षित राहिलेली तंत्रं वापरले जातात. कारण यात शिकलेली तंत्रं कधीच पूर्णपणे विस्मरणात जात नाहीत आणि जेव्हा हवी तेव्हा ती पुन्हा नव्याने आठवता येतात. या पुस्तकातील प्रकरण 3 ते प्रकरण 14 हा भाग जेव्हा तुम्ही पुन्हा एकदा वाचता आणि त्याचे स्वाध्याय करता, त्यावेळी ही गोष्ट सत्य आहे, असं तुमच्या लक्षात येईल. तरीसुद्धा तुम्हाला असाही मोह होऊ शकतो, जेणेकरून तुम्ही म्हणाल, माझी समस्या अशी अशी आहे. त्यामुळे मी फक्त याच तंत्रावर लक्ष केंद्रित करेन. या कोर्समधील सर्व तंत्र आणि या सर्व प्रकरणांची रचनाच अशा प्रकारे केली आहे, की ते एकमेकांस अगदी पूरक आहेत. त्याला संशोधन आणि दीर्घकालीन अनुभवाचा पाया आहे. एखादं तंत्र फारसं महत्त्वाचं नाही, असं तुम्हाला वाटेल. पण ते तंत्र दुसऱ्या तंत्रांना जास्त भक्कम करतं हे लक्षात घ्या, अगदी त्या तंत्रालासुद्धा जे तुमच्यासाठी अगदी प्रिय आहे.

एखाद्या प्रमाणित व्याख्यात्याकडे तुम्ही जर हा कोर्स केला, तर जे ज्ञान तुम्हाला अवगत होईल, तसे सगळे या प्रकरणांत दिलेले नाही. काही भाग गाळलेला आहे. त्यामुळे कोर्समध्ये काही फरक पडू शकतो का, असं तुम्हाला वाटू शकेल. यामुळे कोर्समध्ये दोन प्रकारे फरक पडू शकेल : ज्या वेगाने थेट कोर्समध्ये तुम्ही शिकू शकता, त्यापेक्षा बऱ्यापैकी कमी वेगाने तुम्ही इथली प्रकरणं वाचून या गोष्टी अवगत कराल. माइंड कंट्रोलच्या प्रत्यक्ष कोर्समध्ये वर्गात 48 तासात तुम्ही ज्या गोष्टी शिकता, त्या पुस्तकातून शिकायला तुम्हाला काही आठवडे द्यावे लागतील. दुसरी गोष्ट म्हणजे जेव्हा या गोष्टी तुम्ही वर्गात शिकत असता, त्यावेळी सोबत असलेल्या सहाध्यायांबरोबर होणारी ऊर्जेची देवाणघेवाण ही गोष्ट अतिशय परिणामकारक ठरते. सर्वोच्च अनुभूती (high अशी स्थिती)साठी हा घटक खूप महत्त्वचा ठरतो. मात्र मी ज्या पद्धतीने तुम्हाला मार्गदर्शन केले आहे, त्या पद्धतीने प्रकरणांचा अभ्यास केलात तर, माइंड कंट्रोलचा एखादा ग्रॅज्युएट ज्या गोष्टी साध्य करू शकतो, त्या सर्व तुम्हीही करू शकता, हे निश्चित!

या प्रकरणांमध्ये काही भाग गाळले आहेत, तुम्हाला मुद्दाम त्याची माहिती द्यायची नाही, या हेतूने नव्हे, तर ते अवगत करण्यासाठी, किंवा त्यांचा सराव करण्यासाठी प्रशिक्षित प्रशिक्षकांचीच आवश्यकता असते म्हणून!

पहिल्यांदा कोर्स केल्यानंतर बऱ्याच दिवसांनंतर पुन्हा एकदा हा कोर्स रिपिट केला तर त्यातील सराव आणि मानसिक प्रशिक्षण या गोष्टी अतिशय पक्क्या होतात. (रिपिट कोर्स निःशुल्क असतो) लोकांनी हा कोर्स पुन्हा करावा, यासाठी त्यांना प्रोत्साहित केले जाते. याचा परिणाम म्हणजे माइंड कंट्रोलच्या वर्गातील दहा ते वीस टक्के प्रशिक्षणार्थी पुन्हा आलेले (रिपिटर्स) असतात. दुसऱ्या वेळी हा कोर्स करतानाचा अनुभव तर अधिकच चांगला आणि तीव्र असतो, असं अनेकांचं म्हणणं आहे. पण हे पुस्तक वाचल्यानंतर प्रथमच तुम्ही हा कोर्स करत असाल तरी तुम्हाला गाढ आणि व्यापक अनुभव मिळेल, हे निश्चित. कारण पुस्तकं वाचून त्यात सांगितलेल्या तंत्रांमध्ये तुम्हाला प्रावीण्य प्राप्त झालेलं असेल.

प्रशिक्षण वर्गात माइंड कंट्रोलच्या विद्यार्थ्यांचं वेळापत्रक कसं असतं, याची एक रूपरेषा सोबत देत आहे :

पहिल्या दिवशीची सकाळ :

9:00 : विद्यार्थ्यांना या कोर्स संदर्भात एक सर्वसाधारण कल्पना देण्यापासून दिवसाची सुरुवात होते.

10:20 : कॉफीपान

10:40 : प्रश्नोत्तरे आणि चर्चा यांचं सत्र व त्यानंतर पहिल्या ध्यानधारणेचे सविस्तर पूर्वप्रदर्शन.

11:30 : व्याख्याता प्रथमच विद्यार्थ्यांना ध्यानात्मक किंवा मनाच्या अल्फा स्थितीमध्ये जाण्यास मार्गदर्शन करतो. यावेळी विद्यार्थी त्यांच्या इच्छेनुसार थोडंफार इकडे तिकडे हलू शकतात. या किंवा याहून सखोल अवस्थेत शरीराकडे लक्ष देण्याची गरज कमी होत जाते. कारण ते जास्त relax होत जाते. विशेषतः तेव्हा, जेव्हा 'निवांत होण्याच्या आदर्श ठिकाणी' मनाला नेलं जातं.

12:00 : कॉफीपान

12:20: व्याख्याता पुन्हा एकदा विद्यार्थ्यांना अल्फामध्येच पण अधिक सखोल अशा स्थितीत ध्यानात घेऊन जातो.

12:50 : प्रश्नोत्तरे आणि विद्यार्थ्यांच्या अनुभवांचे आदानप्रदान

1:00 : दुपारच्या जेवणासाठी विश्रांती

पहिल्या दिवशीची दुपार :

2:00 : या व्याख्यानात पदार्थाचे मूलभूत घटक - अणू, रेणू, पेशी आदींवर चर्चा होते, नंतर मानवी मेंदूच्या विकासाबाबत प्रशिक्षक चर्चा करतो. त्यानंतर (प्रकरण 8 मध्ये वर्णन केल्याप्रमाणे) मानसिक स्वच्छतेच्या आवश्यकतेबाबत सविस्तर चर्चा होते.

3:20 : कॉफीपान

3:40 : पटकन अल्फामध्ये कसे जाता येईल, याबाबत आणि तिसऱ्या ध्यानधारणे-विषयी सविस्तर स्पष्टीकरण केले जाते.

4:10 : मनाच्या अधिक खोल अवस्थेत विद्यार्थी प्रवेश करतात आणि अधिक शारीरिक निवान्तपणाचा अनुभव घेतात.

4:40 : कॉफीपान

5:00 : चौथी ध्यानधारणा पहिल्या तीन ध्यानांना अधिक पक्की करते. आणि त्याचवेळी पुढच्या ध्यानाची बैठक तयार करते. बहुपेडी ध्यानधारणेला (Dynamic Meditation) समस्या सोडविण्याच्या तंत्रांबरोबर सुरुवात होते.

5:30 : आता, आजवर कधीही नाहीत, इतके निवांत (relaxed) झालेले विद्यार्थी त्यांचे अनुभव कथन करतात आणि प्रश्नही विचारतात.

6:00: संध्याकाळच्या जेवणासाठी विश्रांती

पहिल्या दिवशीची संध्याकाळ :

7:00 : समस्या सोडविण्यासाठीची तीन तंत्रं शिकवली जातात : औषधं घ्यावी न लागता कसे झोपावे, गजराच्या घड्याळाच्या मदतीशिवाय वेळेवर कसे जागे व्हावे, सतत येणारी झोप आणि थकवा या गोष्टीवर मात कशी करावी. यावर चर्चा सुरू राहते.

8:20 : कॉफीपान

8:40 : पाचव्या ध्यानधारणेच्यावेळी व्याख्याता विद्यार्थ्यांना अल्फा आणि थिटा लेव्हलमध्ये असताना ही तंत्रं अवगत करण्यास मदत करतो.

9:10 : दुसऱ्या दिवशीचे वेळापत्रक व्याख्याता सांगतो आणि स्वप्नांची निर्मिती

करण्यासाठीची तसेच अर्धशिशी आणि तणाव नियंत्रित करण्याची माइंड कंट्रोलची तंत्रं विशद करतो. प्रश्नोत्तरे आणि चर्चा सुरू राहते.

10.10 : कॉफीपान

10:30 : सहाव्या ध्यानधारणेने पहिल्या दिवसाची सांगता होते. या ध्यानसत्रात विद्यार्थी मनाच्या सखोल अवस्थेत ध्यान करायला शिकतात. आणि या अवस्थेचा उपयोग निवांत होण्यासाठी आणि समस्या सोडविण्यासाठी करण्यास शिकतात.

दुसऱ्या दिवशीची सकाळ :

9:00 : व्याख्याता दिवसभराच्या वेळापत्रकाचा थोडक्यात आढावा घेतो. आणि (प्रकरण 3 मध्ये वर्णन केल्याप्रमाणे) मनःपटल तयार कसे करायचे आणि त्याचा उपयोग कसा करायचा, याबाबत माहिती देतो. त्यानंतर मेमरी पेग्ज (Memory Pegs) याविषयीचे आपले प्राविण्य तो विद्यार्थ्यांसमोर प्रदर्शित करतो. (प्रकरण 5 मध्ये वर्णन केल्याप्रमाणे)

10:20 : कॉफीपान

10:40 : स्मृतीबाबतच्या सरावाची माहिती देण्यात येते आणि त्यानंतरच्या ध्यानधारणेची तपशीलवार माहिती देण्यात येते.

11:00 : सातव्या ध्यानधारणेदरम्यान – जलद अध्ययन म्हणजेच speed learning द्वारे विद्यार्थी मेमरी पेग्ज (Memory Pegs) आठवण्यास आरंभ करतात आणि त्यांचे स्वतःचे मनःपटल तयार करतात.

11:40 : कॉफीपान

12:00 : त्यानंतरच्या सविस्तर सत्रात विद्यार्थी तीन बोटांच्या तंत्राविषयी माहिती घेतात, तसंच त्याचा वापर कसा करायचा, हेदेखील शिकतात. दुसऱ्या दिवशीच्या सकाळच्या सत्राची सांगता प्रश्नोत्तरांच्या सत्राने तसेच आत्तापर्यंत काय शिकलो याविषयीच्या चर्चेने होते.

1:00 : दुपारच्या जेवणासाठी विश्रांती

दुसऱ्या दिवशीची दुपार :

2:00 : दुसऱ्या दिवशीचे दुपारचे सत्र बहुपेडी ध्यानधारणेतील (Dynamic

Meditation) समस्या सोडविण्याच्या एका महत्त्वाच्या तंत्राने सुरू होते. ते म्हणजे – मनःपटल तंत्राचाच अधिक व्यापक भाग असणारे – मनाच्या आरशाचे अर्थात मिरर ऑफ द माइंड तंत्र! त्याच्या जोडीला, महत्त्वाचा सराव म्हणजे हाताचे सामर्थ्य तसेच वेदना नियंत्रणात आणण्यासाठीची ग्लोव्ह अनेस्थेशिया ही पद्धती यांची चर्चा करण्यात येते. त्यानंतर प्रश्नोत्तरांचा तास होतो.

3:20 : कॉफीपान

3:40 : प्रश्नोत्तराचे पुढील सत्र आणि त्यानंतर नववे ध्यानधारणा सत्र होते. या सत्रात विद्यार्थी मनाच्या आरशाचे तंत्र शिकतात. त्यानंतर चर्चा होते.

4:40 : कॉफीपान

5:00 : दहावे ध्यानधारणेचे सत्र अधिक सखोल असते. या गाढ अवस्थेमध्ये मेमरी पेग्ज (Memory Pegs) ची संकल्पना बळकट केली जाते. विद्यार्थी हाताने उत्थापन (Hand Levitation) आणि ग्लोव्ह अनेस्थेशिया या पद्धतींचा सराव करतात. या नंतरच्या चर्चेच्या सत्रात प्रामुख्याने अनुभवांच्या आदानप्रदानावर भर असतो.

6:00 : संध्याकाळच्या जेवणाची विश्रांती

दुसऱ्या दिवशीची संध्याकाळ :

7:00 : या व्याख्यानात आणि नंतरच्या चर्चेदरम्यान पुनर्जन्म या संकल्पनेविषयीच्या श्रद्धा आणि त्याबाबतची काही संशोधने याचा वेध घेतला जातो. पाण्याचा ग्लास अर्थात Glass of water तंत्र हे समस्या सोडविण्याच्या स्वप्नांना चेतविण्याची पद्धती म्हणून स्पष्ट करून सांगण्यात येते.

8:20 : कॉफीपान

8:40 : यानंतर प्रश्नोत्तरांचे एक सविस्तर सत्र होते आणि त्यानंतर विद्यार्थी पाण्याचा ग्लास अर्थात Glass of water हे तंत्र शिकतात.

9:10 : यानंतर नकोशा वाईट सवयी सोडण्यासाठी माइंड कंट्रोलचा कसा वापर करता येतो, याबाबत व्याख्याता मार्गदर्शन करतो. (प्रकरण 9)

9:40 : कॉफीपान

10:00 : तिसऱ्या दिवशीच्या वेळापत्रकाचा आढावा व्याख्याता घेतो आणि त्यानंतरच्या प्रश्नोत्तरांच्या सविस्तर सत्रानंतर सवयींवर नियंत्रण ठेवण्यासाठीचे ध्यानधारणेचे अकरावे सत्र सुरू होते. अखेरीस, माइंड कंट्रोलच्या एखाद्या ग्रॅज्युएटच्या आधारे चौथ्या दिवशी केसेस वर कशा प्रकारे काम केले जाईल, हे व्याख्यात्याकडून दाखविण्याची शक्यता असते. विद्यार्थी या दिवसाच्या अखेरीस शांत मनाने हिताच्या किंवा कल्याणाच्या वृद्धिंगत झालेल्या विचारांनी एकमेकांचा निरोप घेतात.

तिसऱ्या दिवशीची सकाळ :

9:00 : आजचा दिवस एकदम व्यस्त असतो. माइंड कंट्रोल आणि हिप्नोसिस या दोघांमधील फरकाविषयीच्या चर्चेने त्या दिवसाची सुरुवात होते. त्यामध्ये विशेषतः आध्यात्मिक पैलूंची चर्चा होते. कारण विद्यार्थ्यांना काम करायचं असतं. त्यानंतर प्रश्नोत्तरे होतात.

10:20 : कॉफीपान

10:40 : आता सायकिक स्तरावर काम करायचे आहे, याची कल्पना विद्यार्थ्यांना देण्यात येते. आणि याचे पहिले पाऊल म्हणजे विद्यार्थ्यांना ते आत्ता जिथे आहेत तिथून त्याच्या दिवाणखान्यापर्यंत आणि तेथून त्या खोलीच्या दक्षिणेकडच्या भिंतीत मानसिक स्तरावर स्वतःला प्रक्षेपित करण्यास सांगतात. (प्रकरण 12 मध्ये सांगितल्याप्रमाणे)

10:55 : विशेष करून गाढ ध्यानधारणेमध्ये विद्यार्थी अगदी स्पष्टपणे थेट त्यांच्या दिवाणखान्यामध्ये आणि तेथून दक्षिणेकडील भिंतीपर्यंत Effective Sensory Projection अनुभवतात.

11:40 : कॉफीपान, या ब्रेकमध्ये विद्यार्थी उत्साही असतात आणि ते धातूच्या क्यूब्जची थोडी पडताळणी करतात.

12:00 : यानंतर धातूच्या क्यूब्जमध्ये स्वतःला प्रक्षेपित (project) कसे करायचे याची माहिती विद्यार्थ्यांना व्याख्याता देतो. त्यानंतर तेराव्या ध्यानधारणेच्या वेळी ते त्या धातूचा रंग, तापमान, गंध आणि आवाज यांचा अनुभव घेतात. यानंतर या अनुभवाची देवाणघेवाण केली जाते.

1:00 : दुपारच्या जेवणाची विश्रांती

तिसऱ्या दिवशीची दुपार :

2:00 : व्याख्याता त्याच्या मनातले दोन अनुभव विद्यार्थ्यांसमोर कथन करतो. पहिला म्हणजे सजीव वनस्पतीमध्ये स्वतःला प्रक्षेपित अर्थात प्रोजेक्ट करणे आणि वेळेच्या परिभाषेत मुद्दाम पुढे मागे जाणे. यानंतर माइंड कंट्रोलच्या बाबतीतील परिणामांचा वेध घेण्यात येतो.

3:20 : कॉफीपान

3:40 : चौदाव्या ध्यानधारणेची माहिती देण्यात येते. या ध्यानामध्ये विद्यार्थी वेगवेगळ्या ऋतूंमध्ये फळांनी लगडलेलं झाड डोळ्यांसमोर आणतात. मग त्याच्या पानांमध्ये स्वतःला प्रक्षेपित करतात. त्यानंतर अनुभव कथन करण्यात येते.

4:40 : कॉफीपान

5:00 : व्याख्याता यापुढची मोठी पायरी विशद करतो. ती म्हणजे स्वतःला सजीव प्राण्यात प्रक्षेपित करणे.

5:15 : पंधराव्या ध्यानधारणेच्या सत्रात विद्यार्थी एखादा पाळीव प्राणी नजरेसमोर आणतात आणि मानसिक स्तरावर स्वतःला त्याच्यात प्रक्षेपित करतात. त्या प्राण्याच्या अवयवांची त्यांना होणारी जाणीव हा नंतर माणसाबाबत काम करण्यासाठी महत्त्वाचा संदर्भबिंदू ठरतो. यानंतरची चर्चा आतापर्यंतची सर्वांत स्पष्ट चर्चा असते.

6:00 : रात्रीच्या जेवणासाठी विश्रांती

तिसऱ्या दिवशीची संध्याकाळ :

7:00 : आताच्या व्याख्यानात विद्यार्थ्यांना सत्यता पडताळून पाहता येईल अशा दिव्यदृष्टी मिळविण्याच्या प्रक्रियेसाठी तयार करण्यात येते. ही गोष्ट विद्यार्थ्यांना दुसऱ्या दिवशी करावयाची असते. त्यासाठी पहिली अवश्यकता असते ती सुसज्ज अशा प्रयोगशाळेची! (प्रकरण 12 मध्ये वर्णन केल्याप्रमाणे)

8:20 : कॉफीपान

8:40 : विद्यार्थ्यांनी स्वतःची प्रयोगशाळा उभारण्यासाठी आणि त्यातील उपकरणे निर्माण करण्यासाठी अगदी मुक्तपणे आणि कल्पकतेने काम करावे,

अशी विनंती त्यांना करण्यात येते. सोळाव्या ध्यानधारणेच्या वेळी ही प्रयोगशाळा मानसिक दृष्ट्या तयार करण्यात आलेली असते. अनेक लोकांच्या बाबतीत हा कोर्स पूर्ण केल्यानंतरही अनेक वर्षं या प्रयोगशाळेत काहीही बदल होत नाही. अगदी आपल्या घरातील दिवाणखान्याइतकी ती सरावाची होऊन जाते. यानंतर अगदी खेळीमेळीच्या वातावरणात अनुभवांचे कथन आणि प्रयोगशाळांच्या रचनांविषयीचे आदानप्रदान पार पडते.

9:40 : कॉफीपान

10:00 : त्या महत्त्वाच्या दिवसापूर्वी, विद्यार्थी सायकिक म्हणून काम करू लागण्यापूर्वी सल्लामसलतीसाठी समुपदेशकांची आवश्यकता असते. व्याख्याता विद्यार्थ्यांना हे समुपदेशक कसे निर्माण करायचे आणि त्यांना कसं पाचारण करायचं याबद्दल मार्गदर्शन करतो. त्यानंतर तो विद्यार्थ्यांच्या प्रश्नांना उत्तरेही देतो.

10:15 : ध्यानधारणेचे सतरावे सत्र संस्मरणीय असे असते. प्रयोगशाळेत दोन समुपदेशक अवतीर्ण होतात आणि विद्यार्थ्यांना जेव्हा गरज पडेल तेव्हा ते त्यांच्या मदतीसाठी उपलब्ध होतात.

10:45 : या दिवशीच्या समारोपाच्या सत्रात थक्क करून टाकणारे अनुभव कथन केले जातात कारण विद्यार्थ्यांनी अनेकविध प्रकारचे अनुभव घेतलेले असतात. अनेकांना आपले समुपदेशक कोण व्यक्ती बनल्या, याचंच फार आश्चर्य वाटत असतं तर इतरांना खराखुरा सायकिक अनुभव आलेला असतो.

चौथ्या दिवसाची सकाळ :

9:00 : सत्राचा आरंभ सायकिक शक्ती आणि प्रार्थना यांच्याद्वारे होणाऱ्या उपचारां- (healing) बाबतच्या व्याख्यानाने होतो. त्यानंतर काय काय होणार आहे, त्याचा आढावा घेण्यात येतो आणि सर्वसाधारण चर्चा होते.

10:20 : कॉफीपान

10:40: गाढ ध्यानामध्ये विद्यार्थी आपल्या समुपदेशकांच्या साहाय्याने आपल्या एखाद्या मित्राच्या किंवा नातेवाइकाच्या शरीराची तपासणी करतात. मानवी शरीराबाबत काम करताना हा एक संदर्भबिंदू म्हणून उत्तम ठरतो.

11:40 : कॉफीपान

12:00: एकोणिसाव्या आणि अखेरीसच्या गट ध्यानधारणेमध्ये विद्यार्थी त्यांच्या मित्राची किंवा नातेवाइकाची सायकिक तपासणी पूर्ण करतात.

1:00 : दुपारच्या जेवणासाठी विश्रांती

चौथ्या दिवशीची दुपार आणि संध्याकाळ :

2:00 : जोडी-जोडीने केसेसवर कसं काम करायचं, याबद्दल व्याख्याता विद्यार्थ्यांना सविस्तर सूचना देतो. ते त्यानुसार काम करायला सुरुवात करतात. सुरुवातीला ते काहीसे साशंक असतात पण नंतर त्यांना हळूहळू खात्री वाटू लागते आणि सरतेशेवटी आपलं प्रशिक्षण यशस्वी झाल्याची त्यांची खात्री दृढ होते आणि त्यांना कळतं, की ते आता उच्च बुद्धिमत्तेबरोबर (हायर इंटेलिजन्स) संपर्क साधू शकतात आणि त्यांना हवं तेव्हा ते सायकिक स्तरावर काम करू शकतात.

वरील वेळापत्रक वाचत असताना कदाचित कॉफीपानाची संख्या बघून तुम्हाला आश्चर्य वाटू शकेल. प्रत्यक्षात विद्यार्थी अगदी थोडी कॉफीच पितात. पण या विश्रांतीच्या वेळा संपूर्ण प्रशिक्षणात खूप महत्त्वाची भूमिका बजावत असतात. त्यापैकी पहिली गोष्ट म्हणजे आपण काय शिकलो आहोत आणि त्यांना मिळालेले अनुभव यावर विचार करायला विद्यार्थ्यांना वेळ मिळतो. दुसरी गोष्ट म्हणजे एकमेकांशी परिचय होण्यासाठी त्यांना बराच वेळापत्रकाबाहेरचा अवधी मिळतो. हा एक प्रकारे गटाचं चैतन्य (group spirit) वाढावं यासाठीचा वेळ असतो. कोर्स जसजसा पुढे पुढे सरकत जातो, तसतशी एकत्रित मानसिक ऊर्जा वाढत जाते. या ऊर्जेमुळे विद्यार्थ्यांचा आत्मविश्वास आणि यशही वृद्धिंगत होत जातं. याच कालावधीमध्ये शरीराची हालचाल करण्यासाठी किंवा बाथरूमला जाण्यासाठी विद्यार्थ्यांना वेळ मिळतो. आणि शेवटचे पण महत्त्वाचे म्हणजे त्यामुळे विद्यार्थी बीटामध्ये परतू शकतात. याचा फायदा पुढील ध्यानधारणा अधिक गाढ होण्यास मदत होते. याचमुळे अनेक व्याख्याते 'कॉफी ब्रेक्स'ला 'बीटा ब्रेक्स' असं म्हणतात.

या कोर्ससाठी आवश्यक असणारं साहित्य प्रामुख्याने व्याख्याते स्वतःच तयार करतात. त्यासाठी त्यांना लारेडो येथील मुख्य कार्यालयाकडून मार्गदर्शक रूपरेषा पुरविण्यात येते. ते हे काम मुख्यतः त्यांचे स्वतःचे अनुभव आणि पार्श्वभूमी या गोष्टींच्या आधारे करतात. तरीही विद्यार्थी ध्यानधारणेमध्ये असताना व्याख्याते ज्या सूचना त्यांना

देतात, त्यांचा शब्द न् शब्द मात्र मी स्वतः लिहिलेला असतो.

विद्यार्थी ग्रॅज्युएट झाले की त्यांच्यासाठी तीन दिवसांचा एक पुढचा कोर्स उपलब्ध असतो. या कोर्समध्ये डॉ. विल्फ्रेड हान (संचालक, संशोधन), हॅरी मॅकनाईट (साहाय्यक संचालक), जेम्स निधाम (ग्रॅज्युएट प्रशिक्षणाचे संचालक) आणि स्वतः मी मार्गदर्शन करतो. या कोर्समध्ये माइंड कंट्रोल प्रशिक्षणाचा चौथा बौद्धिक पाया घातला जातो आणि काही जास्तीची तंत्रं शिकवली जातात.

माइंड कंट्रोलची अनेक केंद्रं स्वतः तयार केलेल्या कार्यशाळाही घेतात. काही ठिकाणी केसेसवर काम करण्यावर भर देतात, काही फक्त स्मृती सुधारण्यावर भर देतात, तर काही मानसिक संवादावर, उपचार आणि सृजनशीलता चेतविण्यावर भर देतात.

काही ग्रॅज्युएट्स एकत्र येऊन स्वतःचे गट (कॉटेज ग्रुप्स) तयार करतात आणि सदस्यांच्या घरी नियमित भेटून ध्यानात्मक तंत्रं विकसित करण्याचा प्रयत्न करतात.

माइंड कंट्रोल संघटना ही तशी खूपशी साधी आहे. द इन्स्टिटय़ूट ऑफ सायकोओरिएंटोलॉजी, इंक ही तिची पेरेन्ट ऑर्गनायझेशन आहे. हा कोर्स माइंड कंट्रोल इंटरनॅशनल, इंक तर्फे ३४ देशांमध्ये घेण्यात येतो. सिल्वा सेन्सर सिस्टिम्स या त्याच्याच एका विभागातर्फे टेप्स, अभ्यास साहित्य आणि संशोधनासाठी साधनं या गोष्टी विद्यार्थी आणि ग्रॅज्युएट्सना उपलब्ध करून दिली जातात. तसंच माइंड कंट्रोलच्या पुस्तकांच्या दुकानाची व्यवस्था सांभाळली जाते. द इन्स्टिटय़ूट ऑफ सायको ओरिएंटोलॉजी, इंक. तर्फे ग्रॅज्युएट्स साठी नियतकालिक (न्यूजलेटर) प्रकाशित केलं जातं. त्याचबरोबर ग्रॅज्युएट्ससाठी परिषदा, कोर्सेस, चर्चासत्र आणि कार्यशाळा आयोजित केल्या जातात. माइंड कंट्रोल विषयक संशोधन हे सायको ओरिएंटोलॉजी स्टडीज इंटरनॅशनल, इंक. या सेवासंस्थेतर्फे करण्यात येते. SMCI प्रोग्राम्स, इंक. तर्फे रिलॅक्सेशन सेमिनार्सचे मार्केटिंग करण्यात येते. त्यातील काही बायोफीडबॅक ग्राहकांच्या मागणीनुसार एक्झिक्युटिव्हज्‌साठी वापरण्यात येतात.

Appendix II

सिल्वा माइंड कंट्रोल आणि मानसिक रुग्ण

क्लॅन्सी डी. मेकेन्झी, एम.डी.

लान्स एस. राईट, एम.डी

आम्ही १९७० साली फिलाडेल्फिया येथे माइंड कंट्रोलच्या वर्गात सहभागी झालो होतो. त्याचं मुख्य कारण म्हणजे त्यांच्या काही दाव्यांबाबत आम्हाला कुतूहल होतं. आमचा कोर्स जसजसा पुढे सरकत गेला, तसतसं आम्हाला एक गोष्ट कळून चुकली, ती म्हणजे, आमच्या वर्गात भावनिक दृष्ट्या अस्वस्थ असणाऱ्या तीन व्यक्ती होत्या आणि चौथ्या एका व्यक्तीच्या स्थिरतेबद्दलसुद्धा जरा शंकाच होती. असं का होतं? या कोर्समुळे भावनिक आजार चिघळतात का? या व्यक्ती जेव्हा वर्गात आल्या, तेव्हाही त्या आजारी होत्या का? अस्वस्थ व्यक्ती या वर्गाकडे आकर्षित होतात का?

आम्ही आमच्या सहकाऱ्यांबरोबर विविध शक्यतांची चर्चा केली. अस्थिर व्यक्तींची मनोविकृती या वर्गांमुळे चिघळू शकेल, अशी शंका आमच्यातील अनेकांनी व्यक्त केली. ही बाब पटण्याजोगी होती. सर्वसामान्यपणे, ज्या गोष्टींमुळे परागती (regression) सुलभ शक्य होते, त्यांच्यामुळे ज्या व्यक्तीचा मनोविकृतींकडे कल आहे, त्यांच्यामध्ये त्या विकृती वाढूसुद्धा शकतात, असा एक समज आहे. ज्ञानेंद्रियांना मंद करण्याच्या पद्धती आणि भास निर्माण करू शकणारी औषधं यामुळेसुद्धा मनोविकृतीसदृश वर्तन निर्माण होऊ शकते. बायोफीडबॅक किंवा संमोहन यांसारख्या तंत्रांमुळे मानसिकता बदलू शकते. बहुतांश मनोविश्लेषक सायकोटिक रुग्णाच्या बाबतीत औपचारिक मनोविश्लेषणाला मान्यता देत नाहीत, कारण त्यामुळे मनोविकार उफाळून येण्याची शक्यता असते. हा धोका किती मोठ्या प्रमाणावर असतो, हे अजून निश्चित झालेलं नाही. पण या सर्व प्रक्रिया अखेरीस मनोविकृततेपाशीच येऊन थांबतात, असे दावे करण्यात आलेले आहेत.

सन 1972 मध्ये, फिलाडेल्फिया माध्यमिक शाळेमधील 2000 विद्यार्थ्यांनी सिल्वा माइंड कंट्रोल (SMC) चे प्रशिक्षण घेतले. त्यांच्यामध्ये कोणत्याही प्रकारची मानसिक विकृती दिसून आली नाही, असं शाळेच्या एका जबाबदार अधिकाऱ्याने सांगितले. यामुळे आमचं कुतूहल दुसऱ्या प्रकारे अधिकच वाढलं. किशोरवयातील मुलं अहंकाराच्या (इगो) बाबतीत अगोदरच अस्थिर असतात. त्यामुळे अशा अस्थिर स्थितीतील मुलांसाठी हा अभ्यासक्रम धोकादायक असण्याची दाट शक्यता होती. मात्र तसं झालं नाही. आमच्या मनातील द्विधावस्थेला आणखीही एक पैलू होता. तीस जणांच्या गटात तीन अस्थिर व्यक्ती आम्हाला दिसत होत्या आणि त्यांची परिस्थिती सुधारली आहे की अधिक वाईट झालीय, याबद्दल आम्हाला माहिती नव्हती. वैज्ञानिक समूहापैकी काही सदस्यांचा दावा होता, की या कोर्सनंतर अनेक जण सायकोटिक होतात. पण हायस्कूलच्या अभ्यासातून हे खरं नसल्याचं निष्पन्न झालं होतं. उलट अत्यंत अस्थिर असणाऱ्या आमच्याच अनेक रुग्णांनी हा कोर्स केला होता आणि त्यांना त्याचा चांगलाच फायदा झाला होता. यासंदर्भातील जे साहित्य होतं, त्याच्यावर नजर टाकली तर, त्यातून मतमतांतरे कळत होती, पण प्रत्यक्ष अभ्यास दिसून येत नव्हता.

त्यामुळे एकच मार्ग दिसत होता, तो म्हणजे प्रत्येक व्यक्तीचे या कोर्सच्या आधी आणि कोर्स पूर्ण झाल्यानंतर विश्लेषण करणे व त्यांची चाचणी घेणे. यानंतर पुढील चार वर्षांमध्ये आमच्याकडे उपचार घेत असणाऱ्या 189 रुग्णांनी स्वेच्छेने सिल्वा माइंड कंट्रोलचं प्रशिक्षण घेतलं. विशेष म्हणजे त्यांचे उपचार सुरू असतानाच त्यांनी हे प्रशिक्षण घेतलं. 75 लोकांचा एक विशेष गट बनविण्यात आला आणि या गटावर विशेष लक्ष केंद्रित करण्यात आलं होतं. कारण कोर्स सुरू करण्यापूर्वीच, हे सर्व कोणत्या ना कोणत्या मनोविकृतीचं निदान झालेले किंवा विकृतीच्या सीमारेषेवर असणारे किंवा ज्यांचा मनोविकार सध्या कमी झाला आहे असे लोक होते. या गटाला आम्ही 'प्रचंड अस्थिर' गट असं संबोधलं. यांच्या पैकी 60 जण त्यांच्या आयुष्यात कधी ना कधी मानसिक दृष्ट्या विकृत (psychotic) झाले होते किंवा त्यांना रुग्णालयात दाखल करावं लागलं होतं.

या 75 लोकांपैकी प्रत्येक जण हा प्रचंड अस्वस्थ असं वर्णन केलेल्या गटात मोडणारा होता. यापैकी गेली चार वर्षं मॅकेंझीकडून उपचार घेणाऱ्या रुग्णांची संख्या 66 होती तर राईटकडून उपचार घेणारे 9 रुग्ण यात सहभागी झाले होते. हा कोर्स मोफत करण्याची मुभा देऊनसुद्धा अति अस्थिर असणाऱ्या या गटातील 7 रुग्णांनी तो करण्यास नकार दिला होता. अर्थात, ज्या रुग्णांनी हा कोर्स करण्यास संमती दिली,

त्यांच्यापेक्षा यांची परिस्थिती काही जास्त बिकट नव्हती. या कोर्समध्ये सामील झालेल्या बऱ्याच रुग्णांची परिस्थिती यांच्याइतकीच बिकट होती. हे 7 लोक फक्त जास्ती हट्टी होते किंवा हेकट विचारांचे होते. अर्थातच हे लोक त्या लोकांना दर्शवू शकत नाहीत, ज्यांना या कोर्समुळे त्रास होऊ शकतो. कारण यांच्यासारखे लोक मुळात हा कोर्स करायला कधी तयारच होणार नाहीत.

प्रारंभी या अति अस्थिर गटातील रुग्णांना एका वेळी एक जण या पद्धतीनेच कोर्समध्ये पाठविण्यात आलं. तेही अत्यंत काळजीपूर्वक पद्धतीने! या अभ्यासाच्या पहिल्या टप्प्यात, ज्या रुग्णांची विकृती कमी प्रमाणात आहे त्यांना पाठविण्यात आलं. पण जसजसा अभ्यास पुढे प्रगती करत गेला, तसतसं कमी स्थिर असतानाही रुग्णांना पाठविण्यात आलं. चौथ्या वर्षाच्या अखेरीस तर 17 रुग्ण त्यांची विकृती खूप मोठ्या प्रमाणावर असतानाही पाठविण्यात आले. काही वेळा 10 जण एकाचवेळीदेखील गेले.

या सर्वांचे मानसोपचार आणि विश्लेषण चालूच होते. या जोडीला 75 पैकी 58 लोकांना कोर्सपूर्वी आणि कोर्सनंतर Experiential World Inventory (EWI) प्रश्नावली देण्यात आली होती. वास्तवाचे आकलन करण्यासाठी 400 घटकांची ही (EWI) प्रश्नावली तयार करण्यात आलेली असते. या प्रश्नावलीचे निर्माते डॉ. एल–मेलीगी आणि ओस्मोंड यांनी त्यात 'रोरश्चच' प्रश्नोत्तरांच्या स्वरूपात घातला आणि त्यातून प्रत्येक व्यक्तीसाठी एक संवेदनशील चाचणी तयार करण्यात आली. (रोरश्चच (Rorschach) ही मानसिक रुग्णांसाठी एक चाचणी परीक्षा असते, यात रुग्णाचे व्यक्तिमत्त्व, त्याचा दृष्टिकोन आणि भावनिक अवस्था यांबदद्ल माहिती गोळा करुन विविध पद्धतींने त्याचा अर्थ लावला जातो.)

कोणत्या प्रकारचा रुग्ण या प्रशिक्षणानंतर अधिक अस्थिर बनू शकेल, हे तपासणे या चाचणीचे प्राथमिक उद्दिष्ट होते. हे लक्षात घेता अभ्यासातून पुढे आलेले निष्कर्ष फारच थक्क करून टाकणारे होते. कारण कोर्सनंतर अधिक अस्थिर बनलेला एकच रुग्ण आढळून आला. तो एकोणतीस वर्षांचा, कॅटेटोनिक स्किझोफ्रेनियाचा त्रास असलेला रुग्ण होता. कोर्स सुरू झाल्यानंतर 2 आठवड्यांनंतर, त्याने औषधं घेणं थांबवलं आणि आयुष्यात प्रथमच तो डेटिंग करू लागला, तेव्हा तो अधिकच बिथरला. शिवाय कोर्सनंतरच्या (EWI) चाचणीमध्ये सर्वांत कमी गुण मिळवणारादेखील तोच एकमेव रुग्ण होता. त्याला रुग्णालयात दाखल करण्याची गरज मात्र भासली नाही.

तसेच इतर दोन रुग्णांबाबत सांगता येईल. त्यांच्यापैकी एकीला सायकोटिक

डिप्रेशनचा त्रास होत होता, तर दुसऱ्याला इनव्हॉल्यूशनल डिप्रेशनचा! या दोघांचा त्रास या कोर्सनंतर अधिक वाढल्याचं निदर्शनास आलं. वास्तविक प्रशिक्षणादरम्यान दोघांनाही खरंतर चांगलं वाटत होतं. संपूर्ण कोर्सच्या दरम्यान त्यांना त्यांच्या नेहमीच्या परिस्थितीच्या अगदी उलट म्हणजे अगदी छान वाटत होतं. आयुष्यभर एखाद्या व्यक्तीला डोकेदुखीने पछाडलेलं असेल आणि एकदम तिची डोकेदुखी दूर झाली तर कसं वाटेल, हा त्यांच्यासाठी असाच अनुभव होता. पुन्हा त्यांची समस्या उद्भवल्याने त्याची तीव्रता त्यांना अधिक प्रकर्षाने जाणवली. पण, नंतरच्या EWI चाचणीमध्ये या दोन्ही रुग्णांनी बरे गुण मिळवले. तसेच त्यांनी घेतलेल्या प्रशिक्षणाचा योग्य तो वापर करणंही त्यांना जमलं. दोघांमधील इनव्हॉल्यूशनल डिप्रेशनचा जो रुग्ण होता, तो त्याच आठवड्यात शेवटी माइंड कंट्रोल कार्यक्रमाचा प्रयोग करू शकला. कामाच्या ठिकाणी स्वतःची चिंता कमी करून कामही करू शकला तर सायकोटिक डिप्रेशनचा त्रास असणारा रुग्ण उपचारांदरम्यान अनेक गोष्टी पूर्वीपेक्षा अधिक चांगल्या प्रकारे हाताळू शकले.

इनव्हॉल्यूशनल, सायकोटिक, स्किझो-अफेक्टिव्ह, मॅनियाक डिप्रेसिव्ह प्रकारच्या नैराश्याच्या इतर 26 रुग्णांना या कोर्सनंतर कमी नैराश्य जाणवलं आणि कोणतेही घातक परिणामही जाणवले नाहीत. रिलॅक्सेशनच्या एका सत्रात एका महिलेला अचानक खूप उदास वाटू लागलं. या 75 लोकांमध्ये समावेश नसलेल्या एका इसमाने दुसऱ्याच दिवशी कोर्स सोडून दिला. कारण त्याला व्हिएतनाम येथील अत्यंत वाईट अनुभवांच्या पूर्वस्मृती त्रास देऊ लागल्या. त्याने जेव्हा सुरुवात केली होती, तेव्हा त्याची अवस्था फार वाईट असावी, असं वाटलं नव्हतं, पण एकदा कोर्स सोडून दिल्यानंतर पुढील विश्लेषणासाठी तो परत आलाच नाही. (रिलॅक्सेशन व्यक्तीला भावनांच्या समीप नेते. संपूर्ण गटाचा मूड तेव्हा अत्युच्च पातळीवर असतो, त्यामुळे एकूण दृष्टिकोन अतिशय सकारात्मक असतो. उबदार आणि वात्सल्याच्या भावना जाणवत असतात. पण काही कवचित प्रसंगी काही व्यक्तींना उदास किंवा दुःखद स्मृती त्रास देऊ शकतात.)

या 75 लोकांमध्ये समावेश नसणाऱ्या एका दुसऱ्या मनुष्याला कोर्सच्या शेवटच्या दिवशी ज्या गोष्टी करायच्या होत्या त्यांची भीती वाटत होती आणि एक वाईट स्वप्न पडल्यानंतर तो त्या शेवटच्या दिवशी आलाच नाही.

पॅरानॉइड स्किझोफ्रेनियाने त्रस्त असणाऱ्या तीस वर्षांच्या एका इसमाने कोर्स पूर्ण झाल्यानंतर प्रचंड उत्साह दर्शवला. आता पुढील आयुष्यात त्याला काय काय करायचं आहे, त्या गोष्टी त्याने माइंड कंट्रोलची तंत्रं वापरून निश्चित केल्या आणि भरपूर वेळ

खर्च करून त्याने प्रोग्राम्ड केलेल्या स्वप्नांच्या आधारे शक्यता तपासल्या. कंपल्सिव्ह डिफेन्समधील वृद्धी म्हणून या गोष्टीकडे पाहता येईल. पण एकूणच त्याच्या सर्व कृतींमधील वाढलेल्या उत्साहाचा परिणाम म्हणजे, तो पुनः शिक्षण घेऊ लागला आणि त्याने नंतर Ph.D सुद्धा मिळवली. अनेक वर्षांपूर्वी त्याला जो भ्रम-विभ्रमांचा त्रास होत असे त्याबद्दल व्यवस्थित चर्चा करणंदेखील त्याला शक्य होऊ लागलं. त्याला होणारा भ्रम म्हणजे, टेलेपथीने त्याला कोणालातरी मारून टाकण्याचा संदेश मिळत आहे, असं तो म्हणायचा. हा कोर्स त्याने जर पूर्ण केला नसता, तर त्याचा हा प्रश्न कधीच सुटू शकला नसता.

या कोर्सचे जे काही अगदी नगण्य असे नकारात्मक परिणाम आहेत, त्या तुलनेत याच्या सकारात्मक परिणामांचा विचार केला, तर त्याचं वर्णन करण्यासाठी एक पुस्तकही कमी पडेल. या प्रयोगाच्या निष्कर्षांपैकी एक सातत्यपूर्ण निष्कर्ष असा होता ज्याची आम्ही अपेक्षाच करत नव्हतो. तो म्हणजे, जवळपास प्रत्येक रुग्णामध्ये वास्तवाची जाणीव खूप वाढलेली दिसून आली. एकूण 58 जणांनी EWI चाचणी दिली. त्यापैकी एकाचीच कामगिरी अत्यंत खराब होती. 21 जणांची कामगिरी 'जैसे थे' होती तर 36 लोकांच्या चाचणीतून वास्तवाच्या समजाबद्दल अतिशय प्रभावी वाढ झाल्याचं आढळून आलं. ज्या 21 लोकांची स्थिती जैसे थे होती, त्यांच्यातील 15 जणांचे गुण हे अधिक चांगल्या कामगिरीचे द्योतक होते.

हा कोर्स केलेल्या पहिल्या वीस महिलांचे सरासरी गुण EWI चाचणीचे सहलेखक डॉ. एल-मेलीगी यांच्याकडे पाठविण्यात आले. सिल्वा माइंड कंट्रोलचे प्रशिक्षण घेतल्यानंतर दिसून आलेल्या बदलाचं त्यांनी कौतुक केलं. तसेच त्यांनी सांगितलं, की काही प्रकारांमध्ये आधी आणि नंतर यांतील फरक तर एखाद्या भ्रमात (हॅल्युसिनोजन दरम्यान) असणाऱ्या व्यक्तीच्या अवस्थेत आणि तो त्या भ्रमातून बाहेर आलेल्या अवस्थेप्रमाणे आहेत. सर्वच्या सर्व 11 प्रकारांत सातत्यपूर्ण सुधारणा दिसून आली. व्यक्तिगत गुण अधिक प्रभावी होते. ज्या 50 टक्के महिला आणि पुरुषांमध्ये मोठ्या प्रमाणावर फरक पडला. त्यांचे एकत्रित गुण एक तक्ता बनवून त्यात दर्शविण्यात आले. इतर कोणतीही पारंपरिक मानसोपचार पद्धती अशा प्रकारे एकाच आठवड्यात इतक्या मोठ्या प्रमाणात बदल घडवून आणू शकत नाही, हे लक्षात आलं. खरोखरच या परिणामांसाठी इतर उपचार पद्धतींना काही महिने किंवा काही वर्षंही लागू शकली असती.

इनव्हॉल्यूशनल पॅरानॉइड महिलेचे गुण तर इतके सुधारले, की तुलना करायची झाल्यास, 11 इलेक्ट्रो शॉक चे उपचार आणि 12 आठवड्यांचे रुग्णालयातील

वास्तव्य यामुळे जे घडलं असतं, ते निव्वळ एक आठवड्याच्या कोर्समुळे घडलं. या एक आठवड्याच्या कोर्समुळे ती एकटी बसमध्ये चढू शकली. मागच्या चार वर्षांत तिला हे शक्य झालं नव्हतं.

तर दुसरी पॅरानॉइड स्किझोफ्रेनिआक आणि प्रचंड विभ्रमांचा त्रास होत असणाऱ्या महिलेची गोष्ट! या महिलेला कोर्स पूर्ण केल्यानंतरदेखील विभ्रम सतावत असत. पण तरीही ती माइंड कंट्रोलच्या तिच्या लेव्हलमध्ये जाऊन हे विचार तपासू शकत असे. आणि प्रत्येक वेळी त्यातून स्वच्छ व तर्कशुद्ध चित्र पाहू शकत असे.

आणखी एक स्किझोफ्रेनिक प्रतिसाद देणारी महिला EWI प्रश्नावली भरून देताना अतिशय संत्रस्त होती. तिला दोन पर्याय देण्यात आले होते. शॉक ट्रीटमेंट किंवा माइंड कंट्रोल! या कोर्सच्या अखेरीस तिच्यात वैद्यकीय दृष्ट्या निश्चितपणे सुधारणा दिसून आली. तिने EWI प्रश्नावली तर भरून दिलीच, पण त्यात उत्तम गुणदेखील मिळवले.

हायपोकोंड्रीया (स्वतःच्या स्वास्थ्याविषयी सतत अति-काळजी आणि चिंता असणे) विकाराने त्रस्त असणाऱ्या महिलेची 20 ऑपरेशन्स झाली होती. आणि आणखी एक होण्याची शक्यता होती. डॉक्टरांनी तिचं हृदय आणि किडन्यांची तपासणी सुरूच केली होती, तेव्हा तिने ड्रीम-प्रोग्रामिंगच्या मदतीने रोगाचं निदान केलं आणि आतड्याच्या संदर्भातील समस्या तिच्या लक्षात आली. याच स्वप्नात तिला ही समस्या का आणि कशी निर्माण झाली आहे, हेदेखील लक्षात आलं. माइंड कंट्रोल तंत्रांच्या मदतीने तिने तो आतड्यातला ब्लॉक काढून टाकला. मात्र हे इतक्या आश्चर्यकारकरीत्या लवकर ती करू शकली की सर्जिकल हॉस्पिटलमध्ये या रोगाचं निदान पूर्ण व्हायच्या आधी एक तास तिची व्याधी बरी झाली होती. आतड्यातल्या त्या ब्लॉकची निश्चित जागा पूर्वी केलेल्या ऑपरेशनच्या रिपोर्टवरून सिद्ध झाली.

अशाच एका सैरभैर झालेल्या एकवीस वर्षीय महिलेत आत्महत्येची प्रवृत्ती बळावली होती. ती मनोविकृत होण्याच्या अगदी प्राथमिक अवस्थेत होती. तिने आम्हाला खात्रीपूर्वक सांगितलं होतं, की आम्ही काहीच करू शकणार नाही आणि ती स्वतःला संपवणार याबाबत तिला जवळपास खात्री झाली होती. माइंड कंट्रोलच्या वर्गाला आम्ही अत्यंत काळजीपूर्वक निरीक्षणाखाली तिला पाठवलं. आश्चर्याची बाब म्हणजे ती पुष्कळ शांत झाली. अधिक तर्कनिष्ठ बनली. तिची विचारप्रक्रिया एकाच वेळी चौफेर उधळणं थांबलं आणि तिचा निराशावाददेखील खूप कमी झाला. आजवर हॉस्पिटलमध्ये दाखल होऊन आणि औषधांचे तीव्र डोस घेऊनही तिच्यात फरक पडला नव्हता. ती शांत झाली नव्हती. दोन आठवड्यांनंतर तिने पुन्हा एकदा हा कोर्स केला आणि तिच्यात आणखी सुधारणा झाली. नाट्यमय वाटावा, असा

चांगला बदल तिच्यात घडला.

एका भ्रमिष्ट मनुष्याची गोष्टही अशीच आहे. आपण इतर लोकांना आकुंचित करू शकतो, असं त्याला वाटत असे. त्याला हॉस्पिटलमध्ये दाखल करण्यात आलं होतं. त्याचवेळी तो या कोर्समध्ये सहभागी झाला. कोर्स संपला की तो रोज हॉस्पिटलमध्ये परत जात असे. त्याला जो भ्रम होत होता तो दूर झाला नाही, पण तो बऱ्याच प्रमाणात शांत झाला. एकूण परिणाम अधिक चांगला होता. त्याच्या भ्रमिष्टावस्थेतील पुष्कळ परिणाम कमी झाले होते. पूर्वीप्रमाणे त्याने आता एखादी सोपी गोष्ट किंवा कथा समजून घेण्यासाठी तासन्‌तास विचार करत वेळ घालवणं बंद केलं. हॉस्पिटलमध्ये दाखल असताना सहाव्या आठवड्यात, त्याने हा कोर्स केला. आधीच्या तब्बल पाच आठवड्यात जे बदल घडू शकले नव्हते, ते कोर्सच्या आठवड्यात घडले.

कोर्स पूर्ण केल्यानंतर इनव्हॉल्यूशनल पॅरानॉइड महिला पुन्हा एकदा तिच्या सामान्य आयुष्यात परतली. या कोर्समध्ये शिकवलेल्या काही भागांमुळे बऱ्याच जणांना त्यांचा आजार समजू लागला.

वैद्यकीय दृष्ट्या विचार करता, अत्यंत त्रस्त किंवा अस्थिर असलेल्या गटात प्रभावी बदल दिसून आले. केवळ एकाच व्यक्तीची परिस्थिती बिघडली. बाकी प्रत्येक व्यक्तीला काही ना काही फायदाच झाला. कोर्स पूर्ण झाल्यानंतर प्रत्येकाच्या भावनिक ऊर्जेत वृद्धी झाली होती. आणि सुधारणाही दिसत होत्या. निरुत्साही लोकांना पहिल्यांदाच उत्साह गवसला होता. भविष्याप्रति प्रथमतःच ते आशावादी होते. आणि इतर अनेक लोकांना आपल्या मानसिक चढ-उतारांच्या प्रक्रियेची उत्तम समज आली होती. काहींच्या मनातील भ्रम दूर झाले नव्हते पण माइंड कंट्रोलच्या लेव्हलमध्ये त्यांना वास्तवाचे भान येत होते त्यामुळे स्वच्छ चित्र त्यांना समजू शकत होते.

रुग्णांमध्ये मोठ्या प्रमाणावर निवांतपणा आला होता आणि त्यांना चिंता कमी जाणवत होती. आपल्या समस्या समजून, त्यांचा सामना करण्यासाठी आणि त्या सोडविण्यासाठी रुग्ण आता स्वतःमधीलच गोष्टींचा वापर करण्यास शिकले होते. त्यातून त्यांचा आत्मविश्वास बळकट होत होता.

मनोविकार असणाऱ्या काही रुग्णांना एक गोष्ट जाणवली, ती म्हणजे त्यांच्या व्याधीमुळे जाणिवेच्या सुधारित अवस्थेत काम करण्याची त्यांची क्षमता वाढली आहे. या गोष्टीमुळे त्यांच्या दीर्घकालीन व्याधीला अर्थ प्राप्त झाला आहे, असं त्यांना वाटलं आणि त्यांच्या आयुष्यालादेखील नवा अर्थ गवसला असल्याचं त्यांना जाणवलं.

न्युरॉटिक रुग्णांमध्ये (114 रुग्ण)देखील कोणत्याही स्वरूपाचे नकारात्मक परिणाम दिसून आले नाहीत. त्यांच्यापैकी 6 जणांनी EWI भरून दिली. अगदी अस्वस्थ गटातील लोकांइतके नसले तरी त्यांच्याही गुणांमध्ये निश्चितच वाढ झाली होती. कारण त्यांचे पहिले गुणच चांगल्या गुणांएवढे होते. न्युरॉटिक रुग्णांना सिल्वा माइंड कंट्रोल पद्धतीचा फायदा नक्कीच होणार, असं वाटत होतं. हा कोर्स संपल्यानंतरही ज्यांनी त्याचा सराव सुरू ठेवला. त्यांना आपल्या आयुष्यात मोठ्या प्रमाणावर बदल घडवणं शक्य झालं. आणि ज्या व्यक्ती सातत्याने सराव सुरू ठेवू शकल्या नाहीत, त्याही आयुष्यातील एखाद्या व्यक्तिगत संघर्षाच्या प्रसंगी या तंत्रांचा वापर करू लागल्या. विशेषतः जेव्हा एखाद्या तणावाच्या प्रसंगाचा सामना करायचा असेल किंवा एखादा महत्त्वाचा निर्णय घ्यायचा असेल, तेव्हा माइंड कंट्रोलच्या तंत्रांचा वापर करणं त्यांना शक्य होऊ लागलं. एकुणात, सर्वांसाठीच हा एक मानसिक दृष्ट्या व्यापक असा अनुभव ठरला. आपण आपल्या मनाचा वापर खूप नव्या प्रकारे करू शकतो, याची त्यांना जाणीव झाली. या कोर्सच्या अखेरीस गटाचा उत्साह तर भलताच वाढलेला होता आणि त्यामुळे अनेक लोकांना उच्च अशा अधिक भावनिक सकारात्मक स्थितीचा अनुभव आला.

थोडक्यात, न्युरॉटिक आणि सायकोटिक या दोन्ही गटांमध्ये मानसिक परीक्षणामध्ये निर्देशित केल्याप्रमाणे आणि वैद्यकीय दृष्ट्या निश्चित केल्याप्रमाणे या कोर्सनंतर सुधारणा दिसून आली. 189 रुग्णांपैकी फक्त एका व्यक्तीची स्थिती बिघडली.

II

कोणत्याही अभ्यासात समोर आलेल्या माहितीचं – त्यावेळेची परिस्थिती, वापरलेल्या चाचण्या आणि निकष आणि अभ्यासात घेण्यात आलेली काळजी – या सर्व गोष्टी ध्यानात ठेवून विश्लेषण केलं पाहिजे. म्हणूनच रिझल्ट्सवर ज्या घटकांचा परिणाम होऊ शकला असता, अशा आम्हाला ठाऊक असणाऱ्या घटकांबद्दल सांगण्याचा प्रयत्न करत आहोत.

या संशोधनाच्या अगदी प्रारंभिक टप्प्यावर, या प्रशिक्षणाचा अस्थिर व्यक्तींवर काय परिणाम होतो, हे आम्हाला जाणून घ्यायचे होते. डॉक्टर या नात्याने आमचे सर्व रुग्ण बरे व्हावेत, हीच आमची इच्छा होती. या गोष्टीचा काही ना काही परिणाम रिझल्ट्सवर झाला असणार कारण आमची ही इच्छा त्यांच्यापर्यंत पोचली होती. आमचा हा आशावाद कोणत्या ना कोणत्या प्रकारे परिणामकरक ठरला, असा

आमचा विश्वास आहे. कारण आमच्या रोजच्या उपचारांमध्ये हा अगदी महत्त्वाचा घटक असतो.

सुरुवातीला काही सायकोटिक रुग्णांना या कोर्ससाठी पाठविण्यापूर्वी ते स्थिर होण्याची आम्ही वाट पहिली. पण कालांतराने रुग्ण सायकोटिक अवस्थेत असतानाच त्यांना या कोर्ससाठी आम्ही पाठवू लागलो.

वास्तवाची जाणीव होण्याच्या दृष्टीने EWI चाचणी एक संवेदनशील निर्देशांक असेल असा आमचा विचार होता. तसेच झाले, आमच्या वैद्यकीय निष्कर्षांशी हे गुण जुळले, हे आमच्या लक्षात आलं. डॉ. एल-मेलीगी यांनी तर खात्रीपूर्वक सांगितलं, की आमची कोर्सपूर्वी व नंतरची वैद्यकीय निरीक्षणे आणि EWI च्या कोर्सपूर्वी आणि कोर्सनंतरच्या गुणांमधला फरक यात सातत्य होतं. प्रशिक्षणादरम्यान, ज्या एकमेव रुग्णाची अवस्था अधिक वाईट झाली, त्याचेच गुण वाईट होत गेले तर ज्यांचे गुण नाट्यमयरीत्या सुधारत गेले, त्या रुग्णांची अवस्था वैद्यकीय दृष्ट्यादेखील सातत्याने उत्तम तऱ्हेने सुधारत गेली.

EWI चाचणीच्या लेखकांचं असं मत आहे की ही चाचणी पुन्हा पुन्हा घेता येऊ शकते. या चाचणीत जे बदल दिसून आले, ते तिच्या पुनरावृत्तीमुळे होऊ शकत असावेत, हा मुद्दा लक्षात ठेवून पूर्वी आम्ही ही चाचणी घेतली नव्हती. प्रशिक्षणाच्या आधी एक आठवडा आणि नंतर एक आठवड्याने ही चाचणी सहभागींना देण्यात आली. अगदी अलीकडे तर सात केसेसमध्ये प्रशिक्षणापूर्वी आठवड्यातून दोन वेळा आणि प्रशिक्षणानंतर आठवड्यातून एकदा ही चाचणी देण्यात आली. यामागे पुनरावृत्तीमुळे काही फरक पडतो का, हे बघणे हाच हेतू होता. या तीनही चाचण्यांतील चुकीच्या उत्तरांचे परस्परांशी प्रमाण 100:92:65 असं होतं. अशा प्रकारे पहिल्या दोन चाचण्यांतील फरक (8) हा SMC (सिल्वा माइंड कंट्रोल) च्या प्रशिक्षणानंतर बदलाच्या (27) तुलनेत अगदीच किरकोळ होता, हे लक्षात आलं.

या चाचणीसंदर्भातील पुनरावृत्तीच्या घटकाचा समतोल राखण्यासाठी काही असे प्रश्न होते, ज्यांची उत्तरं कोर्स करण्यापूर्वीपेक्षा कोर्सनंतर चुकीची येण्याची शक्यता जास्त होती. यामुळे पण प्रशिक्षणानंतरच्या चाचणीतदेखील काहींना निगेटिव्ह पॉइंट मिळाले. उदाहरणार्थ, पुढीलप्रमाणे दोन प्रश्न होते, 'तुम्ही माणसाचं मन वाचू शकता का?' आणि 'अलीकडच्या काळात तुम्हाला काही धार्मिक अनुभव आला आहे का?' या दोन्ही पैकी कोणत्याही प्रश्नांचं उत्तर होकारार्थी दिलं तर निगेटिव्ह पॉइंटच मिळाला असता. सायकिक पातळीवर काम करायला हा कोर्स शिकवतो.

अनेक लोकांची खात्री पटलेली असते, की त्यांना ESP चा अनुभव आला आहे. आणि काहींच्या दृष्टीने तर हा अनुभव जवळपास धार्मिक अनुभवच असतो. त्यामुळे प्रशिक्षणानंतरच्या चाचणीमध्ये या प्रश्नांच्या बाबतीत चांगल्यापेक्षा वाईट कामगिरीची अपेक्षा आम्ही करू शकलो असतो.

सारांशाने सांगायचं झालं तर EWI चाचणीच्या विश्वासार्हतेसंदर्भात पुनरावृत्तीचा घटक अगदीच किरकोळ होता. आणि दुसऱ्या घटकाकडून (निगेटिव्ह पॉइंट मिळवून देणारे प्रश्न) त्याचा समतोल राखला गेला. कारण या दुसऱ्या घटकामुळे गुणांवर विपरीत परिणाम झाला. ही चाचणी संवेदनशील, विश्वासार्ह आहे, असं मानलं जात होतं. या गुणांची पडताळणी वैद्यकीय विश्लेषणासोबत आणि प्रत्यक्षात रुग्णाला वैयक्तिकरीत्या कसं वाटतंय, त्याबरोबरही केली गेली आणि त्यात साम्य दिसून आलं.

या अभ्यासामागील हेतू म्हणून आम्ही असं ठरवलं होतं, की प्रशिक्षण पूर्ण केल्यानंतर तीन आठवड्यांच्या कालावधीत जर कुणाची अवस्था अस्थिर बनली तर ती केस याच कोर्समुळे झालेली क्षती म्हणून धरण्यात येईल. मग त्या अस्थिर अवस्थेला इतर गोष्टी कारणीभूत असोत किंवा नसोत.

अत्यंत अस्थिर अशा 75 लोकांच्या गटाचं तीन आठवडे निरीक्षण केल्यानंतर, एखाद-दुसरी व्यक्ती अधिक अस्वस्थ होईल असं आम्हाला वाटत होतं. कारण रिग्रसिव्ह अनुभवातून (या कोर्समधून) त्यांना न नेता, त्यांचे उपचार सुरू असतानाही हे घडू शकलं असतं. या अभ्यासाच्या वेळी सर्व रुग्ण उपचार घेत होते, ही वस्तुस्थिती होती. त्यांना वेळप्रसंगी दिशा दर्शवली जात असे, हमी दिली जात असे. या गोष्टी अर्थातच त्यांना साहाय्यकारी ठरल्या असाव्यात. त्यामुळेच त्यांच्या व्याधीला पुन्हा डोके वर काढण्यास प्रतिबंध झाला असावा. मात्र हे आमच्याकडून केले गेलेले प्रयत्न त्यांच्यामधल्या नाट्यमय आणि अविश्वसनीय वाटावेत अशा काही बदलांसाठी कारणीभूत मानले जाऊ शकत नाहीत, असं आम्हाला वाटतं.

III

आमचा अनुभव असं सांगतो की तीव्र स्वरूपाच्या मनोविकारांचं मूळ अगदी कोवळ्या वयात दडलेलं असतं. अगदी पहिल्या दोन वर्षांत आई-बाळाचं पॅथोलॉजिकल नातं असतं तेव्हापासून! आणि बऱ्याच वेळा जबरदस्त मानसिक आघातांची याला जोड मिळते. ही मानसिक वृत्ती चिघळण्यासाठी व्यक्तीच्या

सद्यजीवनातील काही घटक किंवा घटना कारणीभूत ठरतात. सर्वसाधारणपणे हा घटक म्हणजे व्यक्तीच्या आयुष्यातील महत्त्वाच्या माणसाकडून नाकारले जाणे किंवा त्याचा विरह असू शकतो. म्हणजे या आजाराचे कारण खूप पूर्वीचे असते पण त्या आजाराला उत्पन्न करणारे घटक सध्याचे असतात. या आजाराला पूरक ठरतील असेही काही घटक सद्यःस्थितीमध्ये उपलब्ध असू शकतात, जसे भ्रम निर्माण करणारी औषधं, मूळच्या कुटुंबाबरोबर संपर्क किंवा मानसिक अवस्था बिघडू शकेल अशा कोणत्याही प्रक्रिया! अशा तऱ्हेने आपण पुढील बाबींमध्ये फरक करू शकतो. 1) विकाराचं मूळ किंवा मानसिक वृत्ती 2) अवस्था बिघडवणारा घटक 3) अवस्था बिघडण्यासाठी पूरक ठरतील अशा काही यंत्रणा. कोणत्याही साध्या प्रक्रिया मनोविकाराकडे (सायकोसीसकडे) संकेत करू शकतात. जर त्या प्रक्रियांमध्ये एक मूळ असेल, अवस्था बिघडवणारे घटक असतील आणि त्या अवस्थेला पूरक ठरतील अशा यंत्रणा असतील.

आम्ही ज्या ज्या मनोविकारग्रस्त रुग्णांवर उपचार केले, त्यांना नकार, विरह, काहीतरी गमावण्याचा बागुलबुवा (खरा किंवा काल्पनिक), दुसऱ्यांकडून मिळणारं ध्यान कमी होत जाणं... अशा प्रकारच्या गोष्टींमुळे ही व्याधी जडली होती. त्यांच्या मनात सारं काही सुटून जाईल अशी अनामिक भीतीदेखील असे. गेल्या दहा वर्षांत आम्ही उपचार केलेल्या शेकडो रुग्णांपैकी एकही केस अशी आठवत नाही, की ज्या रुग्णाबाबत वरील गोष्टी घडल्या नव्हत्या. उदाहरणार्थ, या अभ्यासाच्या दरम्यान ज्या कॅटेटोनिक रुग्णाची अवस्था बिघडली होती, त्या २९ वर्षाच्या रुग्णाचे त्याच्या आईबरोबर वाद सुरू होते. त्याला वाटत होतं, की त्याचं डेटिंग तिला मान्य नसावं. त्याच्या बाबतीत त्याचा विकार तीव्र होण्यासाठी ही गोष्ट निमित्त बनली. मात्र मूळ कारण दडलं होतं तो एक वर्षाचा असताना त्याला दुसऱ्यांकडून स्वतःसाठी जाणवलेल्या नापसंतीमध्ये (नाकारल्या गेल्याच्या भावनेमध्ये). त्या लहान वयात या घटनेला त्यानं आपण एकटं पडलो आहोत किंवा आपला मृत्यूच आला आहे या दृष्टीनं त्यानं बघितलं होतं.

सिल्वा माइंड कंट्रोलच्या कोर्समुळे जर कोणा व्यक्तीमध्ये मनोविकार उत्पन्न झाले तर हा कोर्स त्यांच्या व्याधीबाबत केवळ तिसरी गोष्ट म्हणजेच पूरकयंत्रणा ठरू शकतो. एखाद्या सहज बळी पडू शकणाऱ्या व्यक्तीच्या बाबतीत हा कोर्स त्याची अवस्था बिघडवू शकेल. मात्र त्याबरोबरच दुसरी गोष्ट म्हणजेच त्याची अवस्था बिघडवणारे इतर घटकही उपलब्ध हवेत. कोणाही रुग्णाच्या बाबतीत त्याची मानसिक अवस्था बिघडण्यामागे फक्त पूरक ठरणारी यंत्रणाच जबाबदार होऊ शकत

नाही. अर्थात हे अशक्य आहे, असा आमचा दावा नाही, पण असे उदाहरण अत्यंत दुर्मीळ असेल.

IV

सिल्वा माइंड कंट्रोल काय आहे?

सिल्वा माइंड कंट्रोल हा 40 तासांचा एक कोर्स आहे. त्यामध्ये 30 तास व्याख्याने असतात व 10 तास विविध मानसिक सराव किंवा व्यायाम असतात. मानसिक सराव हे बायोफीडबॅक किंवा ट्रान्सेंडेन्टल मेडीटेशनप्रमाणे केवळ मन आणि शरीर रिलॅक्स कसं करायचं एवढंच शिकवत नाहीत तर, ते त्याच्या पलीकडचं एक पाऊल असतं. हे सराव जेव्हा व्यक्ती रिलॅक्स अवस्थेत असते, त्यावेळी मानसिक स्तरावर काम कसं करायचं, हे त्या व्यक्तीला शिकवतात.

मनाचा उपयोग विविध प्रकारे फायदेशीर पद्धतीने कसा करून घेता येईल, याची तंत्रं या कोर्समध्ये समविष्ट असतात. जेव्हा ही तंत्रं अमलात आणताना आपण स्वतःला, तसंच आपल्या अवतीभोवतीच्या अनेक लोकांना पाहतो, त्यावेळी व्यक्ती रिलॅक्स स्थितीत असताना विशिष्ट तंत्रं अगदी प्रभावीपणे वापरण्याच्या मनाच्या अत्युच्च क्षमतेविषयी आपल्या मनात काही शंका राहत नाहीत. सिग्मंड फ्रॉइडने त्याच्या ऐकणे (listening) या विषयावरील शोधनिबंधात उल्लेख केल्याप्रमाणे प्रसिद्ध संगीतकार ब्राह्म्स आपल्या संगीतरचना करताना ज्या मानसिक स्थितीत असेल किंवा थॉमस अल्वा एडिसनला ज्या स्थितीत नवनवीन कल्पना सुचत असतील, तिच्याशीच याची तुलना होऊ शकेल.

कोणत्याही वेळी रिलॅक्सेशनच्या लेव्हलमध्ये जाण्यासाठी जलद आणि सोपी पद्धत या कोर्समध्ये शिकवली जाते. या कोर्समधील सहभागी प्रशिक्षणार्थी मानसिकरीत्या कृती करायला शक्य होईपर्यंत जाणीवेच्या या लेव्हलमध्ये व्हिज्युअलायझिंग, कल्पना व विचार करणे यांचा सराव करतात. मेंदूचा जाणीवपूर्वक अधिक व्यापक वापर करण्याचं तंत्र ते अवगत करतात. ते त्यांच्या जाणिवेच्या सीमांचा विस्तार करतात. रिलॅक्स स्थितीत असताना केवळ दिवास्वप्न पाहण्याऐवजी ते मनाचा उपयोग अधिक प्रभावीपणे करू शकतात. किंचित झोपेत असतानाही ते जाणिवेत असतात आणि त्या अवस्थेतही आपल्या मनाच्या उत्तम प्रकारे उपयोग करू शकतात. रात्री केवळ स्वप्नं पाहण्याऐवजी स्वप्नावस्थेचा उपयोग ते आपल्या प्रश्नांची, समस्यांची उत्तरं शोधण्यासाठी करतात. ही उत्तरं शोधणं जागृत मनाच्या क्षमतेच्या पलीकडे असतं.

जेव्हा मन आणि शरीराच्या खोलवर रिलॅक्स स्थितीत, मानसिक स्तरावर काम करायला लोक शिकतात, तेव्हा त्यांच्यातील सृजनशीलतादेखील वृद्धिंगत होते. त्यांची स्मृती सुधारते आणि लोक त्यांच्या समस्या अधिक चांगल्या प्रकारे सोडविण्यास सज्ज होतात. त्या बदललेल्या स्थितीमध्ये ते आपल्या मनाला त्यांना जे हवं आहे, ते करायला आदेश देऊ शकतात. अशाच प्रकारे धूम्रपान किंवा तत्सम सवयी नियंत्रणात आणणे सुलभ होते.

रिलॅक्स स्थितीतील सातत्यपूर्ण सरावाचा चांगला परिणाम दैनंदिन आयुष्यातील विचारप्रक्रियेवरही होतो. जसं – एखादी व्यक्ती त्याच्या लेव्हलमध्ये नसतानाही त्याची पोहोच त्या लेव्हलपर्यंत असू शकते. जसं, एखाद्या संगीतकाराला कोणाचा चुकीचा सूर लागला आहे, हे जाणण्यासाठी लक्ष केंद्रित करून ते संगीत ऐकण्याची आवश्यकता नसते.

मनाची क्षमता प्रचंड असते. पण त्याच्या कामाच्या सामान्य स्तरावर त्याच्यावर एकाच वेळी अनेक गोष्टी येऊन आदळत असतात, जसे : विचार, इच्छा, गरजा, कामना, आवाज, प्रकाश, दबाव, संघर्ष, सर्व प्रकारचे तणाव इत्यादी. त्यामुळे एका गोष्टीवर 10 टक्क्यांपेक्षा अधिक ते लक्ष केंद्रित करू शकत नाही. रिलॅक्स स्थितीत ते शक्य होतं. पण सामान्यपणे लोक झोपी जात असतानाच या अवस्थेमध्ये पोहोचतात आणि या अवस्थेचा वापर कसा करून घ्यायचा, हे त्यांना ठाऊक नसतं. बहुतांश वेळा तर अशी अवस्था आहे आणि तिचा वापर करून घेता येऊ शकतो, हेच मुळी अनेकांना ठाऊक नसतं.

एकदा कोणत्याही व्यक्तीला जाणिवेच्या या स्थितीचा वापर करून झालेले फायदे अनुभवायला मिळाले की नंतर कधीही महत्त्वाचे निर्णय घेताना किंवा समस्या सोडवताना या स्थितीचा वापर करायला ते चुकत नाहीत.

मनाच्या या अवस्थेचा वापर कसा करून घ्यायचा, हेच हा कोर्स प्रामुख्याने शिकवतो. रिलॅक्स अवस्थेत असताना विचार करायला शिकवण्यापलीकडे हा कोर्स व्यक्तीला – त्रासदायक सवयींचे नियंत्रण, समस्या सोडविणे, उद्दिष्टपूर्ती, स्मरण, आरोग्याची काळजी, वेदनेवर नियंत्रण, निद्रा आणि स्वप्नांवरील नियंत्रण अशा बाबींसंदर्भातील विशेष तंत्रं शिकवतो.

माइंड कंट्रोल म्हणजे हिप्नोसिस किंवा संमोहन नाही. त्याला बऱ्याच अंशी 'स्व-संमोहन' असं म्हणता येईल. त्याच्यामुळे व्यक्ती मनाचं पूर्ण लक्ष मिळवायला शिकते. त्याचं एक कारण – कदाचित रिलॅक्स स्थितीत मनावर इतर अनेक बाह्य गोष्टी आदळत नाहीत. त्यामुळे आपल्याला हवं ते मिळविण्यासाठी मनाला अधिक

चांगल्याप्रकारे आदेश देणं शक्य होत असेल, हेही असावं.

या कोर्समधला आणखी एक मोठा भाग म्हणजे, शरीर आणि मनाच्या रिलॅक्स स्थितीत मनामध्ये सकारात्मक वाक्यांची पुनरावृत्ती करणे. या गोष्टीचा खूप चांगला फायदा होतो, असं म्हटलं जातं. सकारात्मक विचार नेहमीच मौल्यवान असतात, पण रिलॅक्स अवस्थेतील सकारात्मक विचार हे खूप जास्त पटीने मौल्यवान असतात.

कोर्समधला शेवटचा भाग हा परामानसशास्त्राचा असतो. कोर्सदरम्यान जवळपास सर्व सहभागींना ESP चा अनुभव आलेला असतो. ही गोष्ट इतकी निश्चित असते, की कोर्सच्या शेवटच्या दिवशी जर कुणाला इंद्रियातीत जाणिवांचा अनुभव आला नाही, तर त्याला पूर्ण फी परत देऊन टाकण्याची हमी माइंड कंट्रोल देतो.

V

माइंड कंट्रोल मेंटल रुग्णांना का मदत करतो?

या अभ्यासाच्या आरंभी आपण माइंड कंट्रोलमुळे मानसिक रुग्णांना काही इजा तर होत नाही, ही शंका दूर केली आणि त्यानंतर याचा त्यांना फायदा कसा होतो, याकडे आपलं लक्ष वेधलं.

सर्व उत्तरं आम्हाला माहीत नाहीत, पण ज्यांनी या प्रशिक्षणाच्या आधी आणि नंतर रुग्णांचं काळजीपूर्वक विश्लेषण केलेलं नाही, त्यांच्यापेक्षा याबाबतीत आम्ही अधिक चांगल्याप्रकारे अंदाज वर्तवू शकतो.

ऊर्जेचं चलनवलन हा एक महत्त्वाचा घटक असू शकतो. फ्रॉइडने त्यांच्या 'ॲनॅलिसिस टर्मिनेबल ॲन्ड इन्टर्मिनेबल' या विश्लेषणात म्हटल्याप्रमाणे भविष्यातील उपचारपद्धतीचा प्रभावीपणा हा मुख्यत्वे ऊर्जेच्या चलनवलनावर अवलंबून असेल. या कोर्सच्या अखेरीससुद्धा लोकांमध्ये ऊर्जेमुळे अत्यंत चैतन्य आलेलं असतं.

या कोर्सच्या दरम्यान लोकांमध्ये हा सकारात्मक दृष्टिकोन आणि आशावाद आलेला असतो, त्याचा खूप चांगला परिणाम रुग्णावर होत असावा. रिलॅक्स लेव्हलमध्ये खूप फायदेशीर गोष्टी स्वतःला सांगितल्याने मन अधिक चांगल्या प्रकारे तयार (प्रोग्रॅम) होत असावं आणि निश्चितपणे त्याचा साध्या सकारात्मक विचारांपेक्षा अधिक फायदा होत असावा.

रिलॅक्सेशनमुळे चिंता-काळजी दूर होते. त्यामुळे विकारांची लक्षणंही कमी होतात. एकाच वेळी कोणताही रुग्ण अत्यंत चिंताग्रस्त आणि त्याचवेळी शरीर आणि मनाच्या रिलॅक्स स्थितीत असू शकत नाही. त्या स्थितीमध्ये काम केल्याने त्याचा

परिणाम पूर्ण दिवसभर शरीर-मनावर राहतो, असं TM मध्ये नोंदविण्यात आलं आहे.

माइंड कंट्रोलच्या कोर्समधील संपूर्ण गटाचा मूड अत्यंत उत्साही असतो. रिलॅक्स लेव्हलमध्ये असताना लोक जिव्हाळा आणि प्रेम या दोन्ही भावनांचा उच्चकोटीचा अनुभव घेतात. कदाचित प्रेमऊर्जा महत्त्वाची भूमिका निभावत असावी. प्रेमात असणाऱ्या व्यक्तींना सर्वसाधारणपणे एरवी ज्या गोष्टींचा त्रास होऊ शकतो, त्यांना या अवस्थेत त्या बाबी सतावत नाहीत.

या अवस्थेत सामान्यपणे व्यक्ती फारशा संघर्षमय परिस्थितीत नसल्याने भावनिक दूरीकरणाच्या (emotional distancing) प्रतिकार प्रणालीची आवश्यकता उरत नाही. त्यामुळे परिणामात सुधारणा झालेली असते. आपल्या भावनांच्या आणि वास्तवाच्याही अधिक निकट ते आलेले असतात.

वास्तवाच्या चाचणीसाठी मेंदूच्या कार्याचा व्यापक आवाका त्यांना गवसलेला असतो. शरीर आणि मनाच्या रिलॅक्स अवस्थेत त्यांची समज वाढलेली असते. तसेच स्पष्ट विचार आणि मत बनविण्याची कुवतसुद्धा वाढलेली असते.

रुग्णांच्या स्वतःच्या समस्यांपैकी काही समस्या सोडविण्यात विशेष तंत्रं साहाय्य करतात. दिवसभर रिलॅक्सेशन मिळावं तसंच अधिक चांगलं वाटावं, यासाठी ते स्वतःला प्रोग्रॅम करू शकतात. स्वतःमध्येच दडलेल्या गुणांवर अधिक विश्वासाने अवलंबून राहण्याच्या सवयीमुळे त्यांचा आत्मविश्वासही दुणावतो. या विशिष्ट स्थितीत (लेव्हलमध्ये) दिलेल्या उत्तरांवर थेरपिस्ट विश्वास ठेवतात, त्यामुळे रुग्णाच्या आत्मविश्वासात भर पडते.

संपूर्ण गटातील वातावरण हा एक खूप महत्त्वाचा घटक असतो. गटातील अतिशय चांगली अशी भावना संसर्गजन्य असते. गटातील सर्वांत अस्वस्थ व्यक्तीपर्यंतदेखील ती पोचते.

या कोर्समधील परामानसशास्त्राच्या भागामुळे काही अस्थिर रुग्णांना अनपेक्षितपणे फायदा झाला आहे. मनाच्या बाह्य सीमांकडे ढकलण्यात आलेल्या काही रुग्णांनी त्यांना वारंवार अतींद्रिय अनुभव आल्याचं नमूद केलं आहे, या अनुभवांचं स्पष्टीकरण मानसोपचारशास्त्र देऊ शकत नाही. कोर्समधील परामानसशास्त्रीय भागातच त्यांना समज आलेली आहे. सखोल मानसोपचार पद्धतीचा एक महत्त्वाचा हेतू म्हणजे जे अचेत (unconscious) आहे, त्याला सचेत (conscious) करणे हा होय. जाणिवेची कक्षा रुंदावणे व परामानसशास्त्राच्या पैलूंचा वेध घेणे या गोष्टीमुळे हा हेतू सफल होतो. रुग्णांनी त्यांची मानसिक प्रक्रिया अगदी निर्धास्तपणे इतरांसमोर मांडली आणि ती सत्य असल्याचं आणि इतरांनीही ती स्वीकारल्याचं त्यांच्या लक्षात आलं.

अतींद्रिय अनुभव घेण्यास त्यांच्या भावनिक विकारानेच त्यांना मदत केलेली होती. पण त्यामुळेच त्यांच्या दीर्घकालीन व्याधीला आणि त्यांच्या आयुष्याला अर्थ प्राप्त झाला.

थेरपिस्ट मानसोपचारांमध्ये माइंड कंट्रोल तंत्रांचा वापर करावयास शिकले आणि अशा प्रकारे रुग्णांना आणखी फायदा झाला.

VI

सारांश आणि निष्कर्ष :

अत्यंत अस्थिर किंवा त्रस्त अशा ७५ रुग्णांना सिल्वा माइंड कंट्रोलचा कोर्स करण्यास सांगण्यात आलं. कोणत्या रुग्णाची अवस्था आणखी बिघडते आहे, हे तपासणे हा त्यामागील हेतू होता. त्यांच्यापैकी फक्त एकाच रुग्णाची अवस्था बिघडली. यातील सातत्याने आढळून आलेली बाब पुढीलप्रमाणे : वैद्यकीय दृष्ट्या निश्चित केल्यानुसार आणि वैकल्पिक मानसशास्त्रीय चाचणीवर आधारित वास्तवाच्या भानामध्ये नाट्यमय वाटावी अशी वाढ झाली.

यात एक महत्त्वाची गोष्ट लक्षात घेण्याची आवश्यकता आहे, ती म्हणजे - सर्वच्या सर्व अस्थिर रुग्ण एकाच उपचार प्रणालीमधील होते. थोडक्यात हा one psychiatric-patient population चा नमुना होता. कुणालाही वगळण्यात आलं नसल्याने याचे निष्कर्ष काही मोजक्या व्यक्तींना लागू नव्हते.

सिल्वा माइंड कंट्रोल हा मानसोपचार नाही. मानसोपचारात एक साधन म्हणून त्याचा वापर केला जाऊ शकतो. ते सुद्धा जर उपचार करणाऱ्या व्यक्तीला या कोर्सबद्दल माहिती असेल आणि त्यातील संकल्पनांना तिचा विरोध नसेल, तरच! या कोर्समुळे मनाचा उपयोग करण्याची रुग्णाची क्षमता वाढते आणि तो जे उपचार घेत आहे, त्यांचा अधिक चांगला फायदा करून घेणेही रुग्णाला शक्य होते.

या कोर्सचा मनोरुग्णांना इतका उत्तम फायदा झाला (विशेषतः रुग्णावर उपचार चालू असतील आणि मनोविकारतज्ज्ञाला या कोर्सविषयीची समज असेल), की डॉ. मॅकेंझी आता आपल्या सर्व रुग्णांनी हा कोर्स त्यांच्या देखरेखीखाली अवश्य करावा असा आग्रह धरतात.

अस्थिर व्यक्तींपैकी बऱ्याच रुग्णांमध्ये नाट्यमय वाटावी अशी सुधारणा घडून आल्याने आणि हे प्रशिक्षण खूप मोठ्या संख्येतील व्यक्तींनाही देणे शक्य असल्याने या अभ्यासकांना वाटते, की या प्रशिक्षणाचा उपयोग हॉस्पिटल्समध्ये उपचाराला

साहाय्यभूत साधन म्हणून ठरू शकतो.

न्युरोसिस विकारानी ग्रस्त असणाऱ्या रुग्णासाठीसुद्धा हा कोर्स सुरक्षित आणि फायदेशीर असल्याचं सिद्ध झालं आहे. मनोविकारांनी अत्यंत त्रस्त असणाऱ्या रुग्णांसाठी या कोर्सची सगळी माहिती असणाऱ्या मनोविकारतज्ज्ञांच्या मार्गदर्शनाखाली केल्यास तो बऱ्यापैकी फायदेशीर ठरतो. वैद्यकीय आणि वैकल्पिक मानसशास्त्रीय माहितीवरून लक्षात येते की या कोर्सचे फायदे त्याच्या नकारात्मक परिणामांपेक्षा कितीतरी पटीने जास्त आहेत.

• • •

महाआसमानी परमज्ञान शिबिर परिचय आणि लाभ

तेजज्ञान फाउंडेशन आत्मविकासातून आत्मसाक्षात्कार प्राप्त करण्याचा एक मार्ग आहे. यासाठी सरश्रींद्वारा एक अनोखी बोधप्रणाली (System for Wisdom) निर्माण झाली आहे. या प्रणालीला आंतरराष्ट्रीय प्रमाणपत्राद्वारे ISO 9001:2015च्या आवश्यकतेनुसार आणि निकष पडताळून सरळ, व्यावहारिक आणि प्रभावी बनवलं गेलं आहे.

या संस्थेच्या प्रबोधनपद्धतीच्या भिन्न पैलूंना (शिक्षण, निरीक्षण आणि गुणवत्ता) स्वतंत्र गुणवत्ता परीक्षकांद्वारे (Quality Auditors) क्रमबद्ध पद्धतीने पडताळलं गेलं. त्यानंतर या पैलूंना ISO 9001:2015 साठी पात्र समजून या बोधपद्धतीला हे प्रमाणपत्र प्रदान करण्यात आलं.

या फाउंडेशनचे लक्ष्य आहे नकारात्मक विचारांकडून सकारात्मक विचारांकडे वाटचाल. सकारात्मक विचारांकडून शुभ विचारांकडे म्हणजे हॅपी थॉट्सकडे प्रगती. शुभ विचारांकडून निर्विचार अवस्थेकडे मार्गक्रमण आणि निर्विचार अवस्थेच्या अंती आत्म साक्षात्कार प्राप्ती. 'मी सर्व विचारांपासून मुक्त व्हावे' हा विचार म्हणजे शुभ विचार (हॅपी थॉट्स). 'मी प्रत्येक इच्छेपासून मुक्त व्हावे', अशी इच्छा म्हणजे शुभ इच्छा.

तेजज्ञान म्हणजे ज्ञान व अज्ञान या दोहोंच्या पलीकडचे ज्ञान. पुष्कळ लोक सामान्य ज्ञानाच्या (General Knowledge) माहितीलाच ज्ञान मानतात. परंतु अस्सल ज्ञान आणि नुसती माहिती यांत फार मोठे अंतर आहे. आजमितीला लोक सामान्य ज्ञानाच्या उत्तरांनाच जास्त महत्त्व देतात. अशा ज्ञानाचे विषय म्हणजे कर्म आणि भाग्य, योग आणि प्राणायाम, स्वर्ग आणि नरक इत्यादी. आजच्या युगात सामान्यज्ञान प्राप्त करणारे लोक, शिक्षक मोठ्या प्रमाणावर आहेत; परंतु हे ज्ञान ऐकून जीवनात परिवर्तन घडून येत नाही. असे ज्ञान म्हणजे केवळ बुद्धिविलास आहे किंवा अध्यात्माच्या नावावर चाललेला बुद्धीचा व्यायाम आहे.

सर्व समस्यांवरील उपाय आहे तेजज्ञान. क्रोध, चिंता आणि भय यांपासून मुक्त जीवन म्हणजे तेजज्ञान. शारीरिक, मानसिक, सामाजिक, आर्थिक आणि आध्यात्मिक प्रगतीचा, सर्वांगीण प्रगतीचा मार्ग आहे तेजज्ञान. तेजज्ञान आपल्या अंतरंगात आहे. येथे या आणि या गोष्टीचा अनुभव घ्या.

आपल्याला असे ज्ञान हवे आहे, की जे सामान्य ज्ञानापलीकडे आहे, जे प्रत्येक समस्येवरील उत्तर आहे, जे प्रत्येक समजुतीपासून, गृहीत धारणांपासून आपल्याला मुक्त

करते, ईश्वरी साक्षात्कार घडविते, अंतिम सत्यात स्थापित करते. आता वेळ आली आहे शाब्दिक, सामान्यज्ञानातून बाहेर येऊन तेजज्ञानाचा अनुभव घेण्याची!

आजवर जप-तप, तंत्र-मंत्र, कर्म-भाग्य, ध्यान-ज्ञान, योग-भक्ती असे अनेक मार्ग अध्यात्मात सांगितले आहेत. या सर्व मार्गांनी प्राप्त होणारी अंतिम समज, अंतिम ज्ञान, बोध एकच आहे. अंतिम सत्याच्या शोधकाला, साधकाला शेवटी जी एकच 'समज' प्राप्त होते, ती 'समज' श्रवणानेसुद्धा प्राप्त होऊ शकते. अशा समजप्राप्तीसाठी श्रवण करणे यालाच तेजज्ञान प्राप्त करणे म्हटले गेले आहे. तेजज्ञानाच्या श्रवणाने सत्याचा साक्षात्कार घडतो, ईश्वरीय अनुभव मिळतो. हेच तेजज्ञान सरश्री महाआसमानी शिबिरात प्रदान करतात.

सरश्रींचा आध्यात्मिक शोध त्यांच्या बालपणापासूनच सुरू झाला होता. हा शोध सुरू असताना त्यांनी अनेक प्रकारच्या पुस्तकांचा अभ्यास केला. त्याचबरोबर आपल्या आध्यात्मिक शोधात मग्न राहून त्यांनी अनेक ध्यानपद्धतींचा अभ्यास केला. त्यांच्या या शोधाने त्यांना अनेक वैचारिक आणि शैक्षणिक संस्थांमध्ये जाण्यासाठी प्रेरित केले.

सत्यप्राप्तीच्या शोधासाठी जास्तीत-जास्त वेळ देता यावा, या तीव्र इच्छेने त्यांना, ते करत असलेले अध्यापनाचे कार्य त्याग करण्यास प्रवृत्त केले. जीवनाचे रहस्य समजण्यासाठी त्यांनी बराच काळ मनन करून आपले शोधकार्य सतत सुरू ठेवले. या शोधाच्या शेवटी त्यांना 'आत्मबोध' प्राप्त झाला. आत्मसाक्षात्कारानंतर त्यांना जाणवले, की सत्यापर्यंत पोहोचण्याच्या प्रत्येक मार्गांत एकच सुटलेली कडी (मिसिंग लिंक) आहे आणि ती म्हणजे 'समज' (Understanding).

सरश्री म्हणतात, 'सत्यप्राप्तीच्या सर्व मार्गांचा आरंभ वेगवेगळ्या प्रकारे होतो, परंतु सर्वांचा शेवट मात्र 'समजे'ने होतो. ही 'समज'च सर्व काही असून, ती स्वतःमध्ये परिपूर्ण आहे. आध्यात्मिक ज्ञान प्राप्तीकरिता या 'समजे'चे श्रवणसुद्धा पुरेसे आहे' ही समज प्रकाशमान करण्यासाठी आजपर्यंत त्यांनी आध्यात्मिक विषयांवर तीन हजारांहून अधिक प्रवचनं दिली आहेत. याशिवाय आजवर त्यांनी विविध विषयांवर १०० हून अधिक पुस्तकं लिहिली आहेत. त्यांपैकी 'विचार नियम', 'स्वसंवाद एक जादू', 'शोध स्वतःचा', 'स्वीकाराची जादू', 'निःशब्द संवाद एक जादू', 'संपूर्ण ध्यान' इत्यादी पुस्तकं बेस्ट सेलर झाली आहेत. ही पुस्तकं दहापेक्षा अधिक भाषांमध्ये अनुवादित असून, पेंगुइन बुक्स, हे हाउस पब्लिशर्स, जैको बुक्स, मंजुळ पब्लिशिंग हाउस, प्रभात प्रकाशन, राजपाल ॲण्ड सन्स, पेंटागॉन प्रेस आणि सकाळ प्रकाशन इत्यादी प्रमुख इत्यादी प्रमुख प्रकाशन संस्थांद्वारे ती प्रकाशित झाली आहेत. सरश्रींच्या शिकवणीने लाखो लोकांच्या जीवनात परिवर्तन घडलं आहे. तसेच संपूर्ण विश्वाची चेतना वाढविण्यासाठी कित्येक सामाजिक कार्यांची

सुरुवातही केली आहे.

तुम्हाला सर्वोच्च आनंद हवाय? असा आनंद, जो कोणत्याही बाह्य कारणावर अवलंबून नाही... जो प्रत्येक क्षणी वृद्धिंगत होतो. या जीवनात तुम्हाला प्रेम, विश्वास, शांती, समृद्धी आणि परमसंतुष्टी हवी आहे का? शारीरिक, मानसिक, सामाजिक, आर्थिक आणि आध्यात्मिक अशा आयुष्याच्या सर्व स्तरांवर यशस्वी होण्याची तुमची इच्छा आहे का? 'मी कोण आहे' हे तुम्हाला अनुभवाने जाणावंसं वाटतं का?

तुमच्या अंतर्यामी अशा सर्व प्रश्नांची उत्तरं जाणण्याची इच्छा आणि 'अंतिम सत्य' प्राप्त करण्याची तृष्णा असेल, तर तेजज्ञान फाउंडेशनतर्फे आयोजित 'महाआसमानी शिबिरा'त तुमचं स्वागत आहे. हे शिबिर सरश्रींच्या मार्गदर्शनावर आधारित आहे. सरश्री, आजच्या युगातील आध्यात्मिक गुरू असून, ते आजच्या लोकभाषेत अत्यंत सहजपणे आध्यात्मिक समज प्रदान करतात.

महाआसमानी परमज्ञान शिबिराचा उद्देश :

विश्वातील प्रत्येक मनुष्यानं 'मी कोण आहे', या प्रश्नाचं उत्तर जाणून तो सर्वोच्च आनंदाच्या अवस्थेत स्थापित व्हावा, हाच या शिबिराचा मुख्य उद्देश आहे. प्रत्येकाला असं ज्ञान प्राप्त व्हावं, जेणेकरून त्यानं प्रत्येक क्षणी वर्तमानात जगण्याची कला आत्मसात करावी. तो भूतकाळाचं ओझं आणि भविष्याची चिंता यांतून मुक्त व्हावा. प्रत्येकाच्या आयुष्यात कधीही न संपणारा आनंद आणि योग्य समज यावी. शिवाय, प्रत्येकानं समस्या विलीन करण्याची कला आत्मसात करावी. थोडक्यात, मनुष्यजन्माचा उद्देश सफल व्हावा, हाच या शिबिराचा उद्देश आहे.

'मी कोण आहे? मी येथे का आहे? मोक्ष म्हणजे काय? या जन्मातच मोक्षप्राप्ती शक्य आहे का?' असे प्रश्न जर तुमच्या मनात असतील, तर त्यांवरील उत्तर आहे- 'महाआसमानी शिबिर'.

महाआसमानी परमज्ञान शिबिराचे मुख्य लाभ :

वास्तविक या शिबिराचे लाभ तर असंख्य आहेत; पण त्यांपैकी मुख्य लाभ पुढीलप्रमाणे-

* जीवनात शक्तिशाली ध्येय निश्चित होतं
* 'मी कोण आहे' हे अनुभवाने जाणता येतं (सेल्फ रियलायजेशन)
* मनाचे सर्व विकार विलीन होतात.
* भय, चिंता, क्रोध, बोरडम, मोह, तणाव या नकारात्मक बाबींतून मुक्ती
* प्रेम, आनंद, मौन, समृद्धी, संतुष्टी, विश्वास अशा दिव्य गुणांशी युक्ती

* साधं, सरळ पण शक्तिशाली जीवन जगता येतं
* प्रत्येक समस्येचं निराकरण करण्याची कला प्राप्त होते
* 'प्रत्येक क्षणी वर्तमानात जगणं' हा तुमचा स्वभाव बनतो
* आपल्यातील सर्व सकारात्मक शक्यता खुलतात
* याच जीवनात मोक्षप्राप्ती होते

महाआसमानी परमज्ञान शिबिरात सहभागी कसं व्हाल?

या शिबिरात सहभागी होण्यासाठी तुम्हाला खालील बाबींची पूर्तता करायची आहे-

१. तुमचं वय कमीत कमी अठरा किंवा त्यापेक्षा अधिक असायला हवं.

२. सर्वप्रथम तुम्हाला 'सत्य-स्थापना' (फाउंडेशन ट्रुथ रिट्रीट) शिबिरात सहभागी व्हावं लागेल. या शिबिरात, तुम्ही प्रामुख्यानं दोन बाबी शिकाल- प्रत्येक क्षणी वर्तमानात जगण्याची कला कशी आत्मसात करावी आणि निर्विचार अवस्था कशी प्राप्त करावी.

३. प्राथमिक स्तरावर तुम्हाला काही प्रवचनं ऐकायची असून, त्यांतून तुम्ही मूलभूत समज आत्मसात कराल आणि महाआसमानी शिबिरात प्रवेश करण्यासाठी तयार व्हाल.

महाआसमानी शिबिर वर्षभरात पाच-सहा वेळा आयोजित केलं जातं. यात हजारो सत्यशोधक सहभागी होतात. महाआसमानी शिबिराची पूर्वतयारी तुम्ही तेजज्ञान फाउंडेशनच्या नजीकच्या सेंटरवरही करू शकता. महाराष्ट्रात अहमदनगर, सातारा, औरंगाबाद, नाशिक, नागपूर, वर्धा, अमरावती, चंद्रपूर, यवतमाळ, कोल्हापूर, सांगली, रत्नागिरी, लातूर, बीड, नांदेड, परभणी, पनवेल, मुंबई, ठाणे, सोलापूर, पंढरपूर, जळगाव, अकोला, बुलढाणा, धुळे, भुसावळ आणि महाराष्ट्राबाहेर सुरत, अहमदाबाद, बडोदा, नवी दिल्ली, बेंगलुरू, बेळगाव, धारवाड, रायपूर, भुवनेश्वर, कोलकाता, रांची, लखनौ, कानपूर, चंदीगढ, जयपूर, चेन्नई, पणजी, म्हापसा, भोपाळ, इंदोर, इटारसी, हर्दा, विदिशा, बुऱ्हाणपूर या ठिकाणी महाआसमानी शिबिराची पूर्वतयारी करू शकता.

तेजज्ञान फाउंडेशनमध्ये उपलब्ध असणाऱ्या सरश्रीलिखित पुस्तकांचं वाचन करून किंवा सरश्रींच्या प्रवचनांच्या सीडीज ऐकूनही तुम्ही या शिबिराची पूर्वतयारी करू शकता. याशिवाय, तुम्ही टीव्ही, रेडिओ किंवा यू ट्युबवरील सरश्रींच्या प्रवचनांचा लाभही घेऊ शकता. पण लक्षात घ्या, पुस्तकांतील ज्ञान, सीडी, टीव्ही, रेडिओ आणि यू ट्युबवरील प्रवचनं म्हणजे 'तेजज्ञानाची तोंडओळख' आहे; 'संपूर्ण तेजज्ञान' मुळीच नाही. तुम्ही महाआसमानी शिबिरात सहभागी होऊनच तेजज्ञानाचा आनंद घेऊ शकता. तेव्हा आगामी महाआसमानी शिबिरात सहभागी होण्यासाठी आजच संपर्क करा- 09921008060/75, 9011013208

www.ingramcontent.com/pod-product-compliance
Lightning Source LLC
LaVergne TN
LVHW060445051026
849518LV00002B/620
9788184155709